# रंग आणि गंध

वि. स. खांडेकर

मेहता पब्लिशिंग हाऊस

✆ +91 020-24476924 / 24460313 / Mob. No. 9545000513
Email : production@mehtapublishinghouse.com
Website : www.mehtapublishinghouse.com



**RANG ANI GANDH** by V. S. KHANDEKAR

**रंग आणि गंध : वि. स. खांडेकर / लेखसंग्रह**



Email : author@mehtapublishinghouse.com

मराठी पुस्तक प्रकाशनाचे हक्क : मेहता पब्लिशिंग हाऊस प्रा. लि., पुणे.

संस्थापक : सुनील अनिल मेहता

प्रकाशक : मेहता पब्लिशिंग हाऊस प्रा. लि.,
१९४१, सदाशिव पेठ, माडीवाले कॉलनी, पुणे – ४११०३०.

मुद्रक : ट्रिनिटी ॲकॅडमी फॉर कॉर्पोरेट ट्रेनिंग लिमिटेड

मुखपृष्ठ : बाळ ठाकूर

प्रकाशनकाल : नोव्हेंबर, १९६१ / ऑगस्ट, १९९५ / नोव्हेंबर, २०१३ / एप्रिल, २०१८ / पुनर्मुद्रण : जुलै, २०२५

किंमत : ₹ २५०

P Book ISBN 9788171614349
E Book ISBN 9789386342867
E Books available on : amazonkindle Apple Books Google Play Books

---

*सांगली हायस्कूलमधले माझे मराठीचे गुरू*

**शंकरशास्त्री केळकर**

*आणि संस्कृतचे गुरू*

**श्रीपादशास्त्री देवधर**

यांच्या स्मृतीस

# दोन शब्द

'रंग आणि गंध' या लेखसंग्रहात गेल्या दहा-बारा वर्षांतल्या लहानमोठ्या सोळा लेखांचा समावेश केला आहे. हे सर्व लेख या ना त्या नात्याने वाङ्मयाशी निगडित आहेत. काही पाश्चात्त्य लेखक आणि त्यांच्या ललितकृती यांची चर्चा या लेखसंग्रहात आहे. मात्र, या चर्चेचे स्वरूप संमिश्र आहे. या लेखात रसग्रहण, मूल्यमापन, इत्यादिकांच्या जोडीने थोडे चिंतनही आहे. विवेचनाच्या अनुषंगाने वाङ्मयीन मूल्यांप्रमाणे जीवनमूल्यांचाही विचार त्यात केलेला आढळेल.

ही पुस्तके वाचताना व हे लेख लिहिताना मला जो आनंद झाला, तो वाचकांपर्यंत, अंशत: का होईना, पोहोचविण्याच्या कामी मी समर्थ झालो असेन, तर हे लेख लिहिण्याचा माझा हेतू सफल होईल. जगातल्या सर्व चांगल्या वाङ्मयकृतींचा परिचय यापुढे मराठी वाचकाला व्हायला हवा. रसिकता विकसित करण्याचा आणि संस्कृतीची पातळी उंचाविण्याचा तो एक मार्ग आहे. त्या दिशेने नम्रपणाने टाकलेले हे एक पाऊल आहे.

कोल्हापूर **–वि. स. खांडेकर**

१०-१०-६१

## अनुक्रमणिका

# । यंत्र विरुद्ध मनुष्य ।

जॉन अरव्हाइन? इंग्रजीशी चांगला परिचय असणारे वाचकसुद्धा उद्गारतील,

'छे, बुवा! हे नाव आपण कधीच ऐकलं नाही. हा गृहस्थ कोण आहे? लेखक, सिनेमा-नट, का अमेरिकेतून नुकताच आलेला एखाद्या वृत्तपत्राचा प्रतिनिधी?'

जॉन अरव्हाइन हा इंग्रजीतील माझा एक आवडता नाटककार आहे, असे मी सांगितले, तर ते मला हसतील. ते म्हणतील,

'शॉ, बॅरी, मॉम्, गॅल्सवर्दी वगैरेंची नावे आमच्या कानांवर अजून वारंवार पडतात; पण हे नाव? छे! हा कुणी तरी अगदी तरुण नाटककार असावा. अगदी प्रीस्टलीच्याही अलीकडचा!'

त्यांचा हा तर्क चुकीचा आहे, हे मला त्यांना नम्रपणाने सांगावेच लागेल. शॉ, मॉम्, गॅल्सवर्दी वगैरे नाटककार लोकप्रियतेच्या शिखरावर असतानाच अरव्हाइनची नाटकेही लिहिली गेली; पण त्याचे नाव त्यांच्याइतके गाजले नाही. गाजणे शक्यही नव्हते! गाजावाजा होण्यासारखे गुण अरव्हाइनच्या नाटकांत नाहीत. शॉच्या सुंदर कोट्या आणि त्याचा मर्मभेदक उपहास, प्रचलित सामाजिक अन्यायांविषयीची गॅल्सवर्दीची तीव्र; प्रामाणिक चीड, बॅरीचा मधुर पण मार्मिक स्वप्नाळूपणा, मॉम्‌ची कृत्रिम परंतु कौशल्यपूर्ण नाट्यरचना, इत्यादी गोष्टी अरव्हाइनमध्ये अभावरूपानेच आढळतील. असे असूनही त्याच्या 'जेन क्लेग', 'जॉन फर्ग्युसन' व 'दि शिप' या नाट्यकथा वाचताना मला सूक्ष्म पण उदात्त आनंदाचा लाभ झाला. अरव्हाइनही आकाशातल्या तारकांत रमणारा कवी नाही; पण थोर कलाकारांत आढळणारी एक शक्ती – माणसाच्या मनात फुलणाऱ्या चांदण्याची जाणीव – त्याच्या ठिकाणी आढळते. प्रचलित सामाजिक प्रश्नांचा गुंता सोडविण्याची त्याला आवड नाही; पण हे प्रश्न ज्या रम्य, करुण आणि भीषण अशा जीवनसागरावरच्या प्रक्षुब्ध लाटा आहेत, त्या सागरातच बुडी

मारून तिथली मोत्ये वेचण्याचा प्रयत्न करणारा तो एक अंतर्मुख साहित्यिक आहे. समाजदर्शनापेक्षा जीवनदर्शनावर त्याचा भर आहे आणि सखोल व समतोल वृत्तीने प्रेक्षकांना हे दर्शन करून देत असताना, एखादी अविस्मरणीय व्यक्तिरेखाही तो निर्माण करतो.

त्याच्या 'दि शिप' (जहाज) या नाटकात त्याची ही सर्व वैशिष्ट्ये आहेतच; पण आणखीही एका दृष्टीने या घटकेला त्याचे महत्त्व आहे. १९२२ साली एका आयरिश नाटककाराने जीवनाचे चिंतन करताकरता गांधीजींच्या तत्त्वज्ञानाशी जुळणाऱ्या एका महत्त्वाच्या विचारावर आपल्या नाटकाची उभारणी कशी केली आहे, हेही या नाटकात आपल्याला पाहायला मिळते.

पाच माणसांच्या एका सुखवस्तू कुटुंबाची ही शोकान्त कथा आहे. या कुटुंबातला कर्ता पुरुष जॉन थर्लो हा मोठा महत्त्वाकांक्षी व कर्तबगार गृहस्थ असतो. आपल्या मुलाने आपल्याप्रमाणेच धर्मोपदेशक व्हावे, अशी जॉनच्या वडिलांची इच्छा होती; पण जहाजे बांधण्याच्या क्षेत्राकडे मुलाचे मन ओढ घेत होते. आईच्या मध्यस्थीमुळे त्याला आपल्या आवडीच्या व्यवसायात पडता आले. पूर्ववयात पर्वताच्या पायथ्याशी धडपडणारा जॉन आज त्याच्या शिखरावर उभा आहे. जगातल्या सर्वांत मोठ्या जहाजांच्या कारखान्याचा तो मालक झाला आहे. सुदैवाने त्याची आईही त्याचे हे भाग्य पाहायला हयात आहे. ही त्र्याऐंशी वर्षांची म्हातारी अजून चाळिशीसुद्धा लावीत नाही. "आजीबाई, देवानं तुमचं शरीर फार चांगलं राखलंय." असे कुणी म्हटले, की 'शरीर ही लोणचं किंवा मुरंबा यांच्यासारखी जपून राखून ठेवायची गोष्ट आहे की काय?' असा प्रश्न या वृद्धेच्या जिभेवर आल्यावाचून राहत नाही. तिची सून जेनेट ही सर्वसामान्य, प्रवाहपतित, संसारी स्त्रीचा नमुना आहे. आपल्यापेक्षा वीस वर्षांनी मोठ्या असलेल्या करारी व यशस्वी पतीचे कौतुक करावे आणि जॅक व हेस्टर या आपल्या दोन मुलांची आई म्हणून अभिमान बाळगावा, यांपलीकडे ती आयुष्याविषयी विचार करू इच्छित नाही. अशा सुखी, श्रीमंत कुटुंबात नाट्य-प्रसंग निर्माण करायची पाळी आली, तर सामान्य लेखक त्यातला मुलगा किंवा मुलगी यांना हाताशी धरतो; आणि यौवन हे मदनाचे क्रीडांगण आहे, या उक्तीचा आश्रय करून एकंदर कुटुंबाला न आवडणाऱ्या त्या तरुणाच्या अथवा तरुणीच्या प्रणयाभोवती कथानकाची गुंफण करतो. लेखक थोडासा अधिक कुशल अथवा अंतर्मुख असला, तर पार्श्वभूमी म्हणून नव्या आणि जुन्या पिढीतील कल्पनांचा अथवा जीवनमूल्यांचा संघर्ष दाखवून असल्या उथळ प्रणयकथेला तो थोडीफार नवी गोडी आणू शकतो; पण 'शिप' हे नाटक लिहिणाऱ्या नाटककाराचे कौशल्य हेच आहे की, असल्या अनेकांनी हाताळलेल्या, जीवनातल्या खोल

अनुभूतीशी काडीचाही संबंध नसलेल्या, शिळ्या, हुकमी पण नाटकी युक्त्यांचा उपयोग करण्याची कल्पनासुद्धा त्याच्या मनाला शिवली नाही. 'जहाज' या नाटकात पितापुत्रांचा मोठा सुंदर संघर्ष त्याने रंगविला आहे; पण तो अगदी नवीन दृष्टिकोनातून! एखाद्या गायकाने लोकप्रिय गाण्यातल्या सुरांची आळवणी निराळ्या पण आकर्षक रीतीने केली की मनाला विलक्षण आनंद होतो. तसेच हे नाटक वाचताना मीही तोच अनुभव घेतला.

नाटक सुरू होते, तेव्हा थर्लो कुटुंबातील आजी, सून (जेनेट) व नात (हेस्टर) या तिघी चहा पीत बसलेल्या दिसतात. जॉनने 'मॅग्निफिशंट' या नावाचे नव्या नमुन्याचे जहाज बांधले आहे आणि त्याचा जलतरणसमारंभ राणीच्या हस्ते लवकरच व्हायचा आहे, अशा त्यांच्या गप्पागोष्टी चाललेल्या असतात. अफाट पैसा आणि अलोट कीर्ती मिळवून देणारा आपल्या वडिलांचा हा धंदा जॅकला आवडत नाही, हेही त्यांच्या बोलण्यात ओघाओघाने येते. इतक्यात तीन आठवड्यांपूर्वी फ्रान्सला गेलेला जॅक परत येतो. आजी त्याला म्हणते,

"बेटा, इथं असा माझ्याजवळ बैस आणि फ्रान्समध्ये तू कायकाय गमती पाहिल्यास, ते मला सांग. तिथं कायकाय केलेस तू?"

जॅक उत्तरतो,

"आजी, मी तिथं तसं फारसं काही केलंच नाही. फक्त खूप खूप विचार केला. माझ्या एकवीस वर्षांच्या आयुष्याचं सिंहावलोकन केलं मी! तिथं मी गमती पाहिल्या नाहीत. गोरगरिबांचे हाल पाहिले आणि मी स्वत:लाच विचारू लागलो, 'या जगात मी जन्माला आलोय, ते कशासाठी? मी सध्या काय करीत आहे? या जगात माझा कुणाला काही उपयोग होत आहे का? हे जग, आहे त्यापेक्षा रेसभर तरी चांगलं करण्याकरता मी माझं सारं सामर्थ्य खर्च करायला नको का?"

एकवीस वर्षांच्या तरुणाच्या तोंडून असले उद्गार ऐकल्यावर कुणालाही आश्चर्य वाटणारच! मग एखाद्या म्हाताऱ्याला किंवा संन्याशाला शोभेल, असे वक्तृत्व आपला मुलगा करीत असल्याचे पाहून, स्वत:ला सुखवस्तूपणे कौटुंबिक जीवनात गुरफटून घेणाऱ्या जेनेटसारख्या स्त्रीने "असले प्रश्न माझ्या मनात स्वप्नातसुद्धा कधी येत नाहीत," असे म्हणावे, यात अस्वाभाविक असे काय आहे?

जॅक आईला म्हणतो,

"पण, आई माणसानं स्वत:ला असले प्रश्न विचारले नाहीत, तर जीवन म्हणजे काय, हे त्याला कधीच कळणार नाही."

ती उत्तरते,

"जीवन जगलं, म्हणजे झालं! त्याचा एवढा अन्वयार्थ लावीत बसण्याची काय जरुरी आहे?"

पण जॅकचा अंतरात्मा जागा झालेला असतो; त्याला ती जरुरी भासू लागलेली असते; त्यामुळेच तो आत्मपरीक्षणाला प्रवृत्त होतो आणि सभोवार दिसणाऱ्या दु:खाचे मूळ शोधून काढण्याचा प्रयत्न करतो.

तो म्हणतो,

"आज साऱ्या जगाचीच घडी विसकटली आहे."

आजी त्याला चिमटा काढते,

"ती आणि आता तू एकटा ती नीट करणार आहेस, होय?"

जॅक उत्तरतो,

"आजी, मी या साऱ्या साऱ्या गोष्टींचा पुन:पुन्हा विचार केला आहे. जगात सुधारणा झाली पाहिजे, हे ज्याला पटतं, त्यानं स्वत:पासूनच त्या कामाला सुरुवात केली पाहिजे."

हे ऐकून तर आजी मोठ्या मार्मिकपणाने म्हणते,

"इतर सुधारकांपैकी ही एक गोष्ट तरी तुझ्यात फार चांगली आहे. जगातले बहुतेक सुधारक मोठमोठे प्रयोग करू पाहतात; पण त्यांचे हे सारे प्रयोग बहुधा दुसऱ्यांवरच होतात!"

जगाच्या आजच्या दु:स्थितीचे मूळ हे मनुष्याच्या कृत्रिम जीवनात आहे, यंत्राने निर्माण केलेल्या मानवजातीच्या नव्या गुलामगिरीत आहे, अशी जॅकची खातरी होऊन चुकलेली असते. यंत्रे माणसाच्या आत्म्याचा चेंदामेंदा करून टाकतात, याविषयी त्याला मुळीच शंका वाटत नाही. कारखान्यातला मनुष्य हा मनुष्य तर राहतच नाही; शिवाय तो बिचारा एक यंत्रसुद्धा होऊ शकत नाही; तो यंत्राचा गुलाम होऊन जातो, असे प्रतिपादन तो करतो.

त्याच्या या तीव्र टीकेला आजी उत्तर देते,

"बाबा रे, यंत्रं चांगली नसतात आणि वाईटही नसतात. जग सुधारणाऱ्यांपुढं खरा प्रश्न आहे, तो यंत्राचा नाही, ती ज्यांच्या हातांत असतात, त्या माणसांच्या मनाचा आहे. बेटा, जगात बंदुका काही आपोआप उडत नाहीत. माणसंच नेम धरून त्या मारतात. नि हे पाहा, पोरा, यंत्रावाचून माणसाची पावलोपावली अडवणूक होईल. अगदी साधा खेडवळ शेतकरी घेतला, तरी त्याला हरघडी लागणारी कुदळ किंवा खोरं हेसुद्धा एक प्रकारचं यंत्रच नाही का?"

पण जॅकचे तरुण, ध्येयवादी मन यांत्रिक गुलामगिरीविरुद्ध बंड करून उठलेले असते. यंत्रसामग्रीने सुसज्ज अशी मोठमोठी जहाजे बांधणाऱ्या वडिलांचा

कारखाना चालविण्याऐवजी खेड्यात जाऊन शेती करण्याचे तो ठरवितो.

त्याच्या या निश्चयासंबंधाने अधिक काही बोलणे होण्यापूर्वीच जॉन येतो. 'मॅग्निफिशंट' या नव्या तयार केलेल्या जहाजाचे मॉडेल त्याने आपल्याबरोबर मोटारीतून आणलेले असते. त्याच्याबरोबर गाडीतून आलेल्या एकट्याला जॉर्ज नॉरवूडला काही ते उचलून आत आणणे शक्य नसते. म्हणून त्याला मदत करण्याकरिता तो जॅकला बाहेर पाठवितो. ती प्रतिमा आत आणली जाते. हे जहाज म्हणजे जॉनच्या महत्त्वाकांक्षेच्या मंदिरावरला सोन्याचा कळस असतो. त्याच्या कर्तृत्वाची ती दिगंतात फडकणारी पताका असते.

कोळशाऐवजी तेलाने चालणाऱ्या नव्या जहाजाची ती प्रतिकृती पाहून जेनेट जॉनला म्हणते,

"छी! हेच का ते तुमचं सुंदर जहाज?"

जॉन तिला उत्तर देतो,

"तुम्ही सर्वसामान्य माणसं अशीच आंधळी असता. स्वतःच्या डोळ्यांनी पाहायची सवयच नाही तुम्हांला! एखादी गोष्ट नवीन असेपर्यंत तुम्हांला ती कुरूप वाटते. पुढे ती परिचित झाली, म्हणजे तुम्ही तिला सुंदर म्हणू लागता. मग दुसऱ्या नव्या गोष्टींची कुरूप म्हणून थट्टा करायला तुम्ही सुरुवात करता."

ते जहाज – आपल्या कल्पनेचे आणि कर्तृत्वाचे ते अपत्य – हा जॉनच्या अभिमानाचा विषय असतो. त्याच्याकडे पाहताना आपले हात गगनाला लागले, असे त्याला वाटते. त्या जहाजात आपण कोणकोणत्या नव्या सुखसोयी निर्माण केल्या आहेत, याचे मोठ्या रंगात येऊन तो आपल्या पत्नीपाशी वर्णन करतो. अशा रीतीने तो अगदी आनंदाच्या शिखरावर असताना, जॅक खेडेगावात जाऊन शेती करण्याचा आपला निश्चय त्याला सांगतो. निरभ्र आकाशातून अंगावर वीज कोसळावी, तशी जॉनची स्थिती होते.

इथे खरे नाटक सुरू होते. या पितापुत्रांच्या जीवनविषयक दृष्टिकोनांतले अंतर हाच या नाट्यवस्तूचा आत्मा आहे. बहिर्मुख आणि अंतर्मुख वृत्तींचा हा सनातन संग्राम आहे. बापलेकांचे भांडण वाढू नये, म्हणून आजी नातवाला म्हणते,

"जॅक, यंत्राविषयीची तुझी समजूत बरोबर असेल किंवा चूक असेल! पण तुझ्या वडिलांनी तयार केलेल्या या नव्या जहाजाचा उपयोग केल्याशिवाय काही जग राहणार नाही. पोरा, तुझे वडील फार मोठे गृहस्थ आहेत. अशा मनुष्याच्या पोटी जन्माला येणे ही मोठ्या भाग्याची गोष्ट आहे. आपण सारी काही मोठी माणसे होऊ शकत नाही; पण ज्यांना मोठं होता येत नाही, त्यांनी दुसऱ्याचं मोठेपण मुकाट्यानं मान्य करायला काय हरकत आहे?"

प्रथमदर्शनी आजीची ही वकिली मोठी समर्पक वाटते; पण जॅक तिला जे उत्तर देतो, ते नुसते समर्पकच नाही, तर संस्मरणीय आहे.

तो म्हणतो,

"आजी, बाबा एक फार मोठे गृहस्थ आहेत, हे मला ठाऊक आहे, पण मोठ्या माणसांचे मार्ग नेहमीच बरोबर असतात, असं नाही. मोठी माणसंही चुका करतातच. प्रसंगी त्यांच्या चुका त्यांच्याइतक्याच मोठ्या असू शकतात. माणसाला यंत्रापेक्षा कमी लेखणारे जगातले सारे लोक भयंकर अन्याय करीत आहेत – फार मोठं पाप करीत आहेत – असं माझं ठाम मत झालं आहे. मोठमोठी इंजिनं, अस्ताव्यस्त पसरलेली शहरं, अवाढव्य साम्राज्यं, पाहावं तिकडं मोठेपणाच्या या वेडानं मानवजातीला पछाडलं आहे. मनुष्य आणि यंत्र यांचा हा लढा आहे. या लढाईत मी माणसाच्या बाजूनं उभा आहे. बाबा यंत्राच्या बाजूनं लढत आहे. या लढ्यात तडजोडीला जागा नाही."

जॉनची आशा, आनंद आणि अभिमान यांच्यावर जॅकच्या या करारी शब्दांनी विलक्षण आघात होतो. आपल्याला प्राणाहूनही प्रिय असलेल्या नव्या जहाजाचा जॅकने केलेला उपहास ऐकून तर तो संतापूनच जातो.

तो मुलाला म्हणतो,

"पोरा, तुझ्या दृष्टीनं हे जहाज म्हणजे एक चैनीची गोष्ट असेल! पण जरा माझ्या दृष्टीनं याच्याकडं पाहा. हे नुसतं यंत्र नाही. तुझ्यासारखाच हा माझा पोटचा गोळा आहे. माझी सर्व बुद्धी नि सर्व शक्ती मी जहाजाच्या या नव्या नमुन्यात ओतली आहे. हे माझं सर्वांत मोठं साकार झालेलं स्वप्न आहे. तू खुशाल माझ्या या स्वप्नाला यंत्र म्हणून हिणव. माझ्या दृष्टीनं ती निर्जीव वस्तू नाही. जहाजाची ही प्रतिमा – ही एक लाजरी, हसरी, नाचरी, तारुण्यात पदार्पण करणारी कुमारिका आहे. मी निर्माण केलेल्या अशा या कलाकृतीची निंदा करताना तू पळभर तरी विचार करायचा होतास! ते जाऊ दे! माणुसकीच्या मोठमोठ्या गप्पा मारणाऱ्या तुझ्यासारख्या माणसानं तरी निरनिराळ्या देशांमध्ये दळणवळण वाढविणाऱ्या या जहाजाचा निषेध करता कामा नये. पोरा, उद्या माझं हे जहाज राष्ट्राराष्ट्रांमध्ये मैत्री निर्माण करील, हे विसरू नकोस!"

जॅक शांतपणाने त्याला उत्तर देतो,

"नुसत्या दळणवळणानं कधी मैत्री निर्माण होत नाही, बाबा. केवळ शेजारपणामुळं काही कुणी कुणाचा मित्र होऊ शकत नाही. कित्येकदा शेजार हेच शत्रुत्वाचं सर्वांत मोठं कारण होऊ शकतं."

आपण मोठ्या कष्टाने आणि हौसेने वाढविलेल्या धंद्याची धुरा खांद्यावर न घेता, स्वप्नाळू ध्येयवादाच्या नादी लागून जॅक कुठल्या तरी कुग्रामात कुजत

पडणार, अशी जॉनची आता खातरी होते. क्षणभर त्याचे मानी आणि करारी पितृमन विरघळते.

तो जॅकला म्हणतो,

"वेड्या पोरा, जहाजं बांधण्याच्या या धंद्याचा व्याप वाढविताना मला कोणती स्वप्नं पडत होती, याची तुला कल्पनासुद्धा नाही. माझा मुलगा आणि त्याच्यामागून त्याचा मुलगा याच धंद्यात पडला आहे, माझ्यापेक्षाही त्यांनी तो धंदा भरभराटीला आणला आहे, अशी चित्रं माझ्या डोळ्यांपुढून वर्षानुवर्षं नाचत आली आहेत. जॅक, तू जन्माला आलास, तो क्षण मला अजून आठवतो! तुझं सारं बालपण या क्षणी माझ्या डोळ्यांपुढनं झरझर जात आहे. मी तुझ्या चिमण्या मूर्तीकडंसुद्धा उद्याच्या जगातला जहाजांचा बडा कारखानदार म्हणूनच पाहत असे. पिता जसा पुत्राच्या रूपानं अमर होतो, तसं त्याचं कार्यही त्याच्या मुलानं आपल्या हातांनी चिरंजीव केलं पाहिजे."

जॅक त्याला उत्तर देतो,

"बाबा, मी केवळ तुमचा मुलगा नाही. मला स्वत:लाही स्वतंत्र अस्तित्व आहे. मला मन आहे, हृदय आहे. ज्या जगात मी जन्माला आलो, त्याचं ऋण मला फेडायचं आहे."

जॉनची मोठी निराशा होते. जॅकला शेत विकत घेण्यासाठी पैसुद्धा दिली नाही, म्हणजे तो आपोआप ताळ्यावर येईल, असे त्याला वाटते. त्याला तसे बजावून तो निघून जातो; पण म्हातारी आजी या वेळी नातवाच्या मदतीला धावून येते.

ती त्याला म्हणते,

"माणसाच्या मनाविरुद्ध त्याला काही करायला लावण्यात काय फायदा आहे, बाबा? जॅक, तुझे सारे विचार काही मला पटत नाहीत; पण आयुष्यात कुणावर, कुठलीही गोष्ट सक्तीनं लादू नये, हे मला कळतं. माझ्यापाशी थोडा पैसा आहे. मी तो तुला शेत विकत घ्यायला देते. जॉनला आपल्या इच्छेप्रमाणे वागता यावं, म्हणून आजपर्यंत मी प्रयत्न केले. आता माझा तुला काही उपयोग होतो की काय, पाहू या!"

केवळ तात्त्विक अशा संघर्षावर आधारलेल्या 'जहाज' या नाटकाच्या पहिल्या अंकातले नाट्य एवढेच आहे; पण यंत्राच्या साहाय्याने या आयुष्यातल्या सर्व महत्त्वाकांक्षा सफल करून घेणारा व आत्मनिष्ठेमुळे यंत्रावर पोटच्या पोराप्रमाणे प्रेम करणारा बहिर्मुख जॉन, पहिल्या महायुद्धाच्या कटू अनुभवांनी आणि सर्वत्र दिसणाऱ्या माणुसकीच्या विटंबनेने तारुण्याच्या उंबरठ्यावरच अंतर्मुख झालेला व आजचे जग एकीकडे मनुष्याच्या आत्म्याचे तुकडे-तुकडे करीत असताना,

दुसरीकडे त्याच हातांनी त्याच्या शरीराची पूजा करीत सुटले आहे, अशी खातरी झाल्यामुळे यंत्राचा विरोधक बनलेला जॅक, आणि ह्या दोघांच्या श्रद्धा ही मानवी जीवनाची महत्त्वाची अंगे आहेत, या जाणिवेने त्यांचा समन्वय करू पाहणारी आजी, ही तीन पात्रे अरव्हाइनने इतक्या वस्तुनिष्ठ दृष्टीने चित्रित केली आहेत, की कोणत्याही प्रकारच्या कायम ठशाच्या नाट्यप्रसंगाचा, भडक चित्रणाचा किंवा सवंग भावनाविलासाचा आश्रय न करता या अंकाच्या उत्तरार्धाची रंगत कायम ठेवण्यात तो पूर्णपणे यशस्वी झाला आहे. इब्सेनच्या संवादांतली नाट्यपूर्णता किंवा शॉच्या संभाषणांमधली चतुरता आपल्याला इथे आढळत नाही, हे खरे; पण गेल्या शतकापासून मानवजातीला तीव्रतेने जाणवू लागलेली एक समस्या हाती घेऊन, नाट्यरूपाने तिची मांडणी करताना, नाटककाराने अनेक जीवनविषयक सत्ये इतक्या सहजतेने व सुंदरतेने सांगितली आहेत की, या नाटकाचा पहिला अंक वाचून होताच, तत्त्वप्रधान नाट्यकथासुद्धा केवळ जिव्हाळ्यामुळे किती वाचनीय होते, याचा एक चांगला नमुना आपल्याला पाहायला मिळाला, असे वाटल्यावाचून राहत नाही.

पेचप्रसंग, कथानकाची सुरगाठ-निरगाठ उकल-विस्मय असा उत्पन्न करावा आणि धक्का तसा द्यावा, इत्यादी गोष्टींचे नाट्यरचनेत फार महत्त्व आहे, असे मानणाऱ्या लोकांना मात्र हे नाटक मिळमिळीत वाटण्याचा संभव आहे. त्यात जसा उथळ प्रेमाचा चिरपरिचित मालमसाला कुठेही नाही, तशी 'पुढे काय?' अशी वाचकाच्या मनाला ओढ लावण्याकरिता कृत्रिम प्रसंगांची फोडणीही कुठेही दिलेली नाही. जॅकला शेत विकत घेण्याकरिता पैसे देण्याचे जॉन नाकारतो, हा प्रसंग शक्य तितका नाटकी करून, रूढ पद्धतीने नाटक लिहिणाऱ्या लेखकाने, त्यावरच अंकाचा पडदा पाडला असता. या प्रसंगी आजी जॅकच्या मदतीला धावून येते, ही गोष्ट त्याने पहिल्या अंकात मुद्दाम प्रेक्षकांपासून लपवून ठेवली असती. त्यामुळे पुढे जॅक काय करतो, या गोष्टीकडे वाचकाचे चित्त वेधून राहिले असते; पण जॅकला जरूर तेवढे पैसे देण्याचे आजी कबूल करते, असे पहिल्या अंकाच्या शेवटीच झटकन् सांगून टाकून पुढल्या कथानकाविषयीच्या तर्ककुतर्कांत रमत राहण्याची संधीच अरव्हाइन त्यांना देत नाही. सांकेतिक पद्धतीने वाचकाला अथवा प्रेक्षकाला आकृष्ट करण्याचे तंत्र त्याने हेतुपूर्वक डावलले आहे. भडक नाट्यप्रसंगांनी प्रेक्षकाला गुदगुल्या होत असल्या आणि त्यातल्या बेगडी भावनाविलासाने तो क्षणभर खूश होत असला, तरी त्याचा आनंद हा रंगीबेरंगी फुगे किंवा फुलपाखरे पाहून हरखून जाणाऱ्या बालकाचा आनंद आहे, हे अरव्हाइन जाणतो. अंतर्मुख होऊन नाटकातल्या संघर्षाकडे पाहणारा आणि भिन्न प्रवृत्तींचे किंवा जीवनमूल्यांचे जे वैचारिक युद्ध रंगभूमीवर

सुरू होते, त्याच्याशी समरस होणारा, मनाने प्रौढ झालेला प्रेक्षक त्याला हवा आहे. सांकेतिक रचना व सजीवनिर्मिती यांचे मार्ग निरनिराळे असतात, याचा विसर अशा लेखकाला कसा पडेल? लोकप्रियता म्हणजे अभिजातता नव्हे, हे या नाटकाचा लेखक पुरेपूर जाणून आहे; आणि म्हणूनच त्याने यंत्रविरोधी बनलेला जॅक आपला मित्र कॉर्नेलियस याच्या सहकार्याने लगेच एका खेडेगावात शेती करू लागतो, असे दाखवून, पुढे पाच महिन्यांनी त्या जागी दुसऱ्या अंकाची मांडणी केली आहे.

जॅक हा काही लहरी किंवा स्वप्नाळू ध्येयवादी नाही. अजून त्याच्या शेतीचा जम मनासारखा बसला नसला, तरी तो आपल्या कामात रंगून गेला आहे. स्वत:च्या जीवनश्रद्धेप्रमाणे आचरण करण्यात जे एक प्रकारचे आंतरिक, अनिर्वचनीय सुख असते, त्याचा लाभ झाला आहे; पण त्याचा दोस्त कॉर्नेलियस? त्या बिचाऱ्याची मन:स्थिती मात्र अगदी वेगळी आहे. महायुद्धात लढलेला – लढलेला कसला? लढावे लागलेला आणि इतरांना पंचवीस वर्षांत जगाची जी काळी बाजू दिसणार नाही, ती चार वर्षांच्या शिपाईगिरीत अनुभवाला आल्यामुळे जीवनाविषयी अश्रद्ध झालेला तो एक तरुण आहे. अतृप्त इच्छेची पिशाच्चे त्याच्या मनात अधूनमधून संचार करीत आहेत. जगण्याकरिता काही तरी करायला हवे, अशा अगतिक मन:स्थितीत तो ध्येयवादी जॅकचा सहकारी बनला आहे; पण त्याचे मन काही केल्या या कष्टांनी भरलेल्या धंद्यात काडीभरही रमत नाही. उठल्यासुटल्या तो ''आपली शेती कधी फायदेशीर होणार'', हे जॅकला विचारीत असतो. मधेच तो त्याला म्हणतो,

''या शेतीपेक्षा जर्मन लोकांशी लढणंसुद्धा अधिक फायद्याचं होतं!''

दुसरे काही कमी कष्टाचे व अधिक पैसा देणारे साधन समोर दिसत नसते, म्हणूनच तो जॅकबरोबर दिवस काढीत असतो.

अशा स्थितीत जॅकच्या घरची सर्व मंडळी त्याला भेटायला त्याच्या शेतीवाडीवर येतात. या भेटीत नाट्यात्मक असा एकच छोटा प्रसंग आहे. तो म्हणजे कॉर्नेलियसशी एकांतात बोलण्याची संधी मिळताच जॉन त्याला आपल्या बाजूला ओढून तत्त्वनिष्ठ जॅकवर त्याचा डाव उलटविण्याचा प्रयत्न करतो. जॅकच्या वर्तनाने जॉनचे मन दुखावले गेले असले, तरी त्याची आपल्या मुलावरली माया कमी होत नाही. शेतीचा हा सारा खटाटोप फुकट गेला, तर जॅक आपोआप फायदेशीर असलेल्या वडिलोपार्जित धंद्याकडे धाव घेईल, असे जॉनला मनातून निश्चितपणे वाटते. म्हणून कॉर्नेलियसने फितूर होऊन शेतीची धूळधाण करावी, या इराद्याने तो त्याला हजार पौंड देऊ करतो. स्वार्थासाठी, स्वत:च्या अहंकाराच्या तृप्तीसाठी मनुष्य किती क्षुद्र होतो! पण दारूच्या अर्धवट नशेतसुद्धा कॉर्नेलियस

अप्रामाणिक होऊ शकत नाही. तो आपल्या मित्राच्या गळ्यावर सुरी ठेवायचे नाकारतो. मात्र कुठे तरी सुखासीनपणाने खात, पीत, मजा करीत बसण्याची त्याची इच्छा कायम असते. तो नुसता निघून गेला, तरी जॅकचा हात मोडल्यासारखा होईल आणि एकट्याला सारा पसारा आवरणे अशक्य झाल्यामुळे तो या धंद्याला रामराम ठोकून नांगराऐवजी जहाज चालविण्याकरिता ईर्ष्येने घरी परत येईल, अशी कल्पना जॉनच्या मनामध्ये येते. ताबडतोब केवळ निघून जाण्यासाठी म्हणून तो कॉर्नेलियसला पाचशे पौंड देऊ करतो.

वडिलांची ही सारी कारवाई जॅकला कळते. त्याला फार वाईट वाटते; पण वडिलांचा अपमान होऊ नये, म्हणून जॅक मोठ्या उदारपणाने ही गोष्ट आजीपासून लपवून ठेवतो.

नाट्यविषयाच्या विकासाच्या दृष्टीने हा अंक मला अतिशय असमाधानकारक वाटला. मुलाचा आपल्याला न आवडणारा उद्योग अयशस्वी व्हावा, अशी खटपट करणारा बाप अस्वाभाविक आहे, असा याचा मुळीच अर्थ नाही. मात्र असला बाप तात्त्विक नाटकापेक्षा विनोदी नाटकालाच अधिक रंगत आणू शकेल.

ज्या तात्त्विक विरोधामुळे पहिल्या अंकामध्ये पितापुत्रांचा संग्राम सुरू होतो, त्याची जीवनविषयक अनुभूतींच्या दृष्टीने या अंकात मुळीच प्रगती होत नाही. जॉन व जॅक हे दोघेही आवेशाने आणि आग्रहाने आपल्या मतांचा पुरस्कार करणारे पितापुत्र आहेत. त्यामुळे त्यांचा संघर्ष सुरू झाल्यावर त्यांच्यापैकी कोण बरोबर ठरतो, कोण कुणावर मात करतो आणि ती कशी करतो, सत्य कुणाच्या बाजूला आहे, इत्यादी गोष्टी जाणण्याची इच्छा वाचकांच्या मनात निर्माण झालेली असते; पण या अंकात नाटककार ती इच्छा मुळीच तृप्त करीत नाही. एखादी आगगाडी स्टेशनामधून मोठ्या वेगाने बाहेर पडावी आणि पुढे तिची गती मंदावून जावी, तशी या अंकात नाट्यवस्तूची स्थिती झाली आहे. 'उत्कृष्ट आरंभ म्हणजे निम्मे यश' ही म्हण व्यवहारात बरोबर असेल; पण कलाकृतीमध्ये आरंभ, मध्य व शेवट ही तिन्ही सजीव, प्रभावी, प्रमाणबद्ध व परस्परसंबद्ध असले, तरच तिचे सौंदर्य निर्दोष ठरते व तिची परिणामकारकता वाढते. हे कौशल्य या नाटकात आढळत नाही.

तिसरा अंक हा नाट्यवस्तूच्या विकासाचा आणि त्यातून उद्‌भवणाऱ्या रसोत्कर्षाचा परमोच्च बिंदू होय. तिथे नदी सागराला मिळते. इब्सेनचे 'डॉल्स हाउस', गॅल्सवर्दीचे 'स्ट्राइफ', खाडिलकरांचे 'विद्याहरण', इत्यादी नाट्यकृतींत संघर्षाची तीव्रता तिसऱ्या अंकात किती कुशलतेने वाढविण्यात आली आहे, हे

रसिकांना वर्णन करून सांगायला नको. अरव्हाइनच्या या नाटकाचा विषय भव्य असल्यामुळे त्याचा तिसरा अंकही असाच अविस्मरणीय व्हायला हवा होता; पण विशाल मानवी जीवनाला ग्रासून टाकणाऱ्या समस्येच्या पार्श्वभूमीवर उभारलेल्या या नाटकाचा विकास त्याला साधला नसल्यामुळे त्याचा अंतही कमी परिणामकारक झाला आहे. चिरंतन जीवनदर्शन करू इच्छिणाऱ्या या शोकांतिकेला पुढे नकळत कौटुंबिक नाटकाचे स्वरूप आले आहे. पहिल्या अंकातल्या पितापुत्रांमधल्या तात्त्विक संघर्षावर अधिक प्रकाश पडेल अथवा त्या संघर्षाचे पहिले बुद्धिनिष्ठ स्वरूप जाऊन त्याला रसात्मक रूप प्राप्त होईल, असे या शेवटच्या अंकातही काही नाही.

या तिसऱ्या अंकात एकंदर तीन प्रवेश आहेत. पहिल्या प्रवेशात जॉन बराच आजारी असल्यामुळे जॅक त्याला भेटण्याकरिता घरी येतो. जॉनचे 'मॅग्निफिशंट' जहाज लवकरच आपल्या अमेरिकेच्या पहिल्या सफरीवर जायचे असते. त्या जहाजावरून न्यूयॉर्क बंदरात आपण किती ऐटीने व अभिमानाने उतरू, याची स्वप्ने जॉनला अनेक दिवस पडत आलेली असतात; पण आयत्या वेळी आजारामुळे त्याला प्रवास करणे अशक्य होऊन बसते. विजयी सैन्याबरोबर नगरप्रवेश करण्याला असमर्थ झालेल्या सेनापतीसारखी जॉनची मन:स्थिती होते. साऱ्या जगाला चकित करून सोडणारे जॉन थर्लोचे भव्य जहाज पहिल्यांदा सागरावर नृत्य करण्याकरिता निघणार आणि या समारंभात भाग घ्यायला जहाजावर थर्लो कुटुंबातला एकही मनुष्य असू नये, ही गोष्ट त्याला मोठी दु:खाची आणि नामुष्कीची वाटते. आपल्याऐवजी जॅकने या अभिमानास्पद प्रसंगी हजर असावे, अशी त्याची इच्छा असते. तसे तो मुलाला मोठ्या मिनतवारीने सुचवितो; पण जॅककडून नकार मिळताच तो चिडखोरपणाने उद्गारतो,

"तिकडं शेतावर तुझं गवत कुजेल, नाही तर कोंबडीची पिलं मरतील, म्हणून तू आपल्या वडिलांची विनंती इतक्या निर्दयपणाने अमान्य करीत आहेस! सारं जग गाजविणाऱ्या माझ्या जहाजापेक्षा तुला तुझ्या त्या भिकार कोंबड्या अधिक वाटतात?"

जॅक उत्तरतो,

"बाबा, तुमच्या लहरीपेक्षा मला माझं काम अधिक महत्त्वाचं वाटतं."

पण शेवटी "मी मेलो, तरी बेहत्तर आहे. डॉक्टरचं न ऐकता मी या जहाजावरून न्यूयॉर्कला जाणार!" असे जॉन म्हणतो, तेव्हा त्याच्यावरच्या प्रेमामुळे आणि इतरांच्या आग्रहामुळे जॅकला त्याची इच्छा मान्य करावी लागते.

दुसऱ्या प्रवेशात आजी व जॉन मोठ्या आनंदाने बोलत बसलेली आहेत. 'मॅग्निफिशंट' जहाज अपेक्षेपेक्षा अधिक वेगाने प्रवास करीत असल्याचे संदेश

आले असल्यामुळे, ते न्यूयॉर्कला पोचले आणि त्याचे मोठे टोलेजंग स्वागत झाले, ही वार्ता चार-दोन घटकांत येईल, याविषयी त्याला मुळीच शंका वाटत नाही. जॉन मोठ्या खुशीत असतो. त्याची मुलगी हेस्टर हिचे जॉर्ज नॉरवूडशी पूर्वीच लग्न झालेले असते. आता लवकरच आपली कन्या माता होणार, हे त्याला आईकडून कळते. तो एखाद्या लहान मुलासारखा आनंदाने वेडा होऊन जातो.

तो उद्गारतो,

''माझी छोटी हेस्टर आई होणार! छे! खरंच वाटत नाही, हे मला! काल-परवा तर ती एवढीशी चिमुरडी पोर होती; पण उद्या ती आई होणार! दिवस किती भराभर जातात! आई, हेस्टरचं बाळंतपण इथंच झालं पाहिजे हं! माझा नातू माझ्या घरात जन्माला यायला हवा. चैन आहे तुझी, आई. तू काय आता पणजी होणार! आणि मी? मी आजोबा होणार! छे! आजोबा म्हटलं, की म्हातारपणाच्या कल्पना मनात येऊ लागतात. मी काही तसा म्हातारा झालो नाही अजून! आणि हे पाहा, आई, हेस्टरला मुलगाच व्हायला हवा हं! मी त्याला गोदीत माझ्या हातांखाली शिकवीन... माझ्यासारखा त्याला जहाजांचा बडा कारखानदार करीन!'

पण.....

या अत्यंत उत्कट अशा आनंदाच्या क्षणी जॉर्ज नॉरवूड भयंकर अशुभ वार्ता घेऊन येतो. जगाला चकित करून सोडणारे जॉनचे भव्य 'मॅग्निफिशंट' जहाज एका बर्फाच्या डोंगराशी टक्कर होऊन अवघ्या वीस मिनिटांत समुद्रात गडप होऊन गेलेले असते.

जॉनच्या सर्व आशा क्षणार्धात रसातळाला जातात. नुसत्या आशाच नव्हे, तर त्याचे जीवनसर्वस्व – त्याचा एकुलता एक मुलगा जॅक – थर्लो कुटुंबाचा प्रतिनिधी म्हणून त्याने स्वत: हट्टाने त्या जहाजावर पाठविलेला जॅक – तरुण, ध्येयवादी जॅक सागराच्या तळाशी चिरनिद्रा घेत पडलेला असतो!

होडीत उतरून आपला जीव वाचविण्याची संधी जॅकला मिळाली नव्हती, असे नाही; पण शेवटच्या क्षणी तो अभिमानाने म्हणाला होता,

''हे माझ्या वडिलांचं जहाज आहे. त्यांच्याऐवजी मी इथं उभा आहे. ते या जहाजावर असते, तर आपला जीव बचावण्याकरिता उंदरासारखे पळून गेले नसते! त्यांनी धैर्यानं मृत्यूशी हस्तांदोलन केलं असतं. मी तेच करणार आहे!''

तिसऱ्या अंकातल्या शेवटच्या प्रवेशात, या धक्क्यामुळे थोडासा अंतर्मुख झालेला जॉन आपल्याला दिसतो. तो आजीला म्हणतो,

''आई, काय करू मी आता? काल माझा संसार ही सोन्याची रास होती. आज माझ्या हातांत फक्त माती राहिली आहे. मी अपयशी ठरलो. आजच्या

जगात मोठमोठी यंत्रं राक्षसांप्रमाणं माणसांचा संहार करीत आहेत, असं जॅक मागं म्हणाला होता. त्या वेळी त्याच्या बोलण्याचा अर्थ मला कळत नव्हता. ध्येयवाद हे मूर्खपणाचंच दुसरं नाव आहे, असं मनात म्हणत मी त्याच्या असल्या उद्‌गारांना हसत होतो. आज माझी चूक मला कळून आली. आपण माणसांना यंत्रापेक्षा कमी लेखतो, असं तो म्हणाला होता! किती किती खरं आहे ते! माझ्या जहाजापेक्षा माझ्या मुलाच्या जिवाची किंमत मी कमी मानली, आणि...''

निराशेच्या भरात त्याने आत्महत्येचा विचार केला असावा, अशी शंका जॉनच्या टेबलावर पडलेलं पिस्तूल पाहून आजीला येते. या विचित्र क्षणी ती म्हातारी त्याला धीर देते.

''हेस्टरचा मुलगा उद्या मोठा होऊन तुझं काम पुढं चालवील.'' असे सांगून ती त्याच्या मनात भविष्याविषयी आशा उत्पन्न करते.

ती शेवटी म्हणते,

''जॉन, आयुष्यात अर्ध्या डावावरून कुणालाच उठून जाता येत नाही. जीवन कधी मागं जात नाही. ते नेहमी पुढं धावत असतं.''

यंत्राचा कट्टर पुरस्कार करणाऱ्या जॉनचे मन जॅकच्या आकस्मिक मृत्यूमुळे डळमळू लागते. यंत्रे जितकी मोहक, तितकीच घातक असतात, हे त्याच्या लक्षात येते, असे दाखविण्याचा प्रयत्न नाटककाराने या प्रवेशात केला आहे, हे खरे; पण मूळच्या संघर्षाची ती काही क्रमप्राप्त परिणती नाही. योगायोग, अपघात, मृत्यू, इत्यादिकांची योजना करून कथानक गुंफण्यात अथवा त्याचा कळस गाठण्यात जशी कलात्मकता नाही, तसा त्या पद्धतीत रसोत्कर्षही साध्य होत नाही. असले प्रसंग प्रथमदर्शनी नाट्यपूर्ण (Dramatic) वाटले, तरी लगेच ते नाटकी (Melodramatic) आहेत, हे रसिकांच्या लक्षात आल्यावाचून राहत नाही. 'जहाज' हे केवळ कौटुंबिक नाटक असते, तरीसुद्धा अशा अपघाती मृत्यूने नाट्यसमस्येचा शेवट करण्यात फारसे स्वारस्य नव्हते; पण इथे तर नाटकाची मूळची बैठकच तात्त्विक आहे. ''मानवी जीवनातला सध्याचा एक अत्यंत गंभीर प्रश्न तुमच्यापुढे मांडण्याचा मी प्रयत्न करणार आहे.'' अशी लेखकाच्या प्रतिभेची पहिल्या अंकातली प्रतिज्ञा आहे. त्या प्रतिज्ञेला शोभेल, असा पाया उभारण्यात त्याला यश मिळाले आहे; पण पाया म्हणजे काही वरची इमारत नव्हे आणि कळस तर नव्हेच नव्हे! 'जहाज' हे नाटक वाचून हातावेगळे करताना मला अपूर्णतेचे असमाधान अतिशय जाणवले, याचे कारण हेच आहे. स्वयंपाकघरातून येणाऱ्या खमंग वासावरून स्वादिष्ट पक्वान्नाची अपेक्षा करीत पाटावर बसावे आणि ताटात पडलेले पक्वान्न सामान्य निघावे! अगदी तस्से

वाटले हे नाटक संपविताना मला! म्हणूनच अरव्हाइनच्या या कृतीची गणना मी चांगल्या पण अयशस्वी नाटकांत करतो.

असे असूनही हे नाटक मला आवडते. क्षुद्र धडपडीतल्या यशापेक्षा उच्च प्रयत्नांतले अपयश हे नेहमीच अधिक प्रेरक व श्रेयस्कर असते. चार घटका करमणूक व्हावी, म्हणून हातांत पुस्तक घेणाऱ्या किंवा नाटकगृहात जाऊन बसणाऱ्या मनुष्याचे रंजन करण्याला लागणारा मालमसाला हुशार माणसाला सहज पैदा करता येतो. उदाहरणार्थ : 'अ' आणि 'ब' हे दोघे जीवश्चकंठश्च मित्र आहेत. अशा स्थितीत 'अ'चे प्रेम 'ब'च्या बायकोवर बसले, तर पुढे काय होईल? हा प्रश्न प्रेक्षकांपुढे मांडून व त्यांना गुदगुल्या करतील, अशा प्रकारचे लपंडावाचे किंवा बनवाबनवीचे कृत्रिम नाट्यप्रसंग योजून हास्यरसाचा उठाव करणे, हे फार सोपे काम आहे; पण 'अ' हा केवळ शरीरसुखामागे धावणारा सामान्य मनुष्य नसून, एक तत्त्वनिष्ठ देशभक्त आहे आणि 'ब'ची बायको हीसुद्धा आयुष्य म्हणजे मिळेल तितका वेळ चैन करण्याची एक धर्मशाळा नसून, ते पवित्र मंदिर आहे, असे मानणारी एक विचारी तरुणी आहे, असे गृहीत धरले, म्हणजे तीच जीवनविषयक समस्या नाट्यपूर्ण रीतीने चित्रित करणे किती कठीण होऊन बसते, याची कुणालाही कल्पना येऊ शकेल. अरव्हाइनने जीवनविन्मुख न होता अत्यंत अवघड अशा प्रश्नावर आपल्या नाटकाची उभारणी केली, यातच त्याच्या प्रतिभेचे मोठेपण आहे. गावाशेजारच्या दोनशे फूट उंचीच्या टेकडीवर सर्वच लोक हवा खायला जातात; पण हिमालयाचे उंच शिखर शोधून काढण्याचे धाडस करणारा साहसी आत्मा लाखांत एखादाच असतो. असले साहस, अक्षुण्ण मार्गाने जाणे, अस्पृष्ट विषय हाताळणे, अपूर्व सौंदर्य शोधून काढणे – हे जातिवंत प्रतिभावंताचे एक प्रमुख लक्षण आहे. रूढ चाकोरी सोडून, जीर्ण संकेत मोडून, स्वतःच्या आत्म्याशी प्रामाणिक राहून, आपल्या जीवनविषयक खोल व सूक्ष्म अनुभूतींना कलात्मक रूप देण्याची पराकाष्ठा करणे हे प्रामाणिक कलाकाराचे वैशिष्ट्य असते. अमर वाङ्मयाची बीजे अशा धडपडीतच असतात. हरघडी सर्व जुन्या युक्त्यांचा आणि क्लृप्त्यांचा आश्रय करून व परंपरागत लोकप्रिय आडाख्यांचा पदोपदी उपयोग करून वाङ्मयरचना करणारे लोक असल्या जीवनानुगामी कलावंतांपेक्षा अधिक लोकप्रियता मिळवितात; नाही, असे नाही; पण ती लोकप्रियता क्षणभंगुर असते. दिवाळीतले दारू-सामान उडत असताना, आकाशातल्या तारकांपेक्षा ते अधिक तेजस्वी व सुंदर वाटते; पण घटकाभरात त्याची जळून राख होते; तारका मात्र आकाशात चिरकाल चमकत राहतात. रचलेले आणि स्फुरलेले, बुद्धीने तयार केलेले आणि आत्म्याचा आविष्कार म्हणून प्रकट झालेले, अशा दोन प्रकारच्या वाङ्मयात हा

फरक नेहमीच राहणार. पहिला प्रकार म्हणजेच पत्त्यांचा बंगला; दुसरी पद्धत म्हणजे कोळ्यांचे जाळे!

पण कोणत्याही प्रलोभनाला बळी न पडता प्रामाणिकपणाने स्वत:चा आविष्कार करू इच्छिणारा लेखक यशस्वी कलाकृती निर्माण करू शकतो, असे थोडेच आहे! उलट, तो अपयशाचा वाटेकरी होण्याचा संभवच अधिक असतो. त्याची वाट मळलेली नसते. गर्द राईतून अंधूक दिसणारी एक चांदणी हाच काय तो त्याला मार्ग दाखविणारा प्रकाश असतो. त्यामुळे अनेकदा असा कलावंत नकळत वाट चुकतो. अरव्हाइनचे असेच झाले आहे. त्याचा विषय विलक्षण भव्य आहे. किंबहुना, यंत्रयुगाच्या पकडीत सापडलेल्या मानवाला दानव व्हायचे नसेल, तर त्याने काय केले पाहिजे, हा प्रश्न त्याच्या नाट्यवस्तूत कळत-नकळत अंतर्भूत झाला आहे. या प्रश्नाची विशालता आणि गंभीरता लक्षात घेतली, म्हणजे टॉलस्टॉयच्या 'वॉर ॲन्ड पीस'सारख्या हजार-पंधराशे पानांच्या कादंबरीतच त्याची परिणामकारक मांडणी होणे शक्य आहे, असे वाटू लागते. गॅल्सवर्दीने 'स्ट्राइफ'मध्ये या प्रश्नाच्या बाजूंपैकी फक्त एक बाजू वेळ मजूर व मालक यांचा लढा – चित्रित केली. त्यामुळे त्याला आपली शक्ती केंद्रित करून नाट्यवस्तूचा उठाव साधता आला. चार्ली चॅप्लिनने 'मॉडर्न टाइम्स'मध्ये पोटासाठी नाइलाजाने कारखान्यात अष्टौप्रहर काम करणारा मनुष्य नकळत कसा यंत्र होऊन जातो, त्याचे चैतन्य कसे गारठते आणि त्याची निर्माणशक्ती कशी मारली जाते, या बाजूचे मोठे मार्मिक आणि मर्मभेदक चित्रण विनोदाच्या साहाय्याने केले. अरव्हाइनने यंत्र विरुद्ध माणुसकी या लढ्यातली अशी एखादीच बाजू – आणि तीही जिथं अटीतटीचे सामने उत्पन्न होतात अशी – निवडली असती, तर त्याच्या कथानकात नाट्यपूर्ण प्रसंगांना अधिक अवसर मिळाला असता. त्याच्या लेखणीत जीवनदर्शनाची शक्ती आहे, यात शंका नाही; पण शेक्सपिअर किंवा इब्सेन ह्यांच्याप्रमाणे त्या दर्शनाला नवे, उत्कट, रसपूर्ण रूप देणारी कल्पकता व नाट्यदृष्टी नाही. ती असती, तर जॉनचा कारखाना व जॅकचे शेत यांचा तीव्र विरोध निर्माण करून, त्यातून उद्भवणाऱ्या संघर्षावर अरव्हाइनने आपली सर्व नाट्यशक्ती खर्च केली असती. त्याच्या ठिकाणी जिव्हाळा आहे. अभिजात आणि संयमित अशी काव्यदृष्टी आहे. प्रामाणिकपणा आणि समतोलपणा आहे; पण नाटककाराला अत्यंत आवश्यक असलेली भावनेची एकाग्रता व उत्कटता त्याच्यात असावी तितकी नाही. नाट्यवस्तू अतिशय भव्य असूनही 'जहाज' हे नाटक असामान्य होऊ शकले नाही, याचे मूळ त्याच्या प्रतिभेच्या या वैगुण्यात आहे. ही वैगुण्ये त्याच्यात नसती, तरीसुद्धा हे नाटक निर्दोष होणे कठीणच होते, असे मला वाटते. स्थूल भावनांच्या,

विकारांच्या अथवा इच्छांच्या संग्रामावर आधारलेली नाट्यकथा सहज रंगू शकते; पण तिच्या आत्म्यात अर्थशास्त्र, मानसशास्त्र, समाजशास्त्र, इत्यादिकांच्या सूक्ष्म गुंतागुंती असल्या, म्हणजे साहजिकच ती विचारप्रधान होते. शहर विरुद्ध खेडे, केंद्रीकरण विरुद्ध विकेंद्रीकरण, मनुष्याचे सदैव मोहवश असलेले शरीर विरुद्ध त्याचा क्वचित जागृत होणारा आत्मा, पिळणारे विरुद्ध पिळले जाणारे, हे सर्व लढे यंत्राच्या अमानुषपणामागे उभे आहेत. त्यांचा निर्णय एखाद्या ऐंशी पृष्ठांच्या नाटकात कसा घेता येणार?

हे सर्व कळत असूनही मला या नाटकाने चटका लावला. क्रिकेटच्या खेळात भरवशाच्या कुळांनी दगा दिला, तरी सामान्य मानले जाणारे खेळाडू प्रसंगी डाव सावरतात, या नाटकातही तसेच झाले आहे. त्याचे मुख्य आकर्षण जॅक आणि जॉन यांच्या स्वभावचित्रणात नाही; ते आजीच्या भूमिकेत आहे. आपल्याकडे नाटके-कादंबऱ्यांत म्हाताऱ्या माणसांचा जो उपयोग केला जातो, तो बहुधा विनोदाकरिता आणि केव्हाकेव्हा कृत्रिम अशा भावनाविलासाकरिता! पण बाल्य हे जसे मानवी जीवनातले काव्य आहे, तसे वार्धक्य हे त्यातले तत्त्वज्ञान आहे. माणसाच्या पढीक विद्वत्तेपेक्षा आयुष्याच्या शाळेत तो जे काही शिकतो, ते अधिक मोलाचे आणि महत्त्वाचे असते, हे कोण नाकबूल करील? अनेक उन्हाळ्यांत भाजून निघालेला मनुष्य दुःखाच्या लहानसहान चटक्यांनी विव्हळ होत नाही. अगणित पावसाळे पाहिलेली व्यक्ती एवढ्यातेवढ्या कारणासाठी डोळ्यांत पाणी आणू शकत नाही. अशा रीतीने जगाकडे आणि जीवनाकडे पाहण्याची मनुष्याची आत्मनिष्ठ दृष्टी प्रौढपणी वस्तुनिष्ठ होऊ लागते. अनुभवामुळे भावना प्रज्ञेचे स्वरूप धारण करते. वृद्धाची सर्व स्वप्ने भंग पावलेली असतात, हे खरे; पण त्यामुळेच त्याच्या डोळ्यांना उग्र सत्य पाहण्याची – अगदी त्याच्याकडे निश्चल आणि निर्विकार नजरेने पाहण्याची – ताकद येते. जॉनची त्र्याऐंशी वर्षांची म्हातारी आई रेखाटताना अरव्हाइनने या सर्व गोष्टी लक्षात घेतल्या आहेत. जॅक व जॉन हे दोघेही आपापल्या परीने बरोबर आहेत, हे फक्त तिलाच कळते; पण जगातले प्रत्येक सत्य हे शेवटी अर्धसत्यच ठरते, याचीही तिला अनुभवाने जाणीव झालेली असते. म्हणूनच "यंत्रे जगात आली आहेत, ती कायमची राहण्याकरिता!" एवढे उद्‌गार काढूनच ती गप्प बसत नाही. "यंत्रं ज्यांच्या ताब्यात असतात, त्या माणसांची इतरांकडे पाहण्याची दृष्टी बदलल्याशिवाय जग सुखी होणार नाही!" असेही ती सूचित करते. ठिकठिकाणी अनुभवाच्या कसोटीला उतरणारी आणि अंतःकरणाला जाऊन भिडणारी अनेक मार्मिक सत्ये ती इतक्या सहजतेने बोलून जाते, की एखादे गाणे ऐकल्यानंतर अनेक दिवस त्यातले गोड सूर जसे आपल्या कानांत अस्पष्ट घुमट असतात, तशी ही वाक्ये

वाचकाच्या मनात घोळत राहतात. माणसाला त्याच्या इच्छेविरुद्ध काहीही करायला लावणे हे अतिशय चुकीचे आहे, हे सांगताना ती म्हणते,

"एखाद्या मनुष्याला नरकात जाण्याची इच्छा आहे; आणि तुम्ही सक्तीनं त्याला स्वर्गात ढकललंत, तर काय होईल, ठाऊक आहे? तो स्वर्गाला नरकाची कळा आणल्याशिवाय राहणार नाही."

कारखान्यापेक्षा शेती अधिक चांगली, कारण तिथे मनुष्य हा मनुष्य राहतो, या जॅकच्या विधानाला उत्तर देताना ती उद्‌गारते,

"जॅक, कारखान्यात काम करणाऱ्या माणसापेक्षा शेत नांगरणारा मनुष्य अधिक उच्च जीवन जगत असतो, अशी तू आपली समजूत करून घेतली आहेस! कदाचित ती खरीही असेल! पण देवानं जगातल्या साऱ्या सद्‌गुणांचा मक्ता काही शेतकऱ्यांनाच दिला आहे, असं मला वाटत नाही."

'मॅग्निफिशंट' या जहाजाच्या पहिल्या सफरीवर जायचे प्रथम जॅक नाकारतो, तेव्हा ती त्याला म्हणते,

"मला तुझ्यासारखी हट्टी नि छांदिष्ट मुलं फार आवडतात. विशीत प्रत्येकानं स्वच्छंदी असावं, मनाला आवडेल, ते बोलत सुटावं; पण, जॅक, एक गोष्ट लक्षात ठेव, चाळिशीनंतर मात्र तुला असं वागता येणार नाही. विशीतल्या मनुष्याच्या तोंडी ज्या गोष्टी मोठ्या क्रांतिकारक वाटतात, त्या चाळिशीतला माणूस बोलून दाखवू लागला, तर तो महामूर्ख ठरण्याचा संभव असतो."

तिसऱ्या अंकात ती जॉनला म्हणते,

"जगात दुःख एकच आहे. ते म्हणजे, आपल्याला दुसऱ्याकडून न्याय हवा असतो; पण दुसऱ्याला न्याय द्यायला मात्र आपण सहसा तयार होत नाही, हे होय."

नाटकाच्या शेवटच्या प्रवेशात ती जे उद्‌गार काढते, ते तर खवळलेल्या समुद्रातल्या दीपस्तंभासारखे वाटतात. ती मुलाला म्हणते,

"जॉन, जॅकचं मन तुला कळलं नाही; तुझं मन त्यानं जाणून घेतलं नाही. आपण माणसं एकमेकांचे चेहरे पाहतो; पण मनं कधीच पाहत नाही. तुम्ही दोघांनीही आपापला हट्ट सोडून, या प्रश्नाचा विचार केला असता, तर किती बरं झालं असतं! आपण म्हातारी माणसं तरुणांवर आपल्या साऱ्या आवडीनिवडी लादीत असतो. त्यांना आपल्यापेक्षा सर्वस्वी निराळ्या अशा इच्छा आणि आशा आहेत, प्रत्येकाचे जीवन स्वतंत्र आहे, हे आपण कधी लक्षातच घेत नाही. फक्त आपणच बरोबर आहोत, बाकीची सारी माणसं चुकली आहेत, अशा समजुतीनं जगात प्रत्येक मनुष्य वागतो. जगातल्या साऱ्या दुःखाचं मूळ माणसाच्या या स्वभावात आहे; पण खरं सांगू, जॉन, या जगात कुणीही पूर्णपणे बरोबर

नसतो आणि कुणीही सर्वस्वी चुकलेला नसतो! म्हणून तर प्रत्येकानं आपला हट्ट सोडून, आपला अहंकार दूर करून दुसऱ्याशी जुळवून घेतलं पाहिजे. जीवन ही अखंड लढाई नाही, बाबा, ती एक तडजोड आहे; तो एक तह आहे. जॅक आणि तू – दोघंही हे सत्य विसरलात आणि त्याचा परिणाम...''

पाणबुड्यांना मोत्यांसाठी समुद्रात बुडून त्याचा तळ गाठावा लागतो. मोठे कष्टाचे काम असते ते! पण चांगल्या वाङ्मयातली मोत्ये नेहमी पृष्ठभागावर तरंगत असतात. दुसऱ्या कोणत्याही कारणासाठी नसले, तरी आजीची असली भाषणे पुन:पुन्हा वाचण्याकरिता 'दि शिप' हे नाटक मी माझ्या संग्रहात जपून ठेवणार आहे. वाचकाला अंतर्मुख आणि विचारप्रवण करण्याची शक्ती त्याच्यात नि:संशय आहे.

१९४८

# । अंधारातला प्रकाश ।

परवा सहज पुस्तके चाळताचाळता टॉलस्टॉयच्या नाटकांचा खंड उचलला. सुमारे वीस-बावीस वर्षांपूर्वी ही नाटके मी वाचली होती. त्यांतल्या Power of Darkness आणि The Live Corpse या नाटकांच्या अंधूक आठवणी मनाच्या गाभाऱ्यात कुठेतरी दडून बसल्या होत्या. पुस्तक हाती घेताच त्या डोकावून पाहू लागल्या. पापाच्या एका पायरीवरून दुसरीवर व दुसरीवरून तिसरीवर असा माणसाचा अध:पात कसा होत जातो, आणि त्याच्या पतनाला सीमा नाही, असे वाटत असतानाच, त्याच्या जीवनात मंगल अमंगलाचा कसा पराभव करते, याचे चित्रण टॉलस्टॉयने पहिल्या नाटकात केले आहे. दुसऱ्या नाटकातही प्रथम प्रवाहपतित व नंतर पतित होणाऱ्या; पण अंती स्वत:ला सावरणाऱ्या एका पुरुषाचे चित्र त्याने काढले आहे, पण ही दोन्ही नाटके शेक्सपिअर किंवा इब्सेन यांच्या मानाने मला फिक्की वाटली होती. त्या वेळी मी मनात म्हटले होते; टॉलस्टॉय कितीही प्रतिभाशाली असला, तरी साहित्याच्या सर्व क्षेत्रांत त्याचे सारखेच प्रभुत्व कसे दिसून येणार? अगदी पट्टीच्या गायकाचेसुद्धा विशेष आवडीचे आणि रंगतीचे राग थोडेच असतात!

आपण पुन्हा वाचलेच पाहिजे, असे काही या नाट्यखंडात नाही, या समजुतीने मी तो परत जागच्या जागी ठेवणार होतो. इतक्यात माझी नजर पुढील शब्दांवर गेली : The Light Shines in Darkness (अंधारातला प्रकाश). या नावाचे मला मोठे कुतूहल वाटले. मी सहज नाटकाची पहिली पाने चाळू लागलो आणि आणि हांहां म्हणता मी त्यात रमून गेलो. टॉलस्टॉयच्या गेल्या वीस वर्षांत जीवनाविषयी मी पुष्कळच वाचले होते. त्यामुळे या नाटकाच्या रूपाने तो आत्मचरित्रच सांगत आहे, आयुष्याच्या उत्तरार्धात अभूतपूर्व रीतीने जागृत झालेल्या त्याच्या आत्म्याला जी समस्या सोडविण्याकरिता आमरण धडपडावे लागले, तिचे स्वरूप तो या कलाकृतीत स्पष्ट करीत आहे, ही

जाणीव मला लवकरच झाली. उत्कट वृत्तीच्या प्रामाणिक कलावंताचे खरेखुरे जीवन आत्मचरित्रापेक्षाही ललितकृतीत अधिक चांगल्या रीतीने प्रतिबिंबित होते, असे मला नेहमीच वाटते. त्यामुळे टॉलस्टॉयसारख्या अंतर्मुख कलावंताच्या अंतरंगात शिरण्याची आणि तिथले सूक्ष्म पण उग्र व उदात्त संघर्ष पाहण्याची ती ही संधी मला मोलाची वाटली.

मात्र हे नाटक वाचीत असताना, मी त्यात रंगून गेलो; याचे केवळ हेच एक कारण नव्हते. ते वाचताना मला गांधीजींची, गांधीवादाची आणि विनोबांनी गतवर्षी सुरू केलेल्या भूदानयज्ञाची पुन:पुन्हा आठवण होत होती. विनोबांच्या या उपक्रमातली उदात्तता मला तीव्रतेने जाणवते. अगदी अटळ असलेल्या सामाजिक क्रांतीसाठी मूलभूत असे काही न करणाऱ्या शेकडो बोलघेवड्या राजकीय पुढाऱ्यांपेक्षा विनोबांचा मार्ग शतपटींनी उपकारक आहे, हे मी आनंदाने कबूल करतो; पण गांधीजी काय, त्यांचे गुरू टॉलस्टॉय काय किंवा त्यांचे शिष्य विनोबा काय, हे सारे ज्या मार्गाने सामाजिक क्रांती घडवू पाहत होते किंवा ती घडविण्याचा प्रयत्न करीत आहेत, त्याची शक्ती मर्यादित आहे; असे मला नेहमीच वाटत आले आहे. तेलंगण यात्रेपासून आत्तापर्यंतची विनोबांची विविध वक्तव्ये पाहिली, तर त्यांत अनेक सूक्ष्म विसंगती आढळतील. या विसंगतींचा उगम विनोबांच्या वैचारिक गोंधळात नसून, ते ज्या मार्गाचा अवलंब करीत आहेत, त्याच्या मर्यादांत आहे. Light Shines in Darkness या नाटकात टॉलस्टॉयने आपल्याला प्रिय असलेल्या सामाजिक क्रांतीच्या मार्गाचा जसा पुरस्कार केला आहे, तशा त्याला विरोध करणाऱ्या जीवनातल्या विविध शक्तीही वास्तव स्वरूपात त्याने चित्रित केल्या आहेत. हे नाटक १८८० च्या सुमारास टॉलस्टॉयने लिहायला घेतले. पुढे वीस वर्षे लोटली; पण या विषयाचे त्याला वाटणारे आकर्षण कमी झाले नाही. १९०० व १९०२ या दोन वर्षांत मिळून त्याने ते नाटक पुरे करीत आणले. मात्र या नाटकाचा शेवटचा अंक त्याच्या हातून कधीच लिहून झाला नाही. त्या अंकाच्या लेखनासाठी त्याने करून ठेवलेले छोटे टिपण तेवढे उपलब्ध आहे.

केवळ तात्त्विक दृष्टीनेच नव्हे, तर आजच्या जगापुढे उभ्या असलेल्या सर्वांत कठीण अशा समस्येवर प्रकाश टाकण्याच्या दृष्टीनेही उपयुक्त असणाऱ्या या नाट्यकृतीचा नायक निकोलस हा क्रांतिपूर्व काळातील एक बडा रशियन जमीनदार आहे. त्याच्या बायकोचे नाव मेरी. या दंपतीने जवळजवळ दोन तपे मोठ्या प्रेमाने संसार केला आहे. त्यांना सात अपत्ये आहेत. थोरली मुलगी ल्यूबा आता उपवर झाली आहे. मोठा मुलगा पित्याच्या साहाय्याने

मानमरातबाचा व्यावहारिक मार्ग शोधण्याचा प्रयत्न करीत आहे. सुदैव हात जोडून पुढे उभे आहे, असा भास होण्याइतकी या कुटुंबाची स्थिती चांगली आहे; पण ती एकदम पालटते! या कुटुंबात दुःख प्रवेश करते, ते कलिपुरुषाच्या रूपाने नव्हे, तर निकोलसच्या जागृत झालेल्या आत्म्याच्या रूपाने. संगीत आणि शिकार यांच्यापायी पूर्वी वेडा होणारा निकोलस आता तेवढ्याच छांदिष्टपणाने सदसद्विवेकबुद्धीच्या मागून धावू लागतो. धर्माचे खरे स्वरूप काय, मानवी जीवनाचा अर्थ काय, या गोष्टींचा तो जीव पाखडून विचार करतो. गरीब शेतकऱ्यांनी मरमर मरावे आणि त्यांच्या जिवांवर आपल्यासारख्या ऐतखाऊ जमीनदारांच्या कुटुंबीयांनी मजा मारीत आयुष्य कंठावे, याची त्याला शिसारी येते. ख्रिस्ताच्या पर्वतावरील प्रवचनातला उपदेश आपल्या जीवनात उतरविण्याचा निश्चय करून तो धडपडू लागतो. देवाच्या दृष्टीने सारी माणसे सारखीच! म्हणून तो नोकरांना बरोबरीच्या नात्याने वागवितो. त्यांच्याशी हस्तांदोलन करतो. एखाद्या शेतकऱ्याने बिनपरवानगीने त्याच्या मालकीच्या जंगलातली पाच-दहा झाडे तोडली, तर 'त्याला गरज होती, म्हणून त्याने ती तोडली! हजारो झाडांतली दहा झाडे गेली म्हणून असे काय आपले मोठे नुकसान झाले?' असा तो आप्तेष्टांशी युक्तिवाद करतो. उपभोगांनी भरलेले श्रीमंतांचे जीवन गोरगरिबांच्या दैन्यावर आणि दुःखावर उभारलेले असते, याची जाणीव त्याला इतक्या तीव्रतेने होते आणि सर्व सामाजिक व्यवहारांकडे मानवताधर्मावर अधिष्ठित झालेल्या उदात्त दृष्टीने तो असा पाहू लागतो, की त्याचे वागणे सभोवतालच्या सर्वांना जितके विक्षिप्त वाटते, तितकेच दुःसह होते.

या नाटकातल्या संघर्षाचे बीज निकोलसच्या या जागृत झालेल्या आत्म्यात, त्याच्या ध्येयवादी स्वभावात आणि आपल्याला होणारे दिव्य भास हस्तगत करण्याकरिता चाललेल्या त्याच्या धडपडीत आहे. या संघर्षाचे दृश्यरूप नाट्यकथेच्या द्वारे टॉलस्टॉयने चित्रित केले असले, तरी रूढ अर्थाने नाट्यतंत्राकडे त्याने बिलकूल लक्ष दिलेले नाही. निकोलसची पत्नी मेरी व त्याची मेहुणी अलेक्झांड्रा यांच्या संभाषणातून, निकोलसच्या स्वभावात घडून आलेल्या परिवर्तनाशी प्रेक्षकांचा परिचय पहिल्या अंकात करून दिला आहे. मेरीचे निकोलसवर मनापासून प्रेम आहे; पण त्याचा ध्येयवाद तिला अगदी अव्यवहार्य वाटतो. सहृदय असली, तरी ती सात मुलांची संसारी आई आहे. पर्वतावरल्या प्रवचनापेक्षा आपल्या पोराबाळांची काळजी तिला अधिक वाटते. त्यांचे लालनपालन, शिक्षण, लग्ने यांना भरपूर पैसा हवा; हे उघड आहे. निकोलसच्या समतेच्या, मानवताधर्माच्या आणि 'ज्याचे श्रम, त्याचे दाम' अशा प्रकारच्या तत्त्वांचा आपल्या कुटुंबावर विपरीत परिणाम होणार, म्हणून ती भिऊन गेलेली असते.

प्रचलित शिक्षणपद्धती, विद्यापीठे, सरकारी चाकरी, लष्करी नोकरी वगैरेंविषयीची निकोलसची मते रूढ समाजमान्य कल्पनांपेक्षा अगदी भिन्न असतात. सरकारी नोकरी करण्यापेक्षा शेतकरी होणे अधिक बरे, असा उपदेश तो वडील-मुलाला करतो. त्याच्या अशा वर्तनामुळे आता त्याला आवरायचे कसे, या विवंचनेत मेरी पडलेली असते. बहिणी-बहिणी बोलत असताना निकोलस तिथे येतो. बिनपरवानगीने आपल्या जंगलातील झाडे तोडणाऱ्या शेतकऱ्यांवर उखडण्याऐवजी तो त्यांचा कैवार घेतो. तो उद्‌गारतो :

''त्या जंगलाची रखवाली करण्याकरिता मी स्वत: काडीचेही कष्ट केले नाहीत. माझ्या वाडवडिलांनीही कधी ती तसदी घेतली नाही! मग त्या झाडांवर एवढा हक्क सांगण्याचा मला काय अधिकार आहे?''

अशा भूतदयेने कोट्यधीशसुद्धा भिकेला लागेल, या आक्षेपाला उत्तर देताना तो म्हणतो,

''माणसाला जसं शरीर आहे, तसा आत्माही आहे. हा आत्मा शरीराच्या आश्रयानेच राहतो, हे खरे; पण शरीर मनुष्याला फक्त स्वत:साठी जगायला शिकवतं. आत्मा ईश्वरासाठी आणि इतरांसाठी जगण्याची शिकवण त्याला देत असतो. मनुष्य हा जसा देव नाही, तसा तो केवळ पशूही नाही. या दोहोंच्या दरम्यान तो उभा आहे. शरीराचं जीवन प्रत्येक मनुष्य जगतोच! तो निसर्गाचा धर्मच आहे; पण आत्मिक जीवन ही इतकी सोपी किंवा स्वाभाविक गोष्ट नाही. त्याकरिता माणसानं अंतर्मुख व्हायला हवं. सत्याचा शोध हे जीविताचं ध्येय मानायला हवं! जे मनाला पटतं, ते आचरणात आणायला हवं!''

तो पत्नीला उद्देशून म्हणतो,

''तुमच्या अलीकडच्या वर्तनाचा अर्थच मला कळत नाही'', असं तू वारंवार म्हणतेस; पण स्वत:च्या जीवनाचा अर्थ जाणून घेण्याचा तू कधी तरी प्रयत्न केला आहेस का? तो आधी कर. माणूस कशासाठी जगतो? केवळ क्षणभंगुर उपभोगासाठी? शेकडो माणसं आपल्या कुटुंबाकरिता राबत आहेत. त्यांच्या श्रमावर आमच्या चैनी चालल्या आहेत. आम्ही जे करीत आलो, तेच आमची मुलं पुढं करणार. हे बांडगुळाचं जिणं आहे. मानवी जीवन हे नावसुद्धा त्याला शोभत नाही.''

ध्येयवादी निकोलस आणि व्यवहारी मेरी यांच्या स्वभावातले हे अंतर विविध रीतींनी स्पष्ट केल्यानंतर टॉलस्टॉय नाटकाचे कथासूत्र हाती घेतो. विचारसंघर्षाच्या साहाय्याने या नाट्यकथेला त्याने आणलेली रंगत पाहण्यासारखी आहे. निकोलसची थोरली मुलगी ल्यूबा हिचा वाङ्‌निश्चय प्रिन्सेसचा मुलगा बोरिस याच्याशी होतो. ती सर्व मंडळी निकोलसच्या घरी पाहुणे म्हणून येतात.

मेरीप्रमाणे प्रिन्सेसलाही निकोसलचा ध्येयवाद व्यवहाराशी विसंगत असा वाटतो. निकोलस बदलेल, अशा आशेने एका बड्या धर्मोपदेशकाचे वजन त्याच्यावर आणण्यात येते; पण शेवटी तो बिचारा उपदेशक मूग गिळून परत जातो! निकोलसच्या तत्त्वनिष्ठेपुढे त्याचे काही चालत नाही. या तत्त्वनिष्ठेचा परिणाम बोरिसच्या मनावर होतो. यौवन हा प्रेमाप्रमाणे ध्येयाचाही वसंतऋतू असल्यामुळे बोरिस नकळत निकोलसचा अनुयायी बनतो. त्याच्या शब्दाशब्दाने तो प्रभावित होतो. खेड्यातल्या दलित जनतेची दुर्दशा तो आपल्या डोळ्यांनी पाहतो. माणसासारखी माणसे जनावराचे जिणे जगत आहेत, हे बघून त्याचे तरुण रक्त बेचैन होते. हे सारे बदलायचे, तर निकोलसच्या मार्गानेच गेले पाहिजे, असे तो मनाशी ठरवितो.

याच वेळी निकोलस व मेरी यांच्यातला संघर्ष अगदी निकरावर येतो. पतीच्या वैराग्याने आपल्या सोन्यासारख्या संसाराची धूळधाण होईल, ही भीती मेरीच्या मनात ठाण मांडून बसते. ती इस्टेटीची सारी व्यवस्था स्वत:कडे घेऊ पाहते.

निकोलस तिला म्हणतो,

"मी तुझ्यावर वीस वर्षं प्रेम केलं आहे. त्या प्रेमामुळेच तुझ्या आत्म्याचा अध:पात होऊ नये, अशी माझी तीव्र इच्छा आहे; आणि म्हणूनच इस्टेटीची व्यवस्था मी तुझ्याकडे देणार नाही."

रागावलेली मेरी उत्तरते,

"तुमचं आता माझ्यावर प्रेम उरलेलं नाही. तुम्ही निर्दय – अगदी पाषाण – झाला आहात. स्वत:च्या बायकोपोरांच्या डोक्यात धोंडा घालून जगाला फुलं वाहायला निघालेले वेडे पीर आहात तुम्ही. तुमच्यासारखं बैराग्याचं आयुष्य कंठायची माझी इच्छा नाही. मला ते जमणारही नाही!"

शेवटी नाखुशीने निकोलस तिला आपल्या मालमत्तेचे सर्व अधिकार लिहून देतो.

तिसऱ्या व चौथ्या अंकांतले कथानक शहरात घडते. निकोलसचे कुटुंब आता तिथेच राहायला आले आहे. मेरीच्या इच्छेप्रमाणे सर्व सांसारिक गोष्टी चालल्या आहेत. निकोलसची स्थिती मात्र पाण्यातून बाहेर काढलेल्या मासळीसारखी झाली आहे. आपल्या तत्त्वनिष्ठेला चिकटून राहण्याकरिता तो सुतारकाम शिकू लागतो; पण पतिपत्नींचे खटके सारखे सुरूच असतात! ही या दोन अंकांतल्या कथानकाची पार्श्वभूमी झाली; पण त्यात जे नाट्यप्रसंग घडतात, ते बोरिसच्या जीवनाच्या अनुषंगाने. निकोलसची शिकवण आचरणात आणण्यासाठी त्याचा हा शिष्य लष्करी नोकरी करण्याचे नाकारतो. बोरिसच्या बोलण्यावरून त्याला

वेड लागले आहे, असे अधिकाऱ्यांना वाटते.

"ख्रिस्ताच्या उपदेशाचा लष्करी नोकरीशी काय संबंध आहे? प्रार्थना-मंदिरात बायबल ठीक आहे, पण बाहेरच्या जगातले व्यवहार बंदुकीच्या बळावरच चालतात," ही त्यांची विचारसरणी.

बोरिस पुन:पुन्हा प्रतिपादन करतो,

"मी ख्रिस्ताचा अनुयायी आहे. हिंसा आणि हत्या यांच्याशी मी कोणत्याही प्रकारे संबंध ठेवू इच्छित नाही. लष्करी नोकरीला नकार देणे हे कृत्य सामाजिक सुव्यवस्थेला घातक आहे, असे तुम्ही म्हणता; पण सामाजिक बंडखोर म्हणून तुम्ही ज्यांचा छळ करता, ते समाजात कधीच गोंधळ माजवत नाहीत. सत्ताधारी व्यक्तींनी विस्कटून टाकलेली समाजाची घडी नीट बसविण्याचा ते बिचारे प्रयत्न करीत असतात."

बोरिस निर्धाराने आपल्या निश्चयाला चिकटून राहतो. शेवटी त्याची रवानगी वेड्याच्या इस्पितळात होते! निकोलसची मुलगी ल्यूबा हिच्याशी त्याचं लग्न ठरलेलं असतं. म्हणून इतरांच्या आग्रहास्तव बोरिसला चार उपदेशाचे शब्द सांगायला निकोलस जातो; पण गुरुशिष्यांच्या या संवादातून शिष्याचा निर्धार दृढतर होण्यापेक्षा दुसरे काहीच निष्पन्न होत नाही. "माणसाच्या आत्म्यात जी क्रांती घडते, तिचा परिणाम भोवतालच्या जगावर झालाच पाहिजे," अशी श्रद्धा बोरिस प्रकट करतो आणि वेड्याच्या इस्पितळातले जिवंतपणीचे मरण पत्करतो.

बोरिसची ही स्थिती लक्षात घेऊन मेरी आपल्या मुलीचे लग्न दुसऱ्या एका सुखवस्तू मनुष्याशी ठरविते. निकोलसच्या मनाला ती गोष्टी लागते; पण ल्यूबा म्हणते,

"मला जगायचं आहे. जीवनातल्या सुखांचा उपभोग घ्यायचा आहे. वेड्यांच्या इस्पितळात जाऊन पडलेल्या बोरिसच्या स्मरणानं काही माझी सुखाची तहान शांत होणार नाही."

या नव्या वाङ्‌निश्चयाच्या निमित्ताने सारे घर नाचरंगांत निमग्न होऊ लागते. मात्र या वातावरणामुळे निकोलस अतिशय अस्वस्थ होतो. तो गृहत्यागाचा निश्चय करतो. मेरी त्याला या निश्चयापासून परावृत्त करू पाहते. हे दृश्य चित्रित करताना टॉलस्टॉयच्या प्रतिभेने सत्याचा काटा किती नाजुकपणाने आणि निर्भयपणाने हाती धरला आहे, हे पाहण्याजोगे आहे. पतिपत्नींपैकी प्रत्येकाच्या बाजूला सत्य आहे, शरीर आणि आत्मा यांच्यातला हा संघर्ष जितका अटळ, तितकाच चिरंतन आहे. माणसामाणसांत भेद मानू नयेत, हे खरे असले, तरी सामान्य आणि असामान्य, पंख नसलेली आणि पंख असलेली मने

– हा फरक त्यांच्यात केलाच पाहिजे. मेरी आणि निकोलस यांचे परस्परांवर उत्कट प्रेम असूनही ती दोघे एकमेकांपासून दूर दूर जातात, याचे कारण त्यांच्या स्वभावांतले हे अंतरच होय, याची जाणीव या संवादांतून इतक्या तीव्रतेने होते, की मानवी जीवनाची गुंतागुंत धोपट मार्गाने सोडवू पाहणारे संत, सुधारक आणि साहित्यिक हे कितीही सत्प्रवृत्त असले, तरी अंती स्वप्नाळू ठरतात, याची आपल्याला पुरेपूर कल्पना येते.

नाटकाचे पुढचे कथासूत्र असे आहे : आपल्या एकुलत्या एका बुद्धिमान मुलाला वेड्याचे इस्पितळ पाहावे लागले, याचे कारण निकोलसचे अव्यवहार्य तत्त्वज्ञान हेच आहे, या समजुतीने संतप्त झालेली बोरिसची आई निकोलसच्या खोलीत शिरते आणि त्याच्यावर गोळी झाडते. चुकून आपली गोळी आपल्यालाच लागली, असे आसन्नमरण निकोलस सांगतो व बोरिसची खुनी आई दोषमुक्त व्हावी, अशी व्यवस्था करतो. मरतामरता तो उद्‌गारतो,

“मी मृत्यू पावत असलो, तरी जीवनाचा अर्थ मला पुरेपूर कळला आहे.”

विचारप्रवर्तन हाच टॉलस्टॉयच्या या नाट्यकृतीचा आत्मा आहे. तिच्यात चित्रित झालेला संघर्ष हा मानवी संस्कृती आज या संकटात सापडलेली आहे, त्याच्यावर प्रकाश टाकू शकेल, असाच आहे. मात्र तो प्रकाश पूर्ण नाही; तो केवळ एक किरण आहे. मनुष्य केवळ भाकरीवरच जगू शकत नाही, हे कोण नाकारील? पण ‘भाकरी विरुद्ध आत्मा’ असा कलह सुरू झाला की हजारांतला एखादाच माणूस शेवटपर्यंत आपल्या निष्ठेला चिकटून राहतो. शिवाय जी भाकरी मिळवायची, ती केवढी असावी, कशाची करावी आणि कशाबरोबर खावी, याला व्यवहारात बहुधा मर्यादा राहत नाही. या नाटकातली मेरी सर्वसामान्य दृष्टीने सत्प्रवृत्त आहे. प्रत्यक्ष तिचा प्रेमळ, तत्त्वज्ञ पती तिचे हृदयपरिवर्तन करू पाहतो; पण ते अखेरपर्यंत होत नाही! ती भाकरीला, संकुचित संसाराला, सुखाच्या व्यावहारिक कल्पनांना बिलगून बसते. जेथे आदर्शाची पूजा केली जाते, असा आपल्यापैकी प्रत्येकाच्या मनात एक कोपरा असतो, त्या कोपऱ्यातून निकोलस आणि बोरिस यांचे अस्फुट गुणगान ऐकू येईल. नाही असे नाही; पण मनाच्या इतर कोपऱ्यांचा कानोसा जर आपण प्रामाणिकपणाने घेतला, तर त्यातून एवढेच शब्द ऐकू येतील,

“मेरीला हसायचा आपल्याला काय अधिकार आहे? जगातली बहुतेक माणसं तिच्यासारखीच असतात.”

या बहुतेक माणसांचा आत्मा जागृत कसा करायचा? मानवता सुखी व्हावी, म्हणून जुन्या कल्पना आणि परंपरागत जीवनपद्धती यांत जे बदल व्हायला हवेत, त्यांचे स्वागत सामान्य माणसे स्वयंस्फूर्तीने कसे करतील?

गांधीवाद, समाजवाद, साम्यवाद वगैरे पंथ आपापल्या परीने त्याचे उत्तर देत आहेत. त्या उत्तरात सत्याचा भाग किती आणि स्वप्नरंजनाचा किती, हे पारखून पाहण्याच्या कामी टॉलस्टॉयचे प्रस्तुत नाटक निश्चित मार्गदर्शन करील; कारण त्यात चित्रित झालेले जीवन टॉलस्टॉय या व्यक्तीने किंवा त्या व्यक्तीतल्या प्रचारकाने रंगविलेले नाही. ते तिच्यातल्या कलावंताने प्रामाणिकपणाने रेखाटले आहे; आणि म्हणूनच त्यात सत्याचे अधिक स्पष्ट प्रतिबिंब पडले आहे.

१९५२

# । स्त्री विरुद्ध पुरुष ।

इंग्लिश नाट्यवाङ्‌मयाच्या प्रत्येक इतिहासात 'हिंडल वेक्स' या नाटकाचा आवर्जून उल्लेख केलेला आढळतो. हे नाटक रंगभूमीवर आले (१९१२), तेव्हा त्याने मोठी खळबळ उडवून दिली होती. या नाटकाचा कर्ता हूटन हा अवघ्या बत्तिसाव्या वर्षी वारल्यामुळे, इंग्रजी रंगभूमीने त्याच्या प्रतिभेचा पूर्ण विलास पाहिला नाही, हे खरे; पण त्याच्या या अकाली झालेल्या मृत्यूमुळे 'हिंडल वेक्स' या गाजलेल्या नाटकाने माझ्या मनात विलक्षण कुतूहल निर्माण केले होते. ते तृप्त करण्याकरिता 'हिंडल वेक्स' मी परवा वाचले, तेव्हा एखाद्या अप्रतिम नाट्यकृतीशी आपला परिचय झाला, असे मला मुळीच वाटले नाही. मात्र एका हुकमी पानाच्या बळावर सारा डाव जिंकणाऱ्या खेळाडूचे कौशल्य या नाटककाराच्या अंगी निश्चित आहे, अशी माझी खातरी झाली.

तसे पाहिले, तर तीन कुटुंबांची ही एक साधी कथा आहे.

त्यांतले पहिले कुटुंब 'डेझी बँक मिल'चा मालक जेफकोट याचे असते. एके काळी तो गिरणीत मागावर काम करणारा मजूर होता; पण आता तो गिरणी-मालक झाला आहे. त्याची बायको व त्याचा मुलगा ॲलन हीच काय ती त्याच्या कुटुंबातली माणसे!

दुसरे कुटुंब जेफकोटचा पूर्ववयातला मित्र ख्रिस्तोफर हॅथॉर्न याचे आहे. तो व जेफकोट पहिल्यांदा एकाच ठिकाणी काम करीत असतात; पण बिचारा ख्रिस्तोफर जन्मभर कामगारच राहातो आहे. त्याचे कुटुंब म्हणजे त्याची बायको व त्याची मुलगी फॅनी – एवढंच! फॅनी ही जेफकोटच्या गिरणीत काम करणारी स्वावलंबी मुलगी आहे.

तिसरे कुटुंब सर टिमोथी याचे आहे. हा हिंडलमधला एक श्रीमंत, प्रतिष्ठित गृहस्थ आहे. अर्थात तो नुकताच तिथल्या शिक्षण समितीचा अध्यक्ष झाला आहे, यात नवल ते काय? त्याच्या मुलीचे नाव बिॲट्रिस!

एवढी पात्रे हातात घेतल्यानंतर नाटककार कोणत्या पद्धतीने त्यांची हालचाल करवील, याची कल्पना रसिक वाचक सहज करू शकेल. जेफकोट व टिमोथी हे दोघे श्रीमंत, प्रतिष्ठित व तोलामोलाचे असल्यामुळे ॲलन व बिॲट्रिस यांचे लग्न ठरणे ही या परिस्थितीत क्रमप्राप्त गोष्ट आहे. त्यांचा नाटक सुरू होण्यापूर्वीच वाङ्‌निश्चय झालेला असतो; पण नाटककाराने गरीब ख्रिस्तोफरच्या कुटुंबात फॅनी ही तरुण मुलगी काही उगीच निर्माण करून ठेवली नसेल, हे उघड आहे. श्रीमंत बिॲट्रिसशी वाङ्‌निश्चय झाला असूनही, ॲलन फॅनीच्या मोहपाशात अडकतो, असे दाखविल्याशिवाय संघर्षाला पोषक अशी नाट्यकथेची गुंफण करणे शक्य नव्हते. नाटककाराने ती तशीच केली आहे. ती पाहून हा तर प्रेमाचा ठरावीक त्रिकोण आहे, या कायम ठशाच्या कथेत मनाला चटका लावण्यासारखे काय असणार, असे उद्‌गार साहजिकच आपल्या जिभेवर येतात; पण हा त्रिकोण चिरपरिचित असला, तरी त्याची एक बाजू हूटनने अशा नव्या रितीने रेखाटली आहे, की त्यामुळे या शिळ्या वाटणाऱ्या विषयाला नावीन्याची चमकदार छटा उजळवून टाकते, यात संशय नाही. हा कोन नसलेला त्रिकोण आहे, असाही विचार हे नाटक वाचून संपविताना मनात आल्यावाचून राहत नाही.

'हिंडल वेक्स' या नाटकाच्या पहिल्या अंकाचे तीन प्रवेश आहेत. पहिल्या प्रवेशात ख्रिस्तोफर व त्याची बायको, आठवड्याची सुट्टी मजेत घालविण्याकरिता ब्लॅकपूलला गेलेल्या फॅनीची वाट पाहत असतात. रात्र झालेली आहे, बाहेर वादळाचे तांडव सुरू आहे, विजा चमकत आहेत; पण फॅनी अजून परत आलेली नाही, म्हणून दोघे काळजीत आहेत. ख्रिस्तोफर उगीचच पुन:पुन्हा रेल्वेगाइड चाळतो. फॅनीने रविवारी पाठविलेल्या पत्रावरला पोस्टाचा शिक्का तो पाहतो. बोलता-बोलता ॲलनच्या गोष्टी निघतात. तो ब्लॅकपूलजवळ एका गावी गेलेला असतो. तिथून त्याने वडिलांकडे पैसे मागितले होते, हे ख्रिस्तोफरला ठाऊक आहे.

शेवटी एकदाची फॅनी येते. आपली मैत्रीण मेरी हिच्यामुळे आपल्याला यायला उशीर झाला, असे मी प्रथम सांगते. लगेच, आपल्या आई-वडिलांना आपला संशय आला आहे, हे तिच्या लक्षात येते; पण ती एकसारखी मेरीचा हवाला देत राहते. शेवटी तिचा बाप चिडून म्हणतो,

"मेरी काल दुपारी ब्लॅकपुलात पाण्यात बुडून मेली, हे तुला ठाऊक आहे काय?"

आता नाइलाजाने फॅनीला सर्व खऱ्या गोष्टी सांगाव्या लागतात, आपण

ब्लॅकपूलला नव्हतो, तिथून दुसऱ्या गावी एका तरुणाबरोबर गेलो होतो, हे ती कबूल करते.

खिस्तोफर हताशपणे उद्गारतो,

"जगात अनेक मुलींविषयीच्या असल्या चावटपणाच्या गोष्टी मी ऐकत आलो होतो; पण माझ्या घरी हे घडेल, असं कधी माझ्या स्वप्नातसुद्धा आलं नव्हतं."

शेवटी तो तरुण मनुष्य दुसरा-तिसरा कोणी नसून ॲलनच होता, असा कबुलीजबाब फॅनीकडून मिळतो.

लगेच तिची आई तिला म्हणते,

"मूर्ख पोरी, तुझ्याएवढी असताना मी असले काही चाळे केले असते, तर वडिलांनं माझ्या पाठीचं धिरडं करून टाकलं असतं. गाढवे, त्या ॲलनबरोबर मजा मारताना निदान लग्नाचं वचन तरी घेऊन ठेवलं आहेस ना?"

फॅनी मानेनं 'नाही' म्हणते.

आता तिची आई अधिकच संतापते. ती नवऱ्याला ताबडतोब ॲलनच्या वडिलांकडे जायला सांगते. मध्येच ती नवऱ्याच्या कानात म्हणते,

"हिनं मुद्दाम तर केलं नसेल ना? चांगला श्रीमंत नवरा मिळावा, म्हणून हल्लीच्या पुष्कळ पोरी असल्या युक्त्या करतात!"

दुसऱ्या प्रवेशात जेफकोटच्या घरी नवरा-बायको ॲलनच्या लग्नाविषयीच बोलत बसलेली असतात. मुलाला व सुनेला स्वतंत्रपणे राहता यावे, म्हणून आपण सुंदरसे घर शोधीत असल्याचे बायको सांगते. नवरा म्हणतो,

"मी इतक्यात ॲलनचं लग्न करणार नाही. लहानपणीच माझे दोन हातांचे चार हात झाले, हे खरं! पण त्या वाढलेल्या हातांनी माझे पैसे मिळविण्याची ताकदही वाढविली होती. ॲलनचा संसार तसा होणार नाही. बिॲट्रिस बोलूनचालून सुखवस्तूपणात वाढलेली बड्या वडिलांची एकुलती एक लाडकी लेक! ही नाजूक बाहुली नवऱ्याला मदत कसली कपाळाची करणार? पैसा मिळवावा कसा, यापेक्षा तो उधळावा कसा, याचंच तिला अधिक ज्ञान असेल!"

मुलाच्या लग्नाची घाई झालेली त्याची बायको म्हणते,

"नाही तरी तुम्ही मिळविलेला हा इतका पैसा काय करायचाय? कुणी तरी तो खर्चायलाच हवा ना?"

जेफकोट उत्तरतो,

"उधळण्यासाठी मी पैसा मिळवून ठेवलेला नाही. माझं पैशावर प्रेम आहे, ते त्याच्या जीवावर आपणाला चैन करता येते, म्हणून नाही. पैसा ही जगातली

सर्वांत मोठी शक्ती आहे, म्हणून त्याची मी पूजा करतो. मी मोटार विकत घेतली, ती ऐटीनं गावात फिरण्याकरिता नव्हे. असला भटकेपणा मला बिलकूल आवडत नाही. ॲलन मोटारीत बसून गावातून जाऊ लागला, म्हणजे 'ती पाहा जेफकोटची नवी गाडी. त्याचा मुलगा चालवतोय ती! पाचशे पौंड पडलेत हं तिला!' असं लोकांनी म्हणावं, एवढ्यासाठी मी मोटार घेतली. आमच्यासारखी श्रीमंत माणसे बंगले बांधतात, मोटारी विकत घेतात, पदव्या मिळवितात आणि सुंदर दुर्मीळ वस्तूंनी आपली घरं सजवितात, ते काही चैनीसाठी नाही, मजेसाठी नाही; तर दुसऱ्यावर छाप टाकण्याकरिता. पैशामुळं जगावर जी सत्ता गाजविता येते, तिच्या प्रदर्शनाकरिता!''

ॲलनचे श्रीमंत टिमोथीच्या मुलीशी लग्न होऊन तो हिंडलमधला धनाढ्य मनुष्य होणार, असे सुखस्वप्न जेफकोट रंगवीत असतानाच ख्रिस्तोफर येतो. आता दोघांच्या परिस्थितीत विलक्षण अंतर पडले असले, तरी ते बालपणीचे दोस्त असतात. त्यामुळे ते लगेच बरोबरीच्या नात्याने बोलू लागतात. ख्रिस्तोफर अपरात्री मुद्दाम आला आहे, तेव्हा त्याचे आपल्याकडे काही विशेष काम असले पाहिजे, हे जेफकोट ओळखतो. ''रात्र फार झाली आहे, तू झोप जा आता,'' असे तो बायकोला सुचवितो. ती गेल्यावर ख्रिस्तोफर चाचरत-चाचरत आपली मुलगी प्रेमाच्या भानगडीत पडली आहे, असे जेफकोटला सांगतो.

जेफकोट हसत उत्तरतो,

''अरे वेड्या, असल्या भानगडी जगाच्या आरंभापासून सुरू आहेत! नि जगाच्या अंतापर्यंत त्या तशाच चालत राहणार आहेत! त्यात एवढं भिण्यासारखं काय आहे? तिचं ज्याच्यावर प्रेम बसलं असेल, त्याचं लग्न लावून टाकलं म्हणजे झालं! कुठं असतो हा तुझ्या पोरीचा दोस्त? काय करतो तो?''

तो आपल्याच गिरणीत आहे, असे कळल्याबरोबर जेफकोट मोठ्या प्रौढीने उद्‌गारतो,

''मग काय उद्याच्या उद्या या भानगडीचा निकाल लावून टाकू! तू बिलकुल काळजी करू नकोस. तो पोरटा टंगळमंगळ करू लागला, तर त्याला ताबडतोब मी गिरणीतून हाकलून देईन. काही झालं, तरी आपण फार जुने मित्र आहेत. मित्रानं मित्रासाठी एवढं करायलाच हवं!''

आपल्या औदार्याचे प्रदर्शन करण्याच्या भरात ख्रिस्तोफरला त्या तरुणाचे नाव विचारायचे जेफकोट विसरून गेलेला असतो. शेवटी तो आपला मुलगा आहे, हे कळताच तो क्षणभर स्तिमित होतो; मग एकदम संतापतो! आत्तापर्यंत त्याच्या अंगात संचारलेला न्यायाधीश थोडासा गडबडतो. जेफकोट ख्रिस्तोफरला म्हणतो,

"माझ्या मुलानं करू नये तो गाढवपणा केला, हे मला कबूल आहे; पण तुझी मुलगीसुद्धा छटेलच दिसते हं! तिनं तरी आपलं डोकं ताळ्यावर ठेवायचं, की नाही?"

पण आता त्याला मघाशी दिलेल्या निकालाला चिकटून राहणे प्राप्त असते. तो या बाबतीत निष्काळजी राहण्याविषयी सांगून ख्रिस्तोफरला घरी पाठवितो.

थोड्या वेळाने ॲलन घरी येतो. फॅनीप्रमाणे ॲलनही प्रथमत: कानांवर हात ठेवून उडवाउडवीची उत्तरे देतो; पण वडिलांना सर्व गोष्टी पुरेपूर ठाऊक आहेत, असे पाहताच त्याला मुकाट्याने सारे सत्य सांगावे लागते.

"तुला घटकाभर मजाच करायची होती, तर ही पोरगी कशाला गाठलीस? बाजारात तुला पुष्कळ छोकऱ्या मिळाल्या असत्या!" असे वैतागाने बोलण्यापर्यंत जेफकोटची मजल जाते.

मात्र ॲलनने फॅनीशी लग्न करणे हाच ही भानगड मिटविण्याचा, सर्वोत्तम उपाय आहे, या आपल्या निर्णयाला तो चिटकून राहतो. ॲलन त्याला विरोध करतो.

"दोन घटकांची गंमत निराळी आणि जन्माची सोबत निराळी! माझ्यासारख्या गिरणी-मालकाच्या मुलानं एका कामगाराच्या मुलीशी लग्न केलं, तर उद्या गाव मला हसेल!" असे तो म्हणतो.

"फॅनीशी लग्न केलं, तर माझं सारं आयुष्य दु:खात जाईल. तुम्हांला त्याचा काय त्रास होणार आहे?" असेही तो वडिलांना विचारतो.

आठव्या वर्षी मजूर म्हणून काम करू लागल्यापासून आपण कोणकोणत्या महत्त्वाकांक्षा उराशी बाळगल्या होत्या आणि आपण त्या कशा सिद्धीला नेल्या, हे वडील त्याला सविस्तर सांगतात. टिमोथीसारख्या हिंडलमधल्या सर्वांत श्रीमंत अशा माणसाची मुलगी आपली सून होणार, याचा आनंद आपल्याला किती झाला होता, याचे तो वर्णन करतो.

"तुझ्या स्वैर वर्तनामुळं माझ्या सर्व सुखस्वप्नांचा विध्वंस झाला आहे," असे तो शेवटी ॲलनला बजावतो.

दुसऱ्या दिवशी संध्याकाळी दुसरा अंक सुरू होतो. जेफकोट हे सर्व प्रकरण बायकोला सांगतो, तेव्हा ती म्हणते,

"हे काय लग्नाचं वेड डोक्यात घेतलंय तुम्ही? त्या पोरीला थोडे पैसे देऊन तिचं तोंड बंद केलं म्हणजे झालं."

आपल्या नवऱ्याला शिष्ट समाजातली ही साधी, साळसूद पळवाट पटत

नाही, असे पाहून ती चिडून म्हणते,

"ॲलननं मोठं सत्कृत्य केलं, असं मी थोडीच म्हणतेय? त्यानं हा वेडेपणा करायला नको होता; पण हा गुण या पोरट्यानं कुठून पैदा केला, कुणाला ठाऊक! माझ्या माहेरच्या माणसांत असले गुण कुणीच कधी पाजळले नाहीत!"

जेफकोट शांतपणे उत्तरतो,

"ॲलननं हा गुण जगातला पहिला पुरुष जो ॲडॅम – याच्यापासून उचलला असावा."

"आपण सक्तीनं फॅनीशी ॲलनचं लग्न केलं, तर पुढं ती दोघंही दुःखी होतील," असा ती नवऱ्याशी युक्तिवाद करते.

तेव्हा तो म्हणतो,

"लग्न हा बोलूनचालून जुगार आहे! त्यात कोण, कुठला डाव, केव्हा हरेल, हे सांगता येत नाही."

नवरा-बायकोचा हा वादविवाद चालला असतानाच त्यांचा व्याही सर टिमोथी येतो. जेफकोट त्याला घडलेली सर्व हकिकत सांगतो व ॲलनला बोलावून घेतो. ह्या गोष्टीवर पांघरूण घालावे, असे टिमोथी सुचवितो. आपल्या भावी सासऱ्याने आपली बाजू घेतलेली पाहून ॲलनला बरे वाटते; पण "तू फॅनीशी लग्न केलं नाहीस, तर माझ्याकडून तुला एक दमडीसुद्धा मिळणार नाही," असे जेफकोट त्याला बजावतो, तेव्हा ॲलनच्या मोहवशतेकडे उदार दृष्टीने पाहणाऱ्या त्याच्या भावी सासऱ्याचे मन डळमळते. "तुमचं बापलेकाचं भांडण तुम्हीच मिटवा." असे तो म्हणतो. जेफकोटला तो टोमणा मारतो,

"देवापाशी तुला द्यायला काळीज शिल्लक नव्हतं, म्हणून त्यानं त्या ठिकाणी मोठा दगड ठेवला, असं मला पूर्वीपासूनच वाटत आलंय!"

जेफकोट उत्तरतो,

"दगड नाही तिथं; एक ताजवा आहे."

यानंतर ॲलन व बिॲट्रिस यांची भेट होते. आपण नकळत मोहवश कसे झालो, हे ॲलन बिॲट्रिसला सांगतो. तो म्हणतो,

"माझी आणि फॅनीची ब्लॅकपूलला केवळ योगायोगानं गाठ पडली. त्या वेळी मी तुला विसरून गेलो होतो, असं मुळीच नाही; पण तू तिथं नव्हतीस. तू फार दूर होतीस. काही काही वेळा प्रेयसीच्या नुसत्या काल्पनिक मूर्तीनं प्रीतीचं समाधान होत नाही. फॅनी माझ्यासमोर दिसत होती – अगदी माझ्याजवळ होती. तिच्या ओठांकडे मी पाहिलं आणि मोहानं माझ्या मनावर विजय मिळविला.

माझं खरं प्रेम तुझ्यावर आहे. पण... एखाद्यानं दारू पिऊन तर्र व्हावं ना? तशी त्या क्षणी माझी स्थिती झाली होती. माझी मलाच त्याबद्दल आता लाज वाटते. पण, बी, एक गोष्ट तू विसरू नकोस! एखाद्या पुरुषाचं एखाद्या मुलीवर खरंखुरं प्रेम असलं, तरी दुसरीबरोबर घटकाभर गंमत करायची लहर त्याला येणं काही अगदी अस्वाभाविक नाही.''

बिॲट्रिस त्याला उत्तर देते,

''ॲलन, मी काही सुधारक नाही. माझी मतं आपली जुनीपानीच आहेत. स्त्रियांना आयुष्यात पदोपदी संयम पाळावा लागतो. पुरुषांना त्याची तितकीशी गरज भासत नाही. म्हणूनच पुरुष असे मोहवश होत असतील, असं मला वाटतं. मी तुला क्षमा करायला तयार आहे; पण आपलं दोघांचं एकमेकांवर कितीही प्रेम असलं, तरी आता तुला फॅनीशीच लग्न करायला हवं! एखाद्या मुलीशी इतका निकट संबंध आल्यावर तिच्याशी लग्न करणं हे पुरुषाचं कर्तव्य आहे, असंच जुनी माणसं मानीत आली आहेत.''

पित्याप्रमाणे प्रेयसीने आपल्यावर तीच गोष्ट लादलेली पाहून ॲलन हताश होतो, पण बिॲट्रिस शांतपणाने त्याला म्हणते,

''ॲलन, माझं तुझ्यावर प्रेम असलं, तरी फॅनीचा तुझ्यावर हक्क आहे, हे तू विसरू नकोस!''

तासाभराने तिसरा अंक सुरू होतो. फॅनीचे आईबाप तिला घेऊन जेफकोटच्या घरी येतात. सुट्टीच्या दोन दिवसांत ॲलन व फॅनी ही नवरा-बायको म्हणून एका हॉटेलमध्ये राहिलेली असतात, हे आता उघड होते. त्यामुळे ॲलनच्या आईला नाइलाजाने त्या दोघांच्या लग्नाला संमती द्यावी लागते. मारून-मुटकून का होईना, ॲलन फॅनीशी लग्न करायला कबूल होईल, अशी परिस्थिती उत्पन्न होते; पण इतका वेळ गप्प बसलेली फॅनी ताडकन उद्‍गारते,

''मला ॲलनशी लग्न करायचं नाही!''

तिचा हा निर्धार ऐकून सारे चकित होतात. हे लग्न होऊ नये, म्हणून आत्तापर्यंत धडपडणारा ॲलनसुद्धा गोंधळून जातो. आज सक्तीने कसेबसे आपले लग्न होईल; पण पुढे या घरातली प्रत्येक व्यक्ती मनातून आपला द्वेष करू लागेल, या भीतीने फॅनीने हा नकार दिला असावा, असे ॲलनला वाटते. तो तिची समजूत घालू लागतो.

ॲलन : फॅनी, तुला कसली भीती तर वाटत नाही ना?

फॅनी : भीती? नि मला? मी कुणाच्या वडिलांनाही भिणार नाही.

ॲलन : मग तू लग्नाला कबूल का होत नाहीस?

फॅनी : तुझ्यासारखा श्रीमंत नवरा मिळतोय, असं दिसल्याबरोबर एखाद्या पोरीनं लाजत-मुरकत आनंदानं नाचू लागावं, अशी तुझी अपेक्षा आहे. मी तशी नाचत नाही, हे पाहून तुला मोठा धक्का बसलेला दिसतो, होय ना? पण एक गोष्ट तू विसरू नकोस. तू माझ्याशी लग्न करणार होतास, ते आपल्या वडिलांसाठी, माझ्यासाठी नव्हे!

ॲलन : फॅनी, बाबांची आज्ञा मला पाळलीच पाहिजे! नाही तर उद्या मी दमडीला महाग होईन.

फॅनी : बापापाशी अशी पैशाची भीक मागण्यापेक्षा तू आपल्या पायांवर का उभा राहत नाहीस?

ॲलन : तसा पैसा मिळवायला मला खूप कष्ट करावे लागतील! आणि ते करूनसुद्धा सध्या बाबा जेवढे पैसे देतात, तेवढे मला कधीच मिळविता येणार नाहीत.

फॅनी : अस्सं! आपल्या चैनीत खंड पडू नये, म्हणून, वडिलांकडून दरमहा फुकट मिळणारा तनखा कायम राहावा, म्हणून, तू माझ्याशी लग्न करणार आहेस! खरं ना? पण असल्या भाडोत्री लग्नाची मला काडीइतकीही जरुरी नाही.

ॲलन : तुझ्यासारख्या मुलीला या लग्नाची जरुरी नाही, असं कसं होईल? फॅनी, ह्या सक्तीच्या लग्नानं माझं पुढलं आयुष्य दुःखी होऊ नये, म्हणून तू माझ्याशी लग्न करायचं नाकारीत आहेस! होय ना? पुरुषापेक्षा बायका स्वभावतःच प्रेमळ असतात; त्यागी असतात.

फॅनी : ॲलन, त्याग आणि भक्ती असल्या मोठमोठ्या शब्दांचं अवडंबर माजवून, स्वतःची फसवणूक करून घेण्यात काय अर्थ आहे? तुझं आयुष्य दुःखी होऊ नये, म्हणून तुझ्याशी लग्न करायला मी राजी नाही, हे मुळीच खरं नाही. मला माझ्या आयुष्याची अधिक काळजी आहे. पुढचा सारा जन्म कुढत, रडत, धडपडत काढण्याची वेळ येऊ नये, म्हणून मी तुझ्याशी लग्न करायला तयार नाही. पैशानं संसारात फारसं सुख मिळत नाही. ते प्रेमानंच मिळतं. बापाच्या हुकमामुळं माझ्याशी नाइलाजानं लग्न करणाऱ्या तुझ्यासारख्या तरुणाच्या मनात ते प्रेम कसं उत्पन्न होणार? उलट, हे लग्न आपल्यावर लादलं गेलं आहे, या कल्पनेत तू जन्मभर मनातल्या मनात जळत राहशील, माझा द्वेष करीत सुटशील. मला असलं संसारसुख नकोय्!

ॲलन : फॅनी, तुझ्या या बोलण्याचा अर्थ मला कळत नाही. तुझं माझ्यावर

कधीच खरंखुरं प्रेम नव्हतं? छे! असं कसं होईल? परवा आपण एकमेकांच्या सहवासात घालविलेला तो मजेदार काळ —

फॅनी : ॲलन, देवाशपथ सांगते, माझं तुझ्यावर कधीच प्रेम नव्हतं. तुझ्यावर माझं प्रेम बसायला आपली दोघांची एवढी मैत्री तरी कधी होती? आठवड्याची सुट्टी मला कुठं तरी मजेत घालवायची होती. तेवढ्यासाठी मी ब्लॅकपूलला गेले. कुणाबरोबर तरी दोन घटका मला मौज करायची होती. योगायोगानं तो कुणी तरी तू ठरलास! घटकाभर गंमत, एवढीच तुझी माझ्या आयुष्यात किंमत होती.

ॲलन : (विलक्षण धक्का बसून) फॅनी, तुझ्या दृष्टीनं माझं मोल एवढंच आहे?

फॅनी : तू तरी माझी किंमत यापेक्षा कधी अधिक मानली होतीस का?

ॲलन : पण मी पुरुष आहे. माझी गोष्ट निराळी, तुझी गोष्ट निराळी?

फॅनी : हं! आत्ता कुठं तू खरं बोलायला लागलास! तू पुरुष आहेस; आणि स्त्रिया ही पुरुषांची आवडती खेळणी आहेत, हेच तुला म्हणायचं होतं ना? फॅनी हे त्या दोन दिवसांतलं तुझं असंच एक खेळणं होतं. खरं आहे ते! पण आणखीही एक गोष्ट खरी आहे, ॲलन. मी स्त्री आहे. स्त्रियांनाही या जगात खेळणी आवडतात. माझं परवाचं दोन घटकांचं खेळणं तू होतास! तुम्हा पुरुषांना स्त्री ही बाहुली वाटते, नाही? तसाच पुरुष हा एक बाहुला मानून, एखाद्या स्त्रीनं थोडी चैन करायचं ठरविलं, तर त्यात विलक्षण असं काय आहे?

ॲलन : विलक्षण? छे! यापेक्षा अधिक अनीतिकारक असं जगात दुसरं काय असू शकेल? माझ्याशी लग्न करण्याची संधी चालून येताच तू हसत-नाचत तिचं स्वागत करशील, असं मला वाटलं होतं. पण...

फॅनी : फॅनी इतकी मूर्ख मुलगी नाही, ॲलन. तुझ्यासारख्या शेणामेणानं बनविलेल्या बाहुल्याच्या गळ्यात मी कधी माळ घालणार नाही. मी लग्न करीन, ते जिवंत मनाच्या पुरुषाबरोबरच करीन. वडिलांच्या डोळ्यातल्या बाहुलीच्या तालावर नाचणाऱ्या आणि त्यानं हुकून सोडल्याबरोबर आपल्या प्रेमाचा पवित्रा बदलणाऱ्या तुझ्यासारख्या कळसूत्री बाहुल्याची बायको होण्यापेक्षा जन्मभर अविवाहित राहिलेलं काय वाईट? तुम्ही श्रीमंत माणसांची मुलं अशीच दुबळी असता! घरच्या पैशाची धुंदी डोळ्यांवर चढल्यामुळं तुम्हांला जगाकडं नीट पाहताच येत नाही, की काय, कुणाला ठाऊक!

फॅनीच्या या बोलण्याचा पुरा अर्थ ॲलनला काही केल्या कळत नाही; पण तिच्या स्वत:विषयीच्या काही तरी निश्चित कल्पना आहेत, एवढे त्याच्या लक्षात येते. मात्र फॅनी या लग्नाला कबूल नाही, हे कळताच तिचा बाप ख्रिस्तोफर हतबुद्ध होतो. तो उद्‌गारतो,

"स्त्रीचं मन समुद्रापेक्षाही खोल असतं, हेच खरं. त्याचा कधीच कुणाला अंत लागत नाही. नि आता या स्त्रियांना, म्हणे, मतांचा अधिकार मिळणार! यापुढं जगाची धडगत दिसत नाही मला!"

आपण हे लग्न मोडले, म्हणून आई आपल्यावर संतापली आहे, हे फॅनीला कळते.

ती आईला म्हणते,

"ॲलन हा बदमाश आहे, त्यानं मला फसवलं आहे, असं तूच सकाळी म्हणत होतीस ना? मग मी त्याच्याशी लग्न न करणं हेच चांगलं नव्हे का? बदमाशाची बायको होण्याची माझी इच्छा नाही, आई. माझ्यासारखी कानफाटी मुलगी तुला घरात ठेवायची नसली, तर तू खुशाल मला हाकलून दे. मी काही उपाशी मरणार नाही. मला माग चालविता येतो. मी लँकेशायरमधली मुलगी आहे. निढळाच्या घामानं पोट भरण्याचं बाळकडू जिला मिळालं आहे, अशा कामगाराची मुलगी आहे मी. इथं गिरण्या उभ्या आहेत, तोपर्यंत मला कुणावर अवलंबून राहण्याची इच्छा नाही. मी स्वतंत्र आहे. माझ्या आयुष्याची मी मालक आहे. त्यातली सुखं आणि दु:खं ही माझी मलाच भोगली पाहिजेत. मात्र मी तुला वचन देते, की तुझ्या आणि बाबांच्या तोंडाला काळोखी लागेल, असं मी कधीही, काहीही करणार नाही."

ही नाट्यकथा वाचताना गॅल्सवर्दीच्या "वडील-मुलगा" (The eldest son) ह्या नाटकाची मला तीव्रतेने आठवण झाली. या दोन्ही नाटकांच्या कथावस्तूंत विलक्षण साम्य आहे. गॅल्सवर्दीच्या नाटकात सर विल्यम या सरदाराचा सर्वांत थोरला मुलगा बिल हा आपल्या आईच्या तैनातीत असलेल्या फ्रेडा या कुमारिकेशी प्रेमसंबंध जोडतो. फ्रेडाला दिवस जातात. त्यांचे हे रहस्य फार दिवस गुप्त राहणार नाही, अशी परिस्थिती उत्पन्न होते. संकटात सापडलेली फ्रेडा बिलशी लग्न करून मोकळी होऊ इच्छिते. बिल हा काही केवळ उल्लू श्रीमंत तरुणाचा नमुना नाही. फ्रेडाच्या बाबतीतले आपले कर्तव्य तो जाणतो. फ्रेडाशी लग्न केल्याने आपल्याला वैभव, प्रतिष्ठा आणि सुखवस्तू जीवन ह्यांना रामराम ठोकावा लागणार, हे कळत असूनही तो फ्रेडाशी बेइमान होऊ इच्छित नाही; पण सर विल्यम व त्याची पत्नी यांना हे लग्न केवळ आपल्या घराण्याच्या

प्रतिष्ठेच्या दृष्टीनेच नव्हे, तर इतरसुद्धा अनिष्ट व असुखावह ठरेल, अशी भीती वाटते. सर विल्यम एके ठिकाणी म्हणतो,

"या लग्नातून दुःखाशिवाय दुसरं काहीच निर्माण होणार नाही. पिढ्यान्‌पिढ्या आम्ही विशिष्ट संस्कारांत वाढत आलो आहोत. हेच संस्कार आम्ही आमच्या मुलावर केले आहेत. आमच्या श्रद्धा, सवयी, गरजा... सारं सारं काही निराळं आहे. एका क्षणिक लहरीसरशी मनुष्याला काही आपली परंपरा दूर झुगारून देता येत नाही."

दुसऱ्या एका जागी त्याची बायको उद्‌गार काढते,

"निवळ भावनावश होऊन या प्रश्नाकडं पाहण्यात काही अर्थ नाही. मना-मनामधल्या अंतरापेक्षा चालीरीतींतलं आणि राहणींतलं अंतर माणसाला फार जाचक होतं. माझ्या मुलाची संस्कृती निराळी आहे. फ्रेडाची संस्कृती निराळी आहे!"

जाता-जाता गॅल्सवर्दीने, समाजातले तथाकथित शिष्ट लोक किती ढोंगी असतात, हे या नाटकात मोठ्या सूचक रीतीने दाखविले आहे. सर विल्यमचा डनिंग नावाचा नोकर असतो. रोझ टेलर या गावातल्या एका मुलीशी त्याचा असाच गुप्त प्रेमसंबंध असतो. नाटकाच्या आरंभी "डनिंगने रोझशी लग्न केले नाही, तर मी त्याला माझ्या नोकरीतून काढून टाकीन" असे सर विल्यम म्हणतो. त्या वेळी तो न्यायाचा कट्टर पुरस्कर्ता होतो; पण जेव्हा त्याच्या मुलाचे, घरात मोलकरणीचे काम करणाऱ्या मुलीवर प्रेम जडल्याचे उघडकीला येते व त्याने तिच्याशी लग्न केलेच पाहिजे, अशी परिस्थिती उत्पन्न होते, तेव्हा त्याचे हे सारे ब्रह्मज्ञान जागच्या जागी थंडावते. न्याय जाणणे ही जगात सर्वांत सोपी गोष्ट आहे; पण न्याय देणे हे सर्वांत अवघड काम आहे. जो त्यागाला तयार होईल, हसतमुखाने दारिद्र्याचा स्वीकार करायला तयार होईल, प्रसंगी प्रतिष्ठा गमवायला तयार होईल, तोच जगात न्याय द्यायला समर्थ ठरू शकेल. स्वार्थ, लोभ, मोह हे सारे सत्याचे शत्रू आहेत, न्यायाचे अंतर्वैरी आहेत. जगातल्या सामान्य मनुष्याचे मन दुसऱ्याला न्याय देण्याइतके अजून विकसित झालेले नाही. त्यामुळे न्यायदानापेक्षा न्यायाचा देखावाच त्याला नेहमी अधिक आवडतो! सर विल्यमच्या चित्रणात ही गोष्ट गॅल्सवर्दीने मोठ्या मार्मिकतेने सूचित केली असली, तरी त्याचे नाटक एकंदरीत हिंडल वेक्सच्या मानाने फिके वाटते. फॅनीप्रमाणे फ्रेडाचेही शेवटी लग्न होत नाही. केवळ नाइलाजाने, जवळजवळ जबरदस्तीने, आपली मुलगी एका श्रीमंत घराण्यावर लादण्यामुळे तिला काहीच सुख मिळणार नाही, हे फ्रेडाच्या वडिलांना तीव्रतेने जाणवते. तो उद्‌गारतो,

"माझ्या मुलीचं धर्मार्थ लग्न करण्याची माझी इच्छा नाही. लग्नापूर्वी प्रेमाच्या भानगडीत पडलेली ती काही जगातली पहिली मुलगी नाही! आणि असल्या

संकटात सापडलेली ती काही जगातली शेवटची मुलगी ठरेल, असंही नाही! तुमच्या थोर घराण्याचं निष्कलंक नाव बद्दू करण्याची माझी आणि माझ्या मुलीची मुळीच इच्छा नाही. तुमचा निष्कलंकपणा तुमचा तुम्हालाच लखलाभ असो!''

'हिंडल वेक्स' हे हूटनचे नाटक गॅल्सवर्दीच्या नाटकापेक्षा परिणामकारक वाटते, याचे कारण त्यात कथावस्तूवर वाचकाचे लक्ष अधिक उत्कटतेने केंद्रित होते आणि मोजक्या पात्रांमुळे व त्यांच्या विविध स्वभावांमुळेच लहानसहान संवादही रंगतात, हे आहे. ॲलन व फॅनी यांच्या आईवडिलांचे चित्रण करण्यात हूटनने मनुष्यस्वभावाचे मार्मिक ज्ञान प्रकट केले आहे; पण 'हिंडल वेक्स'चे नाव इंग्रजी नाटकाच्या इतिहासात अजरामर व्हायला त्याचा शेवटचा नाट्यपूर्ण प्रवेशच कारणीभूत झाला असावा, असे मला वाटते. गरिबांनाही स्वाभिमान असतो, हे या दोघांही नाटककारांनी दाखविले आहे. दारात धरणे धरून बसलेल्या भिकाऱ्याला भीक घालावी, त्याप्रमाणे नाइलाजाने लग्न करण्याची श्रीमंतांची तयारी त्यांना अपमानकारक वाटते; पण गॅल्सवर्दीच्या नाटकात फ्रेडा ही भावना प्रकट करीत नाही. फ्रेडाचा बाप पुढाकार घेऊन ती बोलून दाखवितो. आपली मुलगी संकटात असली, तरी आपल्याला असल्या लग्नाची जरुरी नाही, असे तो सांगतो. 'हिंडल वेक्स'मध्ये फॅनी ही स्वत:च 'मला तुझ्याशी लग्न करायचं नाही', असे नायकाला बजावते. उद्या कुणी छी: थू करू नये, म्हणून काही करून हे लग्न व्हावे, अशी तिच्या आईवडिलांची इच्छा असते; पण असल्या मारून-मुटकून तयार केलेल्या नवऱ्याच्या संगतीत आपल्याला सुख मिळणार नाही, हे जाणून फॅनी लग्नाला नकार देते. स्वावलंबनामुळे तिच्या स्वाभिमानाला एक प्रकारचे प्रखर व प्रामाणिक स्वरूप प्राप्त झाले आहे. अंधरूढीच्या, कृत्रिम परंपरेच्या आणि सांकेतिक नीतीच्या शृंखला तोडण्याकरिता अधीर झालेल्या नव्या स्त्रीमनाचा तो एक नमुना आहे. ही स्त्री जशी दुबळी नाही, तशी स्वप्नाळूही नाही. ॲलनचा व तिचा जो संबंध आलेला असतो, त्याला प्रीती हे नाव द्यायला ती तयारच होत नाही. ती चक्क बजावते,

''दोन घटका मौज करण्याकरिता तू नि मी एकत्र आलो; पण असली मौज म्हणजे काही खरंखुरं प्रेम नव्हे!''

स्त्री-पुरुषसंबंधांकडे पाहणाऱ्या फॅनीच्या या दृष्टिकोनामुळेच या नाटकाला वैशिष्ट्यपूर्ण स्वरूप प्राप्त झाले आहे. तसे पाहिले, तर निरनिराळ्या सामाजिक थरांतल्या तरुण-तरुणींनी मदनशरांनी विद्ध होऊन मोहवश व्हावे आणि त्यातून निर्माण होणाऱ्या घटनेवर नाटक किंवा कादंबरी उभारली जावी, ही गोष्ट काही

वाङ्‌मयात नवीन नाही; पण अशा बहुतेक ललितकृतींना कथावस्तू फाजील नाजूकपणाने, केवळ काव्यदृष्टीने किंवा सामाजिक अन्यायावर प्रकाश टाकण्याच्या हेतूने हाताळण्यात येते. आकस्मिक रीतीने प्रेमात पडणारी तरुण-तरुणी कितीही भिन्न परिस्थितींतली असली, तरी त्यांचे प्रेम अगदी बावनकशी असते, असे गृहीत धरण्याचा आजपर्यंतचा परिपाठ आहे. त्यामुळे ज्याला न्यायाची किंवा सामाजिक समतेची विशेष तळमळ असते, तो लेखक, सध्याच्या समाजरचनेत स्त्री आणि पुरुष यांची नीती मोजण्याचे काटे निराळे आहेत; पण ते एक असणे आवश्यक आहे, असे अट्टाहासाने प्रतिपादन करतो. स्त्रीला न्याय मिळाला पाहिजे, या गोष्टीवर सर्व भर देऊन तो कथानकाची रचना करतो व अनेकदा आपल्या वाचकांपैकी सनातनी आणि सुधारक या दोन्ही पक्षांना खूश करण्याकरिता शेवटी त्या जोडप्याचे लग्न लावून देतो. हूटनने कुठल्याही प्रकारचा स्वप्नाळूपणा, भावविवशता अथवा ध्येयवादित्व यांचा आश्रय न घेता, कठोर पण वास्तव अशा दृष्टिकोनातून ही नाट्यकथा मांडण्याचा प्रयत्न केला आहे. अडचणीत सापडलेली आधुनिक गरीब मुलगी समाजाच्या छळाच्या कल्पनेने भिऊन श्रीमंताच्या दारात जाईल आणि डोळ्यांत अश्रू आणून, आपली अब्रू बचावण्याकरिता विनवणी करील, या सर्वसामान्य समजुतीला त्याने फॅनीच्या चित्रणाने जबर धक्का दिला आहे.

फॅनी ही नाटके-कादंबऱ्यांतली परंपरागत गरीब गाय नाही! ती वाघीण आहे. काबाडकष्ट करून पोट भरणारी ती एक य:कश्चित तरुणी असली, तरी कुणाही श्रीमंताइतकीच ती स्वाभिमानी आहे. तिला प्रेमाचा जोगवा नको आहे; प्रेमाचे सिंहासन हवे आहे. प्रचलित नीतिकल्पनांप्रमाणे लग्नपूर्व संबंधांमुळे शरीरदृष्ट्या ती शुद्ध मानली जाणार नाही; पण तिचा आत्मा पवित्र राहिलेला आहे; कारण तो दुबळा नाही – लाचार नाही – क्षुद्र नाही. सत्याकडे टक लावून पाहण्याचे सामर्थ्य त्याच्यात आहे. प्रचलित एकांगी नीतिकल्पनांविरुद्ध बंड करण्याइतका तो कणखर आहे. "ॲलन किंवा त्याचे आईबाप श्रीमंत असतील, तर ते आपल्या घरी! त्यांच्या श्रीमंतीची पर्वा करायची मला काय जरुरी आहे?" असे म्हणण्याची, गिरणीत काम करणाऱ्या या मुलीची छाती आहे. शेवटच्या अंकात ॲलनशी बोलताना ती नकळत आजपर्यंत रुढीखाली दडपल्या गेलेल्या, दुर्बळ म्हणून छळल्या गेलेल्या, विषम नीतिकल्पनांनी गांजल्या गेलेल्या शेकडो पिढ्यांतल्या लक्षावधी स्त्रियांची प्रतिनिधी झाली आहे. ही स्त्री पुरुषाच्या मनगटाला मनगट भिडवून आपले स्वातंत्र्य सिद्ध करू इच्छिते, श्रीमंतांना आव्हान देऊ शकते, ढोंगी सामाजिक कल्पनांशी सामना करण्याची हिंमत तिच्या शब्दा-शब्दांतून व्यक्त होते. तिच्या बंडखोर आत्म्याचा तेजस्वीपणा हीच या नाटकातली

अत्यंत महत्त्वाची गोष्ट आहे. संसारातली बाहुली म्हणून, केवळ पतीची सावली म्हणून, आधुनिक स्त्री यापुढे आयुष्य कंठायला तयार होणार नाही, हे जसे इब्सेनच्या नोराने दाखविले, तसा आजपर्यंत पडद्याआड ठेवल्या गेलेल्या एका प्रेमविषयक कटू सत्यावर हूटनच्या फॅनीनेही प्रकाश टाकून, नवीन स्त्री सहचारिणी म्हणूनच पुरुषाशी सहकार्य करील, भोगदासी म्हणून त्याच्यावर अवलंबून राहण्यात तिला आनंद होणार नाही, या गोष्टीची जाणीव करून दिली आहे.

ब्रिओचे "Damaged Goods" किंवा इब्सेनचे "Ghosts" यांच्यासारखी, प्रचलित स्त्री-पुरुषसंबंध आणि त्यांतून उद्‌भवणाऱ्या वैयक्तिक व सामाजिक समस्या यांचे वास्तव दृष्टिकोनातून चित्रण करणारी नाटके आपल्याकडे मुळीच झालेली नाहीत. "हिंडल वेक्स" ही अशा प्रकारची नाट्यकृती आहे. कुठलेही जीवनविषयक कटू सत्य तीव्रतेने चित्रित करणारी ललितकृती लोकप्रिय व्हायला जशी लेखकाची प्रतिभा तेजस्वी हवी, तशी तिचे स्वागत करायला वाचक-प्रेक्षकांची मने थोडीफार सुसंस्कृत व विचारप्रधान व्हायला हवीत. निदान जीवनातल्या साऱ्या ढोंगा-सोंगांचा त्यांना मनापासून तिटकारा वाटायला हवा! आपली रंगभूमी काय किंवा चित्रभूमी काय, अजून ज्या प्रेक्षकांवर पैशाकरिता अवलंबून आहे, त्यांची मने बहुधा दहा-बारा वर्षांच्या मुलापेक्षा अधिक विकसित झालेली नसतात. मजुराच्या मुलीचे लक्षाधीशाच्या मुलाबरोबर शुभमंगल करणारा लेखकच त्यांना अद्यापही अधिक आवडतो. केवळ योगायोगामुळे उत्पन्न होणारे कृत्रिम नाटकी प्रसंग त्यांना स्वाभाविक, मानसिक संघर्षापेक्षा अधिक आनंद देतात. या वाचक-प्रेक्षकांचे जग स्वरूपसुंदर पऱ्यांचे, त्या पऱ्यांशी लग्न लावणाऱ्या राजपुत्रांचे, त्या राजपुत्रांना पकडून कैदखान्यात ठेवणाऱ्या राक्षसांचे आणि त्या राक्षसांवर अद्‌भुत शक्तीने मात करणाऱ्या देवांचे असते. रखरखणाऱ्या उन्हाला भिऊन एखाद्या माणसाने आपल्या घराच्या थंड माजघरातल्या काळोखात डोळे मिटून स्वस्थ पडावे ना? तशी जीवनविषयक प्रश्नांच्या बाबतीत आमच्या बहुतेक वाचक-प्रेक्षकांच्या विचारशक्तीची स्थिती आहे. त्यांना स्वप्नाळूपणा मनापासून आवडतो. खोट्या प्रणयात ते रंगून जातात. खऱ्याखुऱ्या आयुष्यात पावलोपावली श्रीमंतीच्या भाल्यांनी भोसकल्यामुळे गरिबीच्या अंगातून रक्ताच्या धारा वाहत असल्या, तरी नाटकगृहात त्या दोघींनी अगदी सख्ख्या बहिणींप्रमाणे वागावे, अशी त्यांची इच्छा असते; पण जगात प्रणयाचे काव्यरम्य, प्रामाणिक किंवा नीतिशुद्ध स्वरूप नेहमीच दृष्टीला पडते, असे नाही. उलट, प्रीतीची विकृत रूपे विपुलतेने दृष्टीला पडावीत, अशीच सध्याची समाजरचना आहे. आजच्या शिष्ट जीवनात प्रीतीचे बहुधा वैभवाशी लग्न लागते. कित्येकदा जिवाचा जोडीदार न

मिळाल्यामुळे ती झुरत-झुरत मरून जाते. प्रीती आणि कामुकता यांच्या सीमारेषा यासुद्धा पदोपदी पुसल्या जात असल्याचा अनुभव नित्य येतो. जिथे सुसंस्कृत समाजाची ही स्थिती, तिथे असंस्कृत लोकांच्या जीवनातला गोंधळ कोण वर्णन करू शकणार? शहरात तर इतर वस्तूंप्रमाणे प्रेमाचा बाजारही मोठ्या प्रमाणात भरतो! खेड्यापाड्यांतून पूर्वी सात्त्विक प्रीतीचे दर्शन होई; पण आता ते दृश्य दुर्मीळ होऊ लागले आहे! पण असल्या कटू गोष्टी कुणी सांगू लागला, तर त्या ऐकण्याची आमच्या प्रेक्षकांची कुठे इच्छा आहे? त्यामुळे ''हिंडल वेक्स''सारखे नाटक आपल्याकडे सहसा लिहिले जात नाही.

या नाटकात फॅनीने उपस्थित केलेला प्रश्न अद्यापही अनेकांना विचित्र वाटण्याचा संभव आहे; पण त्या प्रश्नाचे उत्तर आज ना उद्या मानवतेला द्यावेच लागेल. समतेच्या नव्या कल्पना आज जगात सर्वत्र रूढ झाल्या आहेत. या कल्पनांचे उच्चाटन कुणालाही करता येणार नाही. कालप्रवाहच त्यांच्या विकासाला परिपोषक आहे. स्त्री आणि पुरुष याची समता एकदा मान्य केली की पुरुषाकरिता निराळे नियम आणि स्त्रीकरिता निराळे निर्बंध ही प्रचलित नीती अन्यायाची ठरते, हे सांगायला समाजशास्त्रीच कशाला हवेत? स्त्रीविषयीच्या मालकी हक्काच्या कल्पना पुरुषांच्या बहिर्मनातून दिवसेंदिवस लोप पावत आहेत, यात शंका नाही; पण बहिर्मनातून बाहेर पडून चोरपावलांनी त्या अंतर्मनात शिरतील व तिथे दबा धरून बसतील, हेही तितकेच खरे आहे. सामाजिक जीवन दिवसेंदिवस अधिक संमिश्र होत आहे. जुन्या नीतीचा पुरस्कार करणारांची इच्छा असो वा नसो, स्त्रिया व पुरुष यांचे निकट संबंध यापुढे सर्व क्षेत्रांत येत जाणार, ही गोष्ट उघड आहे. अशा स्थितीत, स्त्री ही ज्या वेळी नवऱ्याची मालमत्ता मानली जात होती, अशा काळातल्या प्रेमाच्या, लग्नाच्या आणि पावित्र्याच्या कल्पनांना कवटाळून बसण्यापासून कुणाला सुख मिळणार आहे?

आत्मविकासाच्या दृष्टीने पावित्र्य हा जीवनाचा एक महत्त्वाचा भाग आहे, हे कोण नाकबूल करील? पण पावित्र्य म्हणजे काही समाजाच्या समजुतीकरता करायचे एखादे नाटक नव्हे! प्रामाणिक पावित्र्य दंभाकडे पाठ फिरवून, सदैव सत्याचीच पूजा करीत राहते. मग त्या सत्याचे स्वरूप किती का उग्र असेना! खरे पावित्र्य स्वप्नरंजनात गुंग होऊन वस्तुस्थितीकडे डोळेझाक करीत नाही. त्याची सारी भिस्त अनुभूतीवर असते, शरीराच्या शुद्धतेहूनही मनाच्या निर्मलतेचे त्याला अधिक महत्त्व वाटते.

पण दैनंदिन व्यवहारात आपल्याला या पावित्र्याचे दर्शन क्वचितच होते. आपण बहुधा दंभाची पूजा करीत सुटतो, देखाव्याला महत्त्व देत राहतो.

अर्थापेक्षा शब्दांचे, आकृतीपेक्षा रंगांचे आणि सजीवतेपेक्षा संकेतांचे आपण स्तोम माजवितो. मानसिक पावित्र्यापेक्षा शारीरिक पावित्र्यावरच समाज सदासर्वकाळ भर देतो, तो शारीरिक पावित्र्य हाच जीवनविषयक नीतिमूल्यांचा मुख्य आधार मानतो, याचे कारण हेच आहे. पावित्र्याची ही एकांगी, उथळ कल्पना जीवनात नाना तऱ्हांची ढोंगेसोंगे निर्माण करीत आली आहे, माणसांना दुटप्पी बनवीत आली आहे, मूलभूत जीवनमूल्यांशी प्रतारणा करायला त्यांना प्रवृत्त करीत आली आहे, आत्म्याला पायदळी तुडवून केवळ शरीराला शृंगारीत आली आहे; पण यामुळे होणाऱ्या हानीची जाणीव अजूनही आपल्याला तीव्रतेने झालेली नाही. जीवनाशी मानवाने केलेल्या विद्रोहातूनच विविध विषवृक्ष निर्माण झाले आहेत. ते सारे वृक्ष आता फोफावले आहेत. जग हरघडी त्यांची कटू फळे चाखीत आहे. स्त्रीवर लादले गेलेले आर्थिक व नैतिक दास्य हा या विषवृक्षांपैकी अजूनही न वठलेला असा एक प्रचंड वृक्ष आहे. त्याच्या नुसत्या फांद्या छाटून यापुढे मानवी जीवनाची प्रगती होणार नाही. हूटनच्या नाटकाचे कौतुक होण्याचे कारण त्याच्या नायिकेने मोठ्या धिटाईने कुऱ्हाड हातात घेतली आणि ती या विषवृक्षाच्या मुळावर आवेशाने चालविली, हेच आहे. तिने घाव घातला, तो पावित्र्याच्या आत्म्यावर नाही, कोणत्याही सत्प्रवृत्तीवर नाही; खोट्या पावित्र्याच्या बुरख्याआड लपून जगावर राज्य चालवू पाहणाऱ्या दंभावर घातलेला तो घाव आहे. मानवी जीवन दूषित आणि दुर्बळ करणाऱ्या असत्यावर केलेला तो आघात आहे!

विषयाप्रमाणेच या नाटकाची रचनाही विचारार्ह आहे. इब्सेनसारख्या प्रभावी नाटककाराने एकप्रवेशी अंकाची पद्धत रूढ केल्यापासून नाट्यरचनेच्या दृष्टीने तीच आदर्श मानण्यात येऊ लागली; पण इब्सेनचे तंत्र प्रत्येक नाट्यकथेच्या विकासाला पोषक होईलच, असे नाही. केवळ एका अंकाचे दोन प्रवेश होऊ द्यावयाचे नाहीत, या अट्टाहासाने नाटकातील अनेक पात्रे कृत्रिम रीतीने एकत्रित आणण्याची जी पद्धती नवे नाट्यतंत्र या नावाखाली आपल्याकडे रूढ होऊ पाहत आहे, ती अनेकदा रसोत्कर्षाच्या दृष्टीने मारक ठरते. जुन्या नाट्यरचनेत प्रसंगी एका अंकात सात-आठ प्रवेश घालून नाटकाला संवादात्मक कादंबरीचे स्वरूप दिले जात असे. नाट्यदर्शनाच्या दृष्टीने ही पद्धत जितकी सदोष होती, तितकीच, निरनिराळी पात्रे ओढूनताणून एके ठिकाणी आणायची व त्यांच्या शिथिल संवादांतून नाट्यवस्तूच्या विकासाची धडपड करायची, ही गोष्टही अनिष्ट आहे. इब्सेन कथानकाच्या उत्कर्षाच्या आसपास आपले नाटक सुरू करतो. त्यामुळे त्याच्या नाट्यकथेत एकदम गती उत्पन्न होते. अशा गतिमान नाटकाचा विकास एकप्रवेशी अंकाद्वारे होणेच इष्ट असते; पण ''हिंडल वेक्स''ची कथा तशी नाही, हे जाणून हूटनने बुद्धिपुरस्सर पहिल्या अंकात प्रवेश-पद्धतीचा

अवलंब केला आहे. त्याच्या नाटकातली कथा लहान आहे; तिच्यात गुंतागुंत मुळीच नाही. एक नाजूक प्रश्न विविध परिस्थितींतल्या आणि विविध स्वभावांच्या पात्रांच्या द्वारे चित्रित करण्यात आणि तो सोडविताना सामाजिक दंभावर प्रखर प्रकाश टाकण्यात तिचे सारे बळ आहे. म्हणून कथेच्या संथ गतीला अनुकूल अशा तंत्राचाच त्याने आश्रय केला आहे.

हे नाटक वाचल्यानंतर किती तरी दिवस फॅनीचे एक वाक्य माझ्या मनात घोळत होते :

''दोन घटका मौज करण्याकरिता तू नि मी एकत्र आलो; पण असली मौज म्हणजे काही प्रेम नव्हे!''

हे वाक्य आठवले, म्हणजे मला वाटते, हूटन अकाली वारला, ही फार वाईट गोष्ट झाली. त्याला अधिक आयुष्य लाभले असते, तर खऱ्या प्रेमाचा साक्षात्कार झालेल्या फॅनीचे चित्र त्याने कदाचित चित्रित केले असते आणि ते चित्र या चित्रापेक्षाही अधिक सरस व जीवनदर्शी वठले असते.

१९४८

## । मृगजळ ।

टेरेन्स रॅटिगन या इंग्रज नाटककाराने आपल्या एका नाटकाला 'खोल निळा समुद्र' (The deep blue sea) हे नाव दिले, तेव्हा ते किती वेधक आहे, याची त्यालासुद्धा पुरी कल्पना आली नसेल! पण कलाकृतीचे नाव हे व्यक्तीच्या स्मितासारखे असते. खुशीत आल्यावर प्रत्येक मनुष्य हसतो, हे खरे; मात्र अशा शेकडो माणसांत एखाद्याचेच हसणे जितके नाजूक, तितकेच मोहक आणि जितके मोहक, तितकेच सूचक असते. 'दि डीप ब्लू सी' या नावात अशी जादू निश्चित आहे. ज्या संग्रहात हे नाटक समाविष्ट झाले आहे, तो माझ्या हाती पडताच त्यातील 'अॅडव्हेंचर स्टोरी' (हे नाटक जगज्जेत्या शिकंदराच्या जीवनावर लिहिले आहे), 'दि ब्राउनिंग व्हर्जन' (ही एका अयशस्वी शिक्षकाच्या जीवनाची कथा आहे), इत्यादी नाटकांचे मला विशेष आकर्षण वाटले नाही. मी मोठ्या उत्सुकतेने बुडी मारली, ती 'खोल निळ्या समुद्रात!'

प्रथमदर्शनी हे नाव किंचित गूढ व बरेचसे काव्यमय वाटले, तरी नाटक वाचून हातावेगळे केल्यावर, तो भास कायम राहत नाही. सर्व दृष्टींनी सामाजिक म्हणता येईल, असे नाटक आहे. आयुष्यात अनेकदा इकडे आड आणि तिकडे विहीर, अशी स्थिती झाली, म्हणजे माणसाची मोठी केविलवाणी अवस्था होते. या स्थितीचे वर्णन 'Between the devil and the sea' (इकडे राक्षस आणि तिकडे समुद्र) असे केले जाते. उत्कट प्रेमाची भुकेली असलेली या नाटकाची नायिका हेस्टर अशाच अगतिक मन:स्थितीत आत्महत्येचा प्रयत्न करते. तो करण्याचे कारण सांगताना ती म्हणते,

"इकडं राक्षस आणि तिकडं समुद्र अशा कोंडीत माणूस सापडलं, की समुद्रच त्याला अगदी जवळचा वाटू लागतो. काल रात्री माझं असंच झालं." (Anyway, when you are between any kind of Devil and the deep blue sea, the deep blue sea sometimes looks very inviting.

It did last night.)

त्या राक्षसाला भिऊन हेस्टल मृत्युरूपी खोल निळ्या समुद्राचा आश्रय शोधू पाहते, राक्षसाचे स्वरूप नेहमीपेक्षा थोडे निराळे आहे. मानवी जीवनाची रचनाच अशी आहे, की हा राक्षस बहुतेकांच्या आयुष्यात या ना त्या रूपाने प्रवेश करतो. दारिद्र्य, प्रेमभंग, निराशा, कौटुंबिक दुःख, असाध्य व्याधी, सामाजिक छळ, इत्यादी या राक्षसाची रूपे सर्वांना परिचित असतात; पण यांपैकी कुठल्याही गोष्टीमुळे हेस्टर आत्मघाताला प्रवृत्त होत नाही. केवळ वरवर पाहिले किंवा बहिर्मुख दृष्टीने आयुष्यातला सुखदुःखाचा हिशेब केला, तर आत्महत्येचा विचारसुद्धा मनात येऊ नये, असे तिचे जीवन आहे; पण ती भग्नहृदय झाली आहे. तिच्या दुःखाचे स्वरूप चटकन दिसेल, असे स्थूल प्रकारचे नाही. ते दुःख अतिशय सूक्ष्म आहे. ज्या अमर्याद प्रेमाच्या अनुभूतीसाठी ती आसुसलेली होती, ज्याच्यापायी शांत स्वभावाच्या व सुस्थितीत असलेल्या पतीकडे पाठ फिरवून व्यवहारिकदृष्ट्या त्याच्याहून फार कमी दर्जाच्या असलेल्या प्रियकरामागे ती धावते, त्या प्रेमाच्या बाबतीत ती अतृप्त आणि पहिल्याइतकीच तृषार्त राहते. या विफलतेमुळे ती आत्महत्येला प्रवृत्त होते. मृगजळामागे धावून थकलेल्या हरिणीने पारध्याच्या बाणाचे स्वागत करावे, तशी ती मृत्यूला मिठी मारायला धावते.

आपल्यावर हा भयंकर प्रसंग येईल, असा ओझरता विचारसुद्धा हेस्टरच्या मनात एक वर्षापूर्वी आला नसेल. यावा तरी कसा? तसे तिला काय कमी होते? वडिलांचा धंदा धर्मोपदेशकाचा. त्यांची प्रवचने ऐकत-ऐकत प्रार्थनामंदिराच्या पवित्र परिसरात ती लहानाची मोठी झाली. या संस्कारांना चित्रकलेच्या सुंदर छंदाची जोड मिळाली. हेस्टरचा हा छंद म्हणजे कडेकपारींतून थेंबाथेंबाने ठिबकणारे पाणी होते, हे खरे; पण आज ना उद्या त्या थेंबाची लहानशी निर्झरिणी होईल, असेच तिची चित्रे पाहणाऱ्या कुणाही रसिकाला वाटले असते. तिच्या पहिल्या चित्रांत सराईतपणाची सफाई नव्हती; पण कालाकाराचे व्यक्तित्व निश्चित होते.

अशा हेस्टरचे लग्न बिल कॉल्यर नावाच्या तरुण वकिलाशी होते. पैसा, प्रतिष्ठा, इत्यादी प्रत्येकाला हव्याहव्याशा वाटणाऱ्या गोष्टी कर्तृत्ववान पतीमुळे सहजासहजी तिच्या पदरात पडतात. समाजात मानमान्यता असलेल्या माणसांत ती नित्य उठू-बसू लागते. बुद्धीला बोलकेपणाची जोड मिळाल्यामुळे सर्वत्र तिची वाहवा होते. अशी वर्षांमागून वर्षे जातात. एक-दोन-तीन... अनेक! हेस्टरला मूल होत नाही, ही गोष्ट सोडून दिली, तर सर्वसामान्य माणसाच्या दृष्टीने तिच्या संसारात कोणतेच वैगुण्य दिसत नाही. ती सुखी आहे, असेच प्रत्येकाला वाटते. कदाचित तिलासुद्धा तसाच भास होत असेल!

पण हा भास म्हणजे अत्यंत हळुवार व काव्यात्मक मनाच्या हेस्टरच्या

जीवनातील वादळापूर्वीची शांतता आहे. एके दिवशी ते वादळ अकस्मात तिच्या जीवनात प्रवेश करते. घोंघावत आणि वृक्षवेली उन्मळून पाडीत ते येत नाही. उलट, प्रीतीच्या कोमल पंखांवर आरूढ होऊन ते हेस्टरच्या जीवनात शिरते आणि हां हां म्हणता तिच्या संसाराची उलथापालथ करून टाकते.

हे घडते असे :

फ्रेडी नावाच्या गोल्फ खेळणाऱ्या वैमानिकाचा आणि तिचा योगायोगाने परिचय होतो. कॉल्यर आठवड्याच्या सुट्टीत गोल्फ खेळण्याकरिता जातो. त्याच्याबरोबर हेस्टरही असते. कॉल्यरला एका मेजवानीला घेऊन जाण्याकरिता क्लबच्या व्हरांड्यात ती बसते. तो खेळण्यात गुंग झालेला असतो. अशा वेळी फ्रेडी तिच्यापाशी येतो. बोलता-बोलता मोकळेपणाने तो आपली कहाणी तिला सांगतो. वैमानिक म्हणून युद्धात भाग घेताना त्याच्या अंगी जो उत्साह होता, तो आता पार ओसरून गेला आहे. स्वतःच्या भविष्यकाळाविषयी त्याला कसलीच आशा वाटत नाही. जगायचे खरे, पण ते कशासाठी, हे त्याचे त्यालाच कळत नाही. तो हे सारे हेस्टरला सांगतो आणि म्हणतो,

"तुझ्या पतीचा मला हेवा वाटतो, त्याची हुशारी आणि कर्तबगारी फार मोठी आहे, यात शंकाच नाही; पण मला त्याचा हेवा वाटतो, तो निराळ्याच कारणामुळं. त्याला जे एक अमोल रत्न मिळालं आहे, ते... खरं सांगतो, हेस्टर, तुझ्याइतकी मन वेधून घेणारी मुलगी मला अद्यापि भेटलेली नाही."

या एका घटकेत हेस्टरचे जग पार बदलून जाते. पत्नी या नात्याने ज्याच्या सहवासात तिने अनेक वर्षे काढली होती, तो पुरुष तिला आता पूर्णपणे परका वाटू लागतो. कॉल्यरचे आपल्यावर असलेले प्रेम हे एखाद्या मौल्यवान वस्तूच्या मालकाला तिच्याविषयी वाटणाऱ्या प्रेमासारखे आहे, त्यात आतून खळाळत येणारा प्रीतीचा ओघ नाही, ते प्रेम निर्जीव आणि यांत्रिक आहे, याची स्पष्ट जाणीव तिला होते. ती झाली, तरी फ्रेडीविषयी निर्माण झालेल्या नव्या आकर्षणाची हेस्टरला प्रथम भीती वाटतेच! ती त्याला टाळण्याचा थोडाफार प्रयत्नही करते; पण ते तिला जमत नाही. मग प्रवाहात धारेला लागलेल्या माणसासारखी तिची स्थिती होते. फ्रेडीचे आकर्षण तिला अंतर्बाह्य व्यापून टाकते. आपल्याला हवे आहे, तसले उत्कट प्रेम त्याच्या सहवासातच मिळेल, अशा आशेने ती पतीचा त्याग करते आणि फ्रेडीबरोबर निघून जाते.

पुढच्या एका वर्षात अनेक घडामोडी घडतात. हेस्टर आपल्या पतीकडे घटस्फोटाची मागणी करते. याच काळात न्यायाधीश झाल्यामुळे तो अधिक प्रसिद्ध व प्रतिष्ठित होतो. फ्रेडीबरोबर हेस्टर कॅनडात जाते. सांकेतिक नीतीच्या हुकमापेक्षा आंतरिक प्रीतीची हाक श्रेष्ठ आहे, या निष्ठेने ती फ्रेडीवर उत्कट प्रेम

करते. त्याच्याकडून त्याच उत्कटतेची ती अपेक्षा करते आणि आत्तापर्यंत न मिळालेले सुख मिळवू पाहते; पण कॉल्यरच्या सहवासात न लाभलेला आणि फ्रेडीच्या संगतीत निश्चितपणे मिळेल, असे वाटणारा तो अलौकिक आनंद शेवटी आकाशातला चंद्र ठरतो.

काही केल्या तो हेस्टरच्या हाती लागत नाही. फ्रेडी मूळचा बेडर वैमानिक असतो. दुर्दैवाने त्याच्या विमानाला एकदा अपघात होतो. त्या अपघातातून तो सहीसलामत सुटतो; पण त्याच्या मनाला त्याचा धसका बसतो. याचा सारा धीर जातो! मग वैमानिकाचा व्यवसाय सोडून दुसरे काहीतरी करावे, म्हणून हेस्टरला घेऊन तो लंडनला येतो व एका चाळीत राहतो. श्री. पेज व सौ. पेज या नावाने हे दांपत्य ओळखले जाते. फ्रेडीला पुन्हा वैमानिक होण्याची इच्छा नसते. साहजिकच रिकामा वेळ त्याचा वैरी बनतो. तो मद्यपानात रमू लागतो तो मनाच्या या शून्य आणि उदास अवस्थेमुळेच. एकीकडे तो गोल्फ खेळतो, दुसरीकडे कामधंदा शोधतो. अशा स्थितीत प्रेमाच्या ओढीमुळे एकत्र आलेल्या या दोन जीवांची चरितार्थाची ओढाताण व्हावी, त्यांचे घरभाडे थकावे आणि आपली चित्रे विकून येणाऱ्या चार पैशांनी संसाराला आधार देण्याची कल्पना हेस्टरच्या मनात यावी, यात अस्वाभाविक असे काय आहे? मात्र हेस्टर आत्महत्येला प्रवृत्त होते, ती काही या आर्थिक दुर्दशेमुळे नव्हे.

हेस्टरचा आत्महत्येचा प्रयत्न हा नाटकाचा प्रारंभबिंदू करण्यात रॅटिगनने मोठे चातुर्य दाखविले आहे. तिच्या करुण जीवनकहाणीतला तो कडेलोटाचा प्रसंग आहे. या प्रसंगामुळेच तिच्या प्रेमाच्या कोमल कल्पनांचा व त्या अतृप्त राहिल्यामुळे तिच्या मनात निर्माण झालेल्या प्रचंड वादळाचा स्फोट झाला आहे; असा उत्कंठावर्धक प्रारंभ आणि त्यामुळे गतिमान झालेले नाट्य हे सामाजिक नाटकात क्वचितच आढळते. मात्र एखाद्या कौशल्यपूर्ण रहस्यकथेची आठवण करून देणारा हा आरंभ असूनही नाटककार केवळ प्रेक्षकाच्या कुतूहलाशी खेळण्यात, त्याची उत्कंठा चाळविण्यात आणि ती वृद्धिंगत करण्यात आनंद मानीत नाही. एकीकडे साध्यासुध्या प्रसंगांच्या आणि संवादांच्या द्वारे तो हेस्टर, तिचा पती कॉल्यर, तिचा प्रियकर फ्रेडी आणि आत्महत्येचा प्रयत्नानंतर तिच्या शरीरावर व मनावर उपचार करणारा मिलर यांच्या जीवनकथांचा एकेक पदर उकलून दाखवितो, तर दुसरीकडे प्रत्येक पदराच्या मागे असलेले मानवी मन किती विलक्षण आहे व त्यात भावनांची आणि विचारांची किती विचित्र गुंतागुंत होऊ शकते, हे तो सहृदयतेने प्रकट करतो.

या नाट्यककृतीला आधारभूत असलेल्या आत्महत्येच्या प्रयत्नापूर्वी हेस्टरने फ्रेडीला लिहून ठेवलेल्या या ओळी पाहा!

"प्रियतम फ्रेडी, मी नुकतेच ॲस्पिरिन घेतले आहे. ते घेण्यापूर्वी आता तुला जे मी सांगणार आहे, त्यातले अक्षर नि अक्षर माझ्या डोळ्यांपुढे स्वच्छ उभे होते. तुला लिहावयाचे हे पत्र मी मनात किती वेळा घोळविले आहे, म्हणून सांगू? प्रत्येक वेळी ते मला मोठे गंभीर, उदात्त आणि परिणामकारक वाटत आले होते; पण प्रत्यक्ष लिहिण्याचा क्षण येताच ते सारे सुंदर, हृदयस्पर्शी शब्द कुठे पळून गेले, ते माझे मलाच कळत नाही. या वेळी मी खरोखरच मृत्यूच्या मुखात पाऊल टाकले आहे! म्हणून कदाचित ते मला सुचत नसतील... उद्या सकाळी हे पत्र तुझ्या हातात पडेल, तेव्हा माझ्याविषयी तुझ्या मनात जी काही प्रीतीची भावना होती, ती सारी नाहीशी होईल, हे मी जाणून आहे. मला त्याबद्दल फार फार वाईट वाटतं! पण हा आत्मघाताचा मार्ग मी का स्वीकारीत आहे, हे तू नीट समजून घेतलंस, तर तू मला बहुधा क्षमा करशील. जगण्याचा मला असा कंटाळा का आला आणि मरणाचा मार्ग मी आपणहून का स्वीकारीत आहे, हे तुला कळायला, माझ्या भावनांशी तू अंशतः तरी समरस व्हावयास हवं; पण मी हे काय सांगतेय्? छे! ते तुला कधीच जमणार नाही, हे मला ठाऊक आहे. फ्रेडी, हा काही तुझा दोष नाही हं! अगदी खरं खरं सांगते मी. तुझा स्वभाव तुला बदलता येत नाही; माझा मला बदलता येत नाही! म्हणून तर... ते जाऊ दे. जे घडलं, ते आणि जे घडत आहे, त्यात कुणाला दोष द्यायचाच असला, तर आपणा दोघांना एकत्र आणून आणि आपली अशी क्रूर थट्टा करून स्वतःची करमणूक करून घेणाऱ्या देवालाच तो दिला पाहिजे."

हेस्टरच्या या ओळी वाचून रॅटिगनने आपल्या नाट्यविषयाचे वस्तुनिष्ठ दृष्टीने कसे चिंतन केले आहे, हे दिसून येईल. उत्कटता हा हेस्टरच्या स्वभावाचा स्थायिभाव आहे. त्यामुळेच व्यावहारिक दृष्टीने काडीचीही उणीव नसलेल्या कॉल्यरच्या सहवासात तिची प्रेमभावना अतृप्त राहते. ती पुन्हा प्रेमाचा खेळ खेळते. उदास फ्रेडीच्या आयुष्यात आपल्याला आनंद निर्माण करता येईल आणि आपल्या उत्कट प्रीतीला त्याच्याकडून तसाच प्रतिसाद मिळेल, या आशेने सामाजिक बंधनांची पर्वा न करता त्याच्यामागून धावणाऱ्या हेस्टरच्या पदरात निराशाच पडते. तसे पाहिले, तर कॉल्यर आणि फ्रेडी यांत वाईट कोणीच नाही. आपला अव्हेर करून परपुरुषाचा स्वीकार करणाऱ्या हेस्टरच्या सुखाची कॉल्यर काळजी करतो; इतकेच नव्हे, तर शेवटी फ्रेडी तिला सोडून वैमानिक होण्याकरिता निघतो, तेव्हा तो होस्टरला पुन्हा आपल्या घरी नेऊ इच्छितो. हेस्टरच्या कोमल, काव्यमय प्रीतीची त्याला कदाचित कल्पनाच आली नसेल! त्याच्या स्वभावाची ती मर्यादा आहे; पण व्यवहारी मनुष्यात अनेकदा न आढळणारे औदार्य त्याच्यात आहे. फ्रेडी त्याच्यासारखा स्थिर प्रवृत्तीचा पुरुष

नाही; पण आपल्या परीने त्याचेही हेस्टरवर प्रेम आहे. म्हणून तर हेस्टरला आपल्यापासून सुख मिळत नाही, असे दिसताच तो वैमानिक होऊन तिच्यापासून दूर जातो. त्याच्याच शब्दांत सांगायचे, तर 'अ'चे 'ब'वर प्रेम आहे; पण 'अ' ही व्यक्ती 'ब'वर ज्या रीतीने प्रेम करते, तसे 'ब'ला करताच येत नाही. तसे प्रेम करण्याची 'ब'ची इच्छा असते, पण तो ते करू शकत नाही. 'अ'ला 'माझ्यावर प्रेम कर' अशी विनंती करायला काही तो गेलेला नसतो! मग जे त्याच्या स्वभावातच नाही, ते तो कसे देणार? हेस्टरचे खरे दुःख हे आहे. विसाव्या शतकातल्या बंधमुक्त स्त्रीच्या पुढे दत्त म्हणून उभी राहिलेली ही नवी समस्या आहे. ती बाह्यतः सामाजिक असली, तरी तिची पाळेमुळे मानवी मनाच्या आणि जीवनाच्या भूमीत खोल पसरली आहेत. तिथे त्यांची गुंतागुंत झाली आहे. या गुंतागुंतीवर प्रकाश टाकून रॅटिगनने जे जीवनदर्शन घडविले आहे, त्यातच त्याची कुशलता दिसून येते.

या नाटकात एकंदर आठ पात्रे आहेत. हेस्टर, तिचा पती कॉल्यर, तिचा प्रियकर फ्रेडी आणि आत्महत्येच्या प्रयत्नानंतर तिला उपचार व उपदेश या दोन्ही मार्गांनी मदत करणारा मिलर, ही त्यातली प्रमुख पात्रे होत. उरलेली चार पात्रे मिसेस एल्टन, फिलिप वेल्च, त्याची बायको ॲन व फ्रेडीचा मित्र जॅकी जॅक्सन ही होत. मिसेस एल्टन ही हेस्टर ज्या चाळीत राहते, तिथली व्यवस्थापिका. फिलिप आणि ॲनी हे चाळीतले एक जोडपे. हेस्टरच्या आत्महत्येच्या प्रयत्नामुळे जो गोंधळ माजतो, त्यामुळे ही पात्रे या नाट्यकथेशी संलग्न झाली आहेत. तसे पाहिले, तर ही पात्रे दुय्यम दर्जाची. त्यांच्या सूक्ष्म चित्रणाला नाटकात अवसर मिळणे अगदी अशक्य; पण रॅटिगनने चातुर्याने आणि संयमाने त्यांचा उपयोग करून घेतला आहे. मिलर हेस्टरला शुद्धीवर आणण्याचा प्रयत्न करीत असताना फिलिप ॲनला म्हणतो,

"तू आता ऑफिसात जा ना! उगीच उशीर होईल तुला, मी इथं आहेच की!"

ॲन उत्तरते,

"अशी आत्महत्या काय दररोज पाहायला मिळते? उशिराबद्दल कुणी काही म्हणणार नाही मला! नि सोमवारी असे कामाचे ढीग तरी कुठं पडलेले असतात कचेरीत?"

थोड्या वेळाने ती नवऱ्याला विचारते,

"आत्महत्येचा प्रयत्न हा गुन्हा नाही का? मग तू उगीच पोलीस कचेरीत फोन करू नकोस!"

भावार्थ एवढाच, की या भानगडीत आपण अधिक अडकणे बरे नाही.

साक्षीपुराव्यासाठी उगीच हेलपाटे घालावे लागतील! चालू घटकेचे कुतूहल चघळण्यात जेवढा आनंद आहे, तेवढा घ्यावा आणि मुकाट्याने अंग झाडून दूर व्हावे!

फ्रेडी हा हेस्टरचा नवरा नाही, तिचा नवरा दुसराच कुणी मनुष्य आहे, हे रहस्य मिसेस एल्टनच्या तोंडून किती सहज रीतीने नाटककाराने वदविले आहे, ते पाहण्याजोगे आहे. कथाप्रसंगाचे धागे असोत अथवा स्वभावविशेषांचे धागे असोत, रॅटिगन जेवढ्या चातुर्याने त्यांची गुंफण करतो, तेवढ्याच कौशल्याने तो ते उलगडून दाखवितो. कथावस्तूच्या विकासाला साहाय्यभूत झालेले आणि हेस्टरने आत्मघाताच्या प्रयत्नापूर्वी लिहून ठेवलेले पत्र या दृष्टीने अभ्यासनीय आहे. पहिल्या अंकाच्या प्रारंभी मिलर बेशुद्ध हेस्टरला शुद्धीवर आणण्याचा प्रयत्न करीत असतो. अर्धवट गुंगीतच पत्रातला भावार्थ असंबद्ध रीतीने तिच्या तोंडातून बाहेर पडतो. ॲन व फिलिप यांचे कुतूहल त्या तुटक उद्गारांनी चाळविले जाते. थोड्या वेळाने ते पत्र मिसेस एल्टनला दिसते. ते उघडण्याची तीव्र इच्छा ॲनच्या मनात उत्पन्न होते; पण ते पत्र पोलिसांपुढे हजर करावे लागेल, असे फिलिपने सांगताच ही नसती ब्याद नको, म्हणून ती ते घाईघाईने मूळच्या जागी ठेवते. हेस्टर शुद्धीवर आल्यावर ते पत्र पाहते आणि आपल्या ड्रेसिंग गाऊनच्या खिशात ठेवते. फ्रेडी घरी आल्यावर आदल्या दिवशी हेस्टरचा वाढदिवस असूनही त्याला त्या गोष्टीचा विसर पडला. तो रात्री घरीच आला नाही. हेस्टरच्या मनाचा तोल जाण्याला जी अनेक कारणे घडली असतील, त्यातले हे एक तात्कालिक कारण होते, हे सहज सूचित केले आहे. तो आल्यावर या गोष्टीवरून दोघांची थोडी शाब्दिक चकमक होते; पण प्रेमी जोडप्यात युद्ध व्हायला जसा वेळ लागत नाही, तसा तह व्हायलाही लागत नाही, हा अनुभव लगेच येतो. हेस्टरच्या आत्महत्येच्या प्रयत्नाने निर्माण झालेले वादळ बाह्यत: शांत होत चालल्याचा भास होतो.

फ्रेडी तिला थट्टेखोरपणाने विचारतो,

"अजून माझ्यावर तुझं प्रेम आहे?"

हेस्टर शांतपणाने उत्तरते,

"आहे, निश्चित आहे..."

एवढे बोलून ती अंगावरला झगा काढून ठेवते आणि आपल्या खोलीत जाते.

फ्रेडीला सिगारेट ओढण्याची हुक्की येते. तो आपल्या खिशात हात घालतो; पण तिथला सारा साठा कधीच खलास झालेला असतो! तो हेस्टरपाशी सिगारेटची मागणी करतो. ती आतूनच आपल्या झग्याच्या खिशातून त्या घ्यायला सांगते. फ्रेडीला त्या खिशात केवळ सिगारेटचे पाकीटच मिळत नाही, तर हेस्टरने लिहून ठेवलेले ते 'शेवटचे पत्र'ही मिळते! स्वत:च्या नावाचे हेस्टरच्या अक्षरातले

पत्र पाहून तो चकित होतो आणि ते वाचू लागतो.

क्षणापूर्वी 'अजूनही माझं तुझ्यावर प्रेम आहे' असे ज्या हेस्टरने आपल्याला सांगितले, ती आपल्याच पायी कातावून आणि वैतागून आदल्या रात्री आत्महत्या करायला निघाली होती, हे फ्रेडीला कळते! तो गोंधळतो, दुःखी होतो. त्याचे विचारचक्र विलक्षण वेगाने सुरू होते.

इथेच पहिला अंक संपतो. हा सर्व अंक कुशल मांडणीच्या दृष्टीने नवशिक्या नाटककारांना मार्गदर्शक ठरेल, असाच आहे. रॅटिगनसारख्या आधुनिक पाश्चात्त्य नाटककारांनी केवळ इब्सेनचे तंत्रचातुर्यच आत्मसात केले आहे, असे नाही, तर विविध घटनांची मांडणी व परिपोष करताना चित्रपट-तंत्राचाही आवश्यक तेवढा अवलंब ते करतात. त्यामुळे त्यांच्या अत्यंत साध्या कथानकातसुद्धा सफाई दिसते व जाणवते.

मात्र मला या नाटकाचे आकर्षण वाटले, ते काही चतुर मांडणी किंवा सुटसुटीत व अर्थपूर्ण संवाद यांच्यामुळे नव्हे. हेस्टरच्या जीवनाच्या द्वारे जुन्या रूढीच्या व कल्पनांच्या शृंखलांतून मुक्त झालेल्या स्त्री-पुरुषांतल्या प्रीतीचा अंतर्मुख दृष्टीने नाटककाराने जो विचार केला आहे, त्यामुळे नाटक हातावेगळे झाले, तरी आपल्याला एक प्रकारची हुरहूर वाटत राहते. आपण मनाशी म्हणतो,

"हेस्टरच्या फ्रेडीविषयीच्या आकर्षणाचे खरे स्वरूप तरी काय होते?''

तिच्या पतीला ते आकर्षण वासनामूलक वाटते. दुसऱ्या अंकात तिच्याशी बोलताना तो तसे सूचितसुद्धा करतो; पण त्याला हेस्टर जे उत्तर देते, ते निःसंशय प्रामाणिकपणाचे आहे. ती कॉल्यरला म्हणते,

"बिल, खरं सांगू? फ्रेडीविषयी माझी जी भावना आहे, तिचे स्वरूप तुम्हांला, मला किंवा दुसऱ्या कुणालाच कधीही वर्णन करून सांगता येणार नाही. ती एक खोल आणि संमिश्र भावना आहे. चापूनचोपून घडी घालून, वर 'वासना' अशी चिठ्ठी चिकटवण्याइतकी ती उथळ किंवा साधी भावना नाही. कामवासना हे काही जीवनाचे सर्वस्व होऊ शकत नाही; पण देवाशपथ सांगते, मला फ्रेडी माझ्या जीवनाचं सर्वस्व वाटतो.''

हेस्टर त्या आकर्षणातील वासनेचा भाग अमान्य करीत नाही; पण केवळ वासनेच्या तृप्तीसाठीच का तिने कर्तृत्ववान पती आणि सुखवस्तू जीवन यांचा जाणून-बुजून त्याग केला होता? फ्रेडीच्या सहवासात तिला ज्या हालअपेष्टा भोगाव्या लागल्या आणि ज्या तिने हसतमुखाने भोगल्या, त्या काय केवळ वासनेच्या नादी लागून? पहिल्या अंकात कॉल्यर तिला आत्महत्येला प्रवृत्त होण्याचे कारण विचारतो, तेव्हाचे तिचे उत्तरही लक्षात घेण्याजोगे आहे.

कॉल्यर प्रश्न करतो,

"तुझ्या मनाचा असा तोल जाण्याचं कारण काय?"

ती उत्तरते,

"कोण जाणे! अनेक चित्रविचित्र भावनांची एक प्रचंड लाट माझ्या मनात उसळली आणि तिच्याबरोबर मी वाहून गेले."

कॉल्यर म्हणतो,

"त्या भावनांना काही नाव देता येईल की नाही?"

ती उत्तरते,

"न यायला काय झालं? राग, द्वेष आणि लाज या तिन्हीचं एक विलक्षण मिश्रण माझ्या मनात तयार झालं! फ्रेडीविषयीचा राग, स्वत:विषयीचा द्वेष आणि अशा स्थितीतही आपण जिवंत आहोत म्हणून वाटणारी लाज, यांनी माझं मन व्यापून टाकलं. साहजिकच माझा तोल गेला."

हेस्टरचे हे सर्व उद्‌गार वाचले की आपल्याला तिच्या दुःखाची खरीखुरी कल्पना येते. हे दुःख थोडेसे लोकविलक्षण आहे खरे! पण ते पूर्णपणे सत्य आहे. हेस्टर प्रीतीचा शोध करायला निघाली होती! तो साध्या प्रीतीचा, व्यवहारी प्रीतीचा; शरीरसुख आणि द्रव्यसुख यांच्याशीच मुख्यतः संबंध असलेल्या प्रीताचा शोध नव्हता! तिला प्रीतीचा पूर्णावतार पाहायचा होता. बिचारी हेस्टर! या अपूर्ण जगात पूर्ण काहीच असू शकत नाही! मग प्रीती तरी याला कुठून अपवाद होणार? तिला विसर पडला याचा! भावनेच्या भरात ती एक गोष्ट पार विसरली – प्रीतीच्या खेळात माणसाला फक्त दान द्यायचा अधिकार असतो. त्या दानाची फेड तेवढ्याच उत्कट रीतीने व्हावी, अशी त्याची कितीही तीव्र इच्छा असली, तरी ती सफल होण्यासारखी मानवी जीवनाची रचनाच देवाने केलेली नाही. पती कसाही असो, तो आपल्या प्रेमाला प्रतिसाद देवो वा न देवो, त्याच्याशिवाय आपल्याला दुसरी गती नाही, या जाणिवेने जुनी स्त्री जगली. नवी स्त्री तिच्या मानाने कितीतरी स्वतंत्र झाली आहे. आपले मन मारून जगण्याचे तिला काहीच कारण नाही. हेस्टर ही अशाच स्त्रियांची प्रतिनिधी आहे. उत्कट प्रेमासाठी ती पतीला सोडून प्रियकराकडे वळते; पण तो प्रियकर अप्रामाणिक नसूनही ती भग्नहृदय होते. तिच्या सर्व कोमल भावना अतृप्तच राहतात. प्रीतीच्या पूर्णत्वाचा शोध हे तिच्या दृष्टीने मृगजळच ठरते. म्हणूनच ती आत्महत्येला प्रवृत्त होते.

हेस्टरच्या भावनांचे हे सर्व चढउतार लक्षात घेतले, म्हणजे सामाजिक पार्श्वभूमीपेक्षा सर्वस्वी निराळ्या आणि अधिक काव्यात्म पार्श्वभूमीवर या समस्येचे चित्रण झाले असते, तर तिला निराळाच रंग चढला असता, असे

मनात आल्यावाचून राहत नाही. वास्तवाच्या सर्व मर्यादा कटाक्षाने पाळण्याच्या प्रतिज्ञेमुळे गॅल्सवर्दीच्या अनेक चांगल्या सामाजिक नाटकांचा रसोत्कर्ष खंडित झाला आहे. प्रीस्टलीची पुष्कळ नाटके तशीच आहेत. ती वाचनीय वाटतात. तंत्रचातुर्य व अभिनयकौशल्य यामुळे ही नाटके प्रेक्षणीयही होत असतील; पण वाचकाला त्यांच्यातला फिक्कटपणा नि:संशय जाणवतो. जिथे सामाजिक समस्येतून जीवनातल्या खोल सत्याकडे जाण्याचा प्रयत्न असेल, तिथे वास्तवाचे स्थानी-अस्थानी होणारे प्रदर्शन त्या सत्याचे स्वरूप प्रभावी रीतीने व्यक्त करायला अपुरे पडते.

'दि डीप ब्ल्यू सी' मध्ये थोडेसे असेच घडले आहे. मिलरचे पात्र निर्माण करून त्याच्या जीवनविषयक उद्‌गारांद्वारे ती उणीव दूर करण्याचा प्रयत्न रॅटिगनने केला आहे. आपल्यापासून हेस्टरला सुख मिळत नाही, हे लक्षात घेऊन नाटकाच्या शेवटी फ्रेडी दूरदेशी जायला निघतो. कॉल्यर हेस्टरचा पुन्हा स्वीकार करायला तयार असला, तरी परत त्याच्या घरी जाऊन राहण्यात तिला स्वारस्य वाटत नाही. अशा असहाय स्थितीत आदल्या रात्री आत्महत्या करायला प्रवृत्त झालेली तरुणी दुसऱ्या रात्री पुन्हा त्याच मार्गाचा अवलंब करू लागली, तर त्यात नवल कसले!

हेस्टरला या भीषण संकटातून वाचविण्याचे आणि तिच्या मनाचा तोल सावरण्याचे काम मिलर करतो. तो स्वत: मोठा सुखी प्राणी आहे, असे मुळीच नाही. डॉक्टर असूनही आपला धंदा उजळमाथ्याने करण्याची बंदी झालेला तो एक दुर्दैवी गृहस्थ आहे; पण त्याने कणखर मनाने त्या दुर्दैवाशी मुकाबला केलेला आहे. त्याचे सारे तत्त्वज्ञान जीवनाच्या या कटू अनुभवांतूनच साकार झाले आहे.

"आशेवाचून माणूस या जगात कसा जगू शकेल?" असे हेस्टर त्याला शेवटी विचारते.

तो उत्तरतो,

"आशेवाचून जगणं याचा अर्थ निराशेवाचून जगणं असा होत नाही!"

हेस्टरला हे नुसते पोकळ शब्द वाटतात.

ती परत प्रश्न करते,

"आशेच्या पलीकडं या जगात दुसरं काय आहे?"

मिलर उत्तर देतो,

"आशेच्या पलीकडंसुद्धा जीवन आहे. माझ्यावर विश्वास ठेव. जगणं हाच जीवनाचा हेतू आहे. इस्पितळातलं माझं काम मला जगायला मदत करतं. तुलाही असंच काम शोधून काढता येईल. तुला चांगली चित्रं काढायचा नाद

आहे. त्यातून तुला दिलासा मिळेल.'' शेवटी तो तिला म्हणतो, ''जगाच्या दृष्टीनं स्वत:कडे पाहण्यात मोठा शूरपणा असेल! पण काही काही वेळा त्यात कमालीचा मूर्खपणाही असू शकतो. तुझ्या जीवनाचा निर्णय करण्याचा जगाला काय अधिकार आहे? कुणाच्याही जीवनाला बरं-वाईट म्हणून त्याला निकालात काढणाऱ्या जगाला त्या व्यक्तीच्या भावनांशी समरस होण्याची शक्ती हवी! पण ही शक्ती जगातल्या कितीशा माणसांपाशी असते? हजारांतून एखाद्याच्या! तुझ्या भावना फक्त तुलाच ठाऊक आहेत; आणि तुझ्या इच्छाशक्तीला ज्या परिस्थितीशी झगडावं लागलं, ती किती प्रतिकूल होती, हेही फक्त तुझं तुलाच माहीत आहे.''

मिलरच्या भाषणानंतर हेस्टरचे मन शांत होते व ती फ्रेडीला शांतपणाने निरोप देते. चित्रकलेचा अभ्यास करण्याचा आपला बेतसुद्धा ती त्याला जाता-जाता सांगते. नाटक सुरू होते, ते हेस्टरच्या मनाच्या प्रक्षोभातून निर्माण झालेल्या कृतीमुळे. ते संपते, तेव्हा हेस्टरला मन:शांती मिळविण्याचा मार्ग – अगदी अंधूक का होईना – दिसू लागलेला असतो.

रॅटिगनने निर्माण केलेले मिलरचे पात्र आणि त्याच्या तोंडून वदविलेले जीवनाचे तत्त्वज्ञान वाचीत असता, राहून-राहून माझ्या मनात येत होते, संसारातली सुखदु:खे पचवून त्याच्याकडे तत्त्वज्ञाच्या दृष्टीने पाहणारी पात्रे पाश्चात्त्य नाटक-कादंबऱ्यांत अधिक प्रमाणात का दिसू लागली आहेत? व्यक्ती कितीही स्वतंत्र झाली आणि त्या स्वातंत्र्याच्या बळावर हवे ते मिळविण्याचा तिने कितीही प्रयत्न केला, तरी या जगात तिला ते मिळतेच, असे नाही. किंबहुना, ते न मिळण्याचा संभवच अधिक असतो. विसाव्या शतकाच्या पूर्वीच्या जगात हे असमाधान आणि अतृप्ती माणसाच्या वाट्याला येत नव्हती, असे नाही, पण जीवनाची सर्व सूत्रे परमेश्वर हलवीत असतो, आपल्या वाट्याला तो जो पेला देईल – मग तो अमृताने भरलेला असो अथवा हलाहलाने भरलेला असो – तो मुकाट्याने तोंडाला लावलाच पाहिजे, या श्रद्धेने अतृप्ती, अपयश आणि विफलता यांना प्राचीन काळी मनुष्य तोंड देऊ शकत असे; पण विसाव्या शतकातल्या मनुष्याचा हा आधार तुटला आहे. दोरी तुटलेल्या पतंगासारखी त्याची स्थिती झाली आहे. ऐहिक मूल्यांचे नियंत्रण करणारी जुनी धार्मिक मूल्ये बुद्धीला पटत नाहीत, म्हणून गेल्या शतकात त्याने ती सोडून दिली. नवी आत्मिक मूल्ये निर्माण करण्याला, प्रथम नाना प्रकारच्या वैज्ञानिक शोधांच्या नादात, मग त्यातून निर्माण झालेल्या सुखसोयींच्या आणि विलासाच्या उन्मादात, नंतर दोन महायुद्धांत आणि त्यानंतर ॲटम बॉम्ब व हायड्रोजन बॉम्ब यांच्या भयचकित करून सोडणाऱ्या गोंधळात, त्याला सवडच झाली नाही; पण त्यामुळे माणसाच्या मनातही ही नवी पोकळी भयानक स्वरूप धारण करीत आहे. हेस्टरच्या रूपाने

रॅटिगनने तिचे परिणामकारक चित्रण केले आहे. तिच्या मनातली ती पोकळी भरून काढण्याचा प्रयत्न करताना प्रीती हासुद्धा एक कर्मयोग आहे, असे मिलरकडून जे नकळत सुचविले जाते, ते किती अर्थपूर्ण आहे! आजच्या पाश्चात्त्य जीवनात विविध प्रकारचे काव्य निश्चित आहे; पण ते काव्य ओसाड आडातील फुलासारखे आहे. त्या भग्नहृदय काव्याला आज जो थोडासा दिलासा मिळत आहे, तो भारतीय संस्कृतीतल्या तत्त्वज्ञानाचा! हे काय होत आहे, याचा विचार केवळ आमच्या साहित्यिकांनीच नव्हे, तर समाजधुरीणांनीही अवश्य केला पाहिजे.

१९५६

# । धर्म विरुद्ध व्यवहार ।

नाटककार, कादंबरीकार, कथालेखक, टीकाकार इत्यादी अनेक नात्यांनी 'सॉमरसेट मॉम' हा ग्रंथकार आधुनिक इंग्रजी वाङ्मयाच्या भोक्त्यांचा एक आवडता लेखक आहे. 'रेन', 'लेटर', 'टू मेनी हजबंड्स', 'रेझर्स एज' वगैरे बोलपटांमुळे तो चित्रपट प्रेक्षकांनाही सुपरिचित झाला आहे. अष्टपैलूपणा, वास्तववादी दृष्टिकोन, पौर्वात्य पार्श्वभूमी, मार्मिक संवाद हे त्याचे उल्लेखनीय विशेष आहेत. शॉ, गॅल्सवर्दी, बॅरी यांच्याप्रमाणे त्यानेही आधुनिक इंग्रजी रंगभूमी गाजविली असून, त्याच्या 'दि सर्कल', 'सीझर्स वाईफ', 'अवर बेटर्स', 'दि कॉन्स्टंट वाइफ', 'ब्रेड विनर', इत्यादी नाटकांविषयी टीकाकारांनी कौतुकाचे उद्‌गार काढले आहेत; पण त्याचे विपुल नाट्यवाङ्मय वाचीत असताना त्याच्या या गाजलेल्या नाटकांपेक्षा दुसऱ्याच एका नाटकाभोवती माझे मन अधिक वेळ रेंगाळत राहिले. त्याच्या लोकप्रिय नाटकांत बांधेसूद रचना, वरिष्ठ वर्गाच्या जीवनाचे वेधक आणि भेदक दर्शन, चमकदार संवाद, इत्यादी गुण निःसंशय आहेत. त्यामुळेच त्यांना रंगभूमीवर यश मिळाले; पण आपल्या वैशिष्ट्याने मला आकृष्ट करणारे त्याचे नाटक ही एक अयशस्वी कलाकृती आहे. ते जसे त्याच्या टीकाकारांना आवडले नाही, तसे त्याला चाहणाऱ्या असंख्य प्रेक्षकांनाही पसंत पडले नाही. बहुधा आपला नेहमीचा मॉम त्यात त्यांना कुठे दिसत नसावा! ज्यांना चरितार्थाची कधीच चिंता करावी लागत नाही, जीवनातल्या पहिल्या भुकेची परस्परसुंदर व्यवस्था लागल्यामुळे दुसऱ्या भुकेच्या बाबतीत निर्माण होणारे स्वाभाविक अथवा कृत्रिम प्रश्नच ज्यांना महत्त्वाचे वाटतात, अशा सुखवस्तू आणि बुद्धिजीवी पांढरपेशांचेच चित्रण मॉमच्या बहुतेक नाटकांत झालेले आहे. त्याच्या विनोदशक्तीला व टीकाबुद्धीला त्या क्षेत्रात भरपूर अवसर मिळाला. त्यामुळे साहजिकच असली नाटके सर्वसामान्य प्रेक्षकालाही आकर्षक वाटली.

पण लोकांच्या दृष्टीने नावडत्या ठरलेल्या त्याच्या ''शेपे'' या नाटकाची गोष्ट निराळी आहे. मॉम स्वत: या नाटकाविषयी म्हणतो,

''शेपे पाहून पुष्कळ टीकाकार बुचकळ्यात पडले. नाट्यरचनेच्या मूलभूत सिद्धान्तांशी अत्यंत अपरिचित असलेल्या त्यांच्यापैकी काही पंडितांनी, या नाटकात मी एक महत्त्वाचा प्रश्न निर्माण करून तो सोडविला नाही, म्हणून माझ्यावर हत्यार उगारले. नाटककार एक विशिष्ट घटना कथावस्तू म्हणून निवडतो आणि मग तिच्यातून नाट्यपूर्ण रीतीने जितका रस निर्माण करता येईल, तितका करतो, या वस्तुस्थितीकडे त्यांनी लक्षच दिले नाही. एखादी सामाजिक समस्या सोडविण्याची प्रतिज्ञा करून काही मी 'शेपे' हे नाटक लिहिले नाही. ते माझ्या पद्धतीप्रमाणे उपरोधावरच अधिष्ठित झालेले आहे. माझ्या नेहमीच्या लेखनापेक्षा ते फार निराळे आहे, असे लोकांनी का म्हणावे, हे मला कळत नाही. त्यातला नायक श्रीमंतांना शोभणाऱ्या बंगल्यात न राहता गरिबांच्या मोहल्ल्यात राहतो आणि या नाटकातला संघर्ष प्रेमाच्या भानगडी किंवा लफडी यांतून उत्पन्न झालेला नसून, धर्माच्या तत्त्वाप्रमाणे प्रामाणिकपणाने वागण्याचा प्रयत्न करणाऱ्या नायकाच्या मनोवृत्तीतून निर्माण झाला आहे, हे खरे! पण एवढ्यामुळे प्रेक्षकांनी बिचकून जाण्याचे मुळीच कारण नव्हते.''

बिचारा मॉम! बुद्धीला गुदगुल्या करणारा लेखक लोकांना हवा असतो; पण गुदगुल्या करता-करता तो लेखक त्यांच्या सदसद्विवेकबुद्धीला चिमटे घेऊ लागला, तर ते लगेच अस्वस्थ होतात, हे तो प्रामाणिक आविष्काराच्या भरात विसरून गेला!

या नाटकाचा नायक शेपे हा एक न्हावी आहे. मध्यम वयाचा, थोडेसे अंग सुटलेला, संभाषणचतुर (न्हाव्याच्या बाबतीत हे विशेषण मुद्दाम घालण्याची खरोखरीच आवश्यकता नाही. बोलकेपणा हा त्याच्या धंद्यातल्या कौशल्याचा एक महत्त्वाचा भाग असतो. चांगल्या न्हाव्याच्या हाताइतकीच त्याची जीभही हलकी असते, हा अनुभव कुणाला नाही?) आणि सहृदय असा हा जीव एका केशकर्तनालयात नोकरी करून पोट भरीत असतो. मॉमने आपल्या पहिल्या अंकाची मांडणी याच जागी केली आहे. नाटकातले शेपेचे पहिले वाक्य तो ज्याची दाढी करीत आहे, त्या गृहस्थाला उद्देशून 'वस्तरा ठीक आहे ना, साहेब?' असे आहे. जाणारी-येणारी गिऱ्हाइके, शेपेबरोबर दुकानात काम करणारी आल्बर्ट, मिस ग्रँज वगैरे मंडळी आणि दुकानातून जाणाऱ्या गिऱ्हाइकाच्या गळ्यात एखादी तेलाची किंवा कलपाची बाटली बांधण्यासाठी चाललेली या मंडळींची धडपड ह्या सर्व गोष्टी मॉमने अंकाच्या आरंभी संथपणे चित्रित केल्या आहेत. शेपे मधूनमधून घोड्यावर पैसे लावीत असतो, मात्र एका वेळी एका

शिलिंगापेक्षा तो कधीही अधिक पैसे खर्च करीत नाही, एवढे या थोड्याफार स्वैर संभाषणात प्रेक्षकाला कळते. त्यानंतर बोल्टन नावाच्या वस्ताद गिऱ्हाइकाला कलपाची एक बाटली विकत घ्यायला लावण्यात शेपे आपले सर्व वाक्चातुर्य खर्च करू लागतो. विजय मिळविण्याची त्याची पद्धती एखाद्या कुशल सेनापतीला साजेल अशीच आहे. पहिल्यांदा तो बोल्टनला म्हणतो,

"मनुष्याला आपल्या सौंदर्याचा फार अभिमान वाटतो, साहेब! असल्या अभिमानावरच आमच्यासारख्यांचं पोट अवलंबून असते. या बाबतीत बायका आणि पुरुष असा भेदभाव करण्यात काही अर्थ नाही. आपण सुंदर दिसावे आणि तरुण भासावे, असे कुणाला वाटत नाही? आता हेच पाहा. हे तुमच्या कपाळावरले करडे होऊ लागलेले केस. आता तुम्ही पन्नाशीत आल्यासारखे दिसताहा ना? आमच्याकडे असलेला हा कलप लावलात की तीन आठवड्यांत तिशीतले तरणेबांड गडी दिसू लागाल तुम्ही! अहो, पंचवीस शिलिंगांखाली आम्हांला ही बाटली विकताच येत नाही! फक्त तीन आठवडे या बाटलीचा उपयोग करा. अवघे वीस दिवस आणि मग आरशात पाहा..."

पण बोल्टन हाही मोठा खमक्या गृहस्थ असतो. तो काही केल्या शेपेच्या जाळ्यात सापडत नाही. तेव्हा शेपे त्याला या कलपामुळे घडून आलेल्या एका मोठ्या गमतीचे रसभरीत वर्णन करतो. तो त्याला म्हणतो,

"तो मार्क्विस तुम्हांला ठाऊक आहे ना? आणि त्याचा तो धाकटा भाऊ जॉन? मार्क्विसचे केस भराभर पांढरे होऊ लागले होते. अगदी बेचैन होऊन गेली होती स्वारी! आपले पांढरे होणारे केस पाहून झोप उडून गेली, महाराजा, त्याची! पण ही बाटली वापरण्याचा मी काही त्याला आग्रह केला नाही. तोच हट्टाने ती विकत घेऊन गेला. पुढे दोन-तीन आठवड्यांनी एके दिवशी सकाळी एक गृहस्थ येऊन या खुर्चीत बसला. 'गुड मॉर्निंग, लॉर्ड जॉन' म्हणून मी त्याला नमस्कार केला. त्याबरोबर खो-खो हसत तो मला म्हणाला, 'अरे वेड्या, मी जॉन नाही. मी त्याचा थोरला भाऊ मार्क्विस.' त्याच्या चेहऱ्याकडे पाहून मी थक्कच झालो. काय त्या बाटलीची करामत, पाहा! हुबेहूब आपल्या पंधरा वर्षांनी लहान असलेल्या भावासारखा तो दिसू लागला होता."

शेपेचे मुख्य लक्ष बोल्टनच्या गळ्यात कलपाची बाटली बांधण्यावरच असले, तरी मधूनमधून तो दुसऱ्या गोष्टीही बोलत असतो. आयरिश स्वीपचे दरवर्षी एक तिकीट घेण्याचा आपला प्रघात आहे. यंदाही आपण ते काढले आहे आणि त्या शर्यतीचा निकाल काल-आज व्हायचा होता, इत्यादी गोष्टी ओघाओघाने त्याच्या बोलण्यात येतात. मग संभाषणाचा ओघ सकाळी शेपे दुकानात का आला नव्हता, या गोष्टीकडे वळतो. सकाळी तो साक्षीदार म्हणून

पोलीस-कोर्टात गेलेला असतो. एका डॉक्टरच्या मोटारीतून त्याचा ओव्हरकोट पळवीत असलेले एक पोर त्याने सहज पाहिले. लगेच त्याने त्याला पकडून पोलिसांच्या हवाली केले. साक्षीदार म्हणून कोर्टात गेल्यावर त्याला त्या मुलाची खरी हकिकत कळते. दोन दिवस उपाशी असल्यामुळे ते पोर चोरी करायला प्रवृत्त झालेले असते. हे सारे सांगून शेपे शेवटी म्हणतो,

''मी त्या पोराला पकडून पोलिसाच्या हवाली केले नसते, तर बरे झाले असते.''

चोरीच्या आरोपावरून कोर्टात खेचली गेलेली दुसरी एक बाई पाहूनही त्याच्या मनात अशीच करुणा निर्माण होते. आठवड्याला अवघे अठरा शिलिंग मिळविणारी आई! एवढ्यात तिला आपले आणि तीन मुलांचे पोट भरावे लागते. तिची हकिकत सांगत असताना शेपे उद्‌गारतो,

''बिचारीच्या मनात चोरीची इच्छा उत्पन्न झाली नसती, तरच नवल!''

गरिबीच्या बाबतीत सर्वसामान्य मने बधिर झालेली असतात. गतानुगतिक दृष्टीने ती दारिद्र्याचा विचार करतात. स्वार्थ, दैववाद, सुखवस्तूपणा, इत्यादी कारणांमुळे गरिबी म्हणजे माणसाने माणसाचा केलेला द्रोह ही कल्पनाच अनेकांना पटत नाही. शेपेची ही दयाबुद्धी अस्थानी आहे, असे दाढी करून घेत असलेला बोल्टन व दुकानातले नखांचे खाते जिच्याकडे असते, ती मिस ग्रँज ही दोघेही म्हणतात, याचे कारण हेच आहे.

बोल्टन थंडपणाने उद्‌गारतो,

''हल्ली जिकडं पाहावं, तिकडं दारिद्र्य आणि दुःखच दिसतं! पण त्याला कोण काय करणार?''

मिस ग्रँज उद्‌गारते,

''मी तेच म्हणते. जगाच्या आरंभापासून त्यात श्रीमंत आणि गरीब माणसं राहत आली आहेत... आणि जगाच्या अंतापर्यंत ती तशीच राहणार! शेपे, तुला सकाळ-संध्याकाळ जेवायला मिळतंय, कसं का होईना राहायला, बरं-वाईट घर आहे. तू उगीच या लोकांची काळजी करून आपलं डोकं का पिकवून घेतोस?''

शेपे उत्तरतो,

''मी नेहमी या गोष्टीचा विचार करतो, असं थोडंच आहे? पण आज सकाळी माझ्या डोळ्यांनी या गोष्टी पाहिल्या. त्या दुर्दैवी माणसाचं दुःख माझ्या काळजाला जाऊन भिडलं. आरोपीच्या पिंजऱ्यात उभी असलेली ती माणसं! ती तुमच्या-माझ्यापेक्षा थोडीच निराळी आहेत? माझ्या मनात आलं... मला जेवढे पैसे मिळताहेत, तेवढे जर यांना मिळत असते, तर ती इथं कधीच आली नसती!''

हा संवाद सुरू असतानाच 'तुझी बायको तुला फोनवर बोलवीत आहे', असे

आल्बर्ट शेपेला सांगतो. तो उत्तर देतो,

"हातातलं काम सोडून मी फोनवर जाणार नाही. तिला म्हणावं, बकिंग हॅम पॅलेसमधून इंग्लंडच्या राजानं मला एखादी पदवी देण्याकरिता फोन केला, तरीसुद्धा हातात घेतलेली दाढी अर्धवट सोडून त्याच्याशी फोनवर बोलायला मी जाणार नाही."

एवढे बोलून तो बोल्टनची दाढी संपवू लागतो.

इतक्यात त्याचा मालक ब्रॅडले एकदम प्रवेश करतो आणि म्हणतो,

"शेपे, ठेव आधी तो वस्तरा खाली ठेव. तुला शर्यतीत बक्षीस मिळालंय!"

'असेल शेपन्नास पौंडांचे बक्षीस' असा शेपे मनात तर्क करतो व मुकाट्याने आपले दाढीचे काम सुरू ठेवतो. दाढी संपवून आणि बोल्टनच्या गळ्यात कलपाची एक बाटली बांधून तो त्याची रवानगी करतो. बोल्टन दुकानाबाहेर पडताच ती बाटली खपविण्यात आपण केवढे कौशल्य व्यक्त केले, याबद्दल तो आपली स्वतःची पाठ थोपटून घेतो. इतक्यात हातात कॅमेरा घेऊन एका वर्तमानपत्राचा बातमीदार शेपेचा शोध घेत तिथे येतो. तो त्याची मुलाखत घ्यायला आलेला असतो. त्याच्याकडून शेपेला साडेआठ हजार पौंडांचे बक्षीस मिळाल्याचे सर्वांना प्रथम कळते. साडेआठ हजार पौंड या आकड्याने सारेच थक्क होतात. दुकानात काम करणारी दुसरी एक बाई मिस जेम्स रडूच लागते; पण शेपे मात्र शांत असतो. आपण या पैशातून काय-काय करायचे ठरविले आहे, हे तो व्यवस्थितपणे सांगतो. छोटेसे घर, थोडीशी शेती, थाटामाटात करायचं मुलीचं लग्न, बायकोचं आता वय होत आल्यामुळं तिच्या मदतीला एखादं माणूस – मनोरथांची संपूर्ण यादी त्याच्यापाशी तयार आहे. त्याच्या परिचयाबरोबरच, काम करतानाचा त्याचा एक फोटोही हवा, असे बातमीदार म्हणतो. दुकान बंद व्हायची वेळ झाल्यामुळे गिऱ्हाईक तर कुणीच नसते. शेवटी दुकानाचा मालक ब्रॅडले याने गिऱ्हाइकाची भूमिका घ्यावी, असे ठरते. शेपे बातमीदाराला विचारतो,

"दाढी करतानाचा फोटो हवा, की केस कापतानाचा?"

या फोटोत आपणही चमकू, या आशेने मिस् ग्रँज म्हणते,

"मी माझं स्टूल जवळ घेते आणि नखं काढीत बसले आहे, असे दाखविते."

आल्बर्ट दुसऱ्या बाजूनं फोटोत येण्याकरिता धडपड करतो. शेवटी एकदाची त्या बातमीदाराच्या मनासारखी माणसांची जुळवाजुळव होते. तो सर्वांना म्हणतो,

"आता माझ्याकडं पाहा. हसा, थोडं हसा! आपण काही कुणाला स्मशानात पोहोचवायला चाललो नाही. आपल्या दोस्ताला साडेआठ हजार पौंडांचं बक्षीस मिळालं आहे, हे ध्यानात ठेवून चेहऱ्यावर थोडं हसू आणा."

बातमीदार निघून गेल्यावर शेपेचे अभिनंदन करण्याकरिता छोटासा समारंभ करण्याचे ब्रॅडले ठरवितो. त्याकरिता शँपेनची बाटली टेबलावर हजर होते न होते, तोच शेपे साधारण सुरेख दिसणाऱ्या पण चेहऱ्याची रंगरंगोटी केलेल्या बेसीला घेऊन आत येतो. संध्याकाळी दुकान बंद केल्यावर तो जिथे दररोज बिअर घेत असतो, तिथे त्याची व या बाईची ओळख झालेली असते. बेसीच्या चेहऱ्याकडे पाहून मिस ग्रँज हळूच शेपेच्या कानात म्हणते,

"ही काही मोठीशी सभ्य बाई दिसत नाही."

शेपे उत्तरतो,

"ते ठाऊक आहे मला! पण आपणाला काही दररोज साडेआठ हजार पौंडांची बक्षिसं मिळत नाहीत. आनंदाच्या वेळी तरी माणसानं आपलं मन उदार करायला हवं!"

शेपेचे अभिनंदन करून सर्व मंडळी बाहेर पडतात. फक्त बेसी तेवढी दुकानात राहते. शेपे दार लावायला जातो. तो परत येऊन पाहतो, तो त्याला बेसी रडत असलेली दिसते. सबंध दिवसात तिच्या पोटात अन्नाचा कणही गेलेला नसतो. 'आज रात्री जर आपल्याला गिऱ्हाईक मिळाले तर ठीक आहे, नाही तर आपल्याला खोली सोडून बाहेर रस्त्यावर यावे लागेल.' असे ती शेपेला सांगते. तिचा इतिहास तो सहानुभूतीने ऐकून घेतो – दीड वर्षांपूर्वी ती एका चांगल्या जागेत राहत होती. तीन-चार सद्गृहस्थ तिच्याकडे येत असत. ते सारे विवाहित होते. विवाहित माणसांना आपली प्रेमरहस्ये गुप्त ठेवणे अत्यंत आवश्यक असते. त्यामुळे त्यांच्याकडून तिला चांगली मिळकत होत असे; पण पुढे ती न्यूमोनियाने आजारी पडते. त्या आजारात तिचा आकर्षकपणा कमी होतो. तिच्याकडे येणाऱ्यांपैकी एकाचे दिवाळे निघते; आणि मग शेवटी अगदी सामान्य वेश्यांप्रमाणे देहविक्रय करून पोट भरण्याची वेळ तिच्यावर येते.

ही कहाणी ऐकून शेपेला तिची दया येते. तो तिला पाच शिलिंग देतो; पण याच वेळी त्याला एकदम भोवळ आल्यासारखे होते. तो थोडा वेळ बेशुद्ध होतो. शुद्धीवर आल्यावर त्याला गुदमरल्यासारखे वाटू लागते. हा बहुधा शँपेनचा परिणाम असावा, असे बेसी म्हणते. आता त्याने चालत घरी न जाता टॅक्सी करून जावे, असे ती सुचविते.

शेपे म्हणतो,

'मी टॅक्सी करून घरी गेलो, की माझं डोकं फिरलंय, असं माझ्या बायकोला वाटेल!"

तिच्या हाताचा आधार घेऊन तो दुकानाबाहेर पडतो. पहिला अंक संपण्याच्या वेळचा हा प्रसंग आहे. या वेळी बेसीचा व त्याचा एवढाच संवाद होतो.

बेसी : आता बरं वाटतं ना तुम्हांला?

शेपे : अगदी छान! किती हलकं वाटायला लागलंय मला! मी मोठ्या मजेत आहे. अगदी सुखात आहे.

बेसी : फार चांगली गोष्ट आहे ही! कारण आजच्या जगात सुख ही फार दुर्मीळ गोष्ट आहे.

शेपे : पण जगातल्या साऱ्या माणसांनी सुखी व्हावं, अशी माझी इच्छा आहे. अगदी मनापासूनची इच्छा आहे.

बेसी : ते अगदी अशक्य आहे, शेपी! जगात सर्वांना पुरेल, इतकं सुखच नाही!

आठ दिवसांनी शेपेच्या घरी सुरू होणाऱ्या घटनेने दुसऱ्या अंकाची सुरुवात होते. शेपेची मुलगी फ्लॉरी आईपाशी, लवकरच होणाऱ्या आपल्या लग्नाविषयी बोलत असते. तिचा भावी पती अर्नी हा शिक्षक असल्यामुळे त्याच्या संसर्गाने तिच्याही मनात पुस्तकी पांडित्याविषयी फाजील प्रेम निर्माण होते. लग्न झाल्यावर मधुचंद्र साजरा करण्याकरिता पॅरिसला जायचा त्या दोघांचा बेत असतो. तेवढ्यासाठी फ्लॉरी सध्या फ्रेंच शिकण्यात गढून गेलेली दिसते. टक्के-टोणपे खाऊन आणि संकटांशी टक्कर देऊन संसार साजरा करीत आलेल्या तिच्या आईला पुस्तके, चित्रपट आणि झुळझुळीत पोशाख यांच्यापलीकडे पाऊल न टाकणाऱ्या फ्लॉरीचे हसू येते. ती म्हणते,

"आपले स्वत:चे कपडे शिवणारी, आपल्या नवऱ्याला आवडेल असा स्वयंपाक करणारी आणि तो देईल तेवढ्या पैशात संसार करण्याचे कसब अंगी असणारी मुलगी हल्लीच्या काळात ज्याला मिळेल, तो भाग्यवानच म्हटला पाहिजे. माझ्या लहानपणी अशा मुली पुष्कळ होत्या. पण आता...!"

फ्लॉरी लगेच उत्तरते,

"आता काळ बदललाय, आई! नवऱ्याइतकंच बायकोलाही सध्या शिक्षण असावं लागतं, तरच त्यांचा संसार सुखाचा होतो. आजच्या जगात शिक्षणाइतकं दुसऱ्या कशालाही महत्त्व नाही. शिक्षणानंच आम्ही जगात क्रांती करणार आहोत, हे जुनाट जग पार बदलून टाकणार आहोत."

तिची आई तिच्याशी वादविवाद करू शकत नाही; पण चार शब्दांत ती तिची संभावना करते.

ती म्हणते,

"हे जग बदलण्याचं काम कोण करणार आहे? तू आणि अर्नी?" लगेच तिचे वात्सल्य उचंबळून येते. ती फ्लॉरीला म्हणते, "पोरी, तुझी मतं मला

पटत नाहीत; पण आयुष्यात प्रीती एकदाच करता येत असते, हे मला ठाऊक आहे, म्हणून तुझ्या अर्नीवर तू शक्य तेवढं प्रेम कर, असंच माझं तुला सांगणं आहे.''

त्या दोघी बोलत असताना शेपेच्या दुकानाचा मालक ब्रॅडले येतो. तो शेपेच्या प्रकृतीची चौकशी करतो. बक्षिसाची बातमी आलेल्या दिवशी दुकानात शेपेला जी भोवळ आलेली असते, तिच्या मुळाशी वाढलेला रक्तदाब आहे, असे पुढे निष्पन्न होते. त्यामुळे गेले आठ दिवस तो रजेवर असतो; पण या अवधीत लवकरच आपण नोकरी सोडणार असल्याचे तो ब्रॅडलेला कळवतो. शेपेला घबाड मिळाले असल्यामुळे त्याला आता आपला भागीदार करून घेण्यात फायदा आहे, हे काही व्यवहारचतुर ब्रॅडलेला कुणी सांगायला नको असते. शेपेच्या घरी तो याच अंत:स्थ हेतूने येतो व अर्नीशी या बाबतीत हितगुज करतो. भावी जावई या नात्याने अर्नीला ब्रॅडलेची ही सूचना मोठी व्यावहारिक व फायदेशीर वाटते. आपला सासरा नुसता एक साधा न्हावी असण्यापेक्षा एखाद्या केशकर्तनालयाचा मालक असणे सामाजिक प्रतिष्ठेच्या दृष्टीने अधिक चांगले, असे त्याच्या मनात आल्यावाचून राहत नाही. फ्लॉरीशी बोलताना ''हा आमचा शिक्षकाचा धंदा किती पवित्र आणि उदात्त आहे. देशाचे भावी नागरिक तयार करण्याचे काम आमच्या हातात आहे. राष्ट्राचे खरे शिल्पकार आम्ही आहोत. आज साऱ्या जगाचा बट्ट्याबोळ होऊन बसलाय! आमच्यासारखे तरुणच तो निस्तरतील!'' वगैरे वगैरे गप्पा तो मारीत असला, तरी स्वभावत: त्याची द्रव्यदृष्टी ब्रॅडलेइतकीच तीव्र आहे. शेपेने दुकानाचे भागीदार व्हावे आणि फायद्याशिवाय भांडवलावर दहा टक्के व्याज घ्यावे, हे ब्रॅडलेचे म्हणणे त्याला अत्यंत स्वागतार्ह वाटते.

पण शेपेने काय करावे, याविषयी चर्चा करणाऱ्या या लोकांना गेल्या आठ दिवसांत तो कुठे जात असतो, काय करीत असतो, त्याच्या मनात काय विचार चालले आहेत, याचा मुळी पत्ताच नसतो. त्याचे आणि बेसीचे रहस्य हल्ली वाढल्यासारखे दिसते. बेसी ही बोलून-चालून एक बाजारबसवी आहे, शेपेच्या डोक्यावरून ती हात फिरविल्याशिवाय राहणार नाही, तेव्हा याही बाबतीत आपण सर्वांनी दक्षता घेतली पाहिजे, असे ब्रॅडले जाता-जाता अर्नीला सुचवितो. इतक्यात खुद्द शेपेच घरी परत येतो. ब्रॅडलेची भागीदारीची सूचना ऐकून तो क्षणभर स्तिमित होतो. आजपर्यंत आपण मनात बाळगलेली महत्त्वाकांक्षा सफल होण्याची ही सोन्यासारखी संधी दारात चालून आली आहे, विचार न करता तिचा स्वीकार करावा, असे त्याला वाटते; पण ते क्षणभरच! दुसऱ्याच क्षणी आपण या मोहाला बळी पडता कामा नये, अशी जाणीव त्याच्या मनात उत्पन्न

होते. तो ब्रॅडलेला स्पष्ट सांगतो,

"अंहं! मला आता तुमची भागीदारी नको. फार उशिरा आली ही संधी माझ्या आयुष्यात! मला दुसरी पुष्कळ महत्त्वाची कामं आहेत."

ब्रॅडले विचारतो,

"मग तुला मिळणाऱ्या एवढ्या मोठ्या रकमेचं तू काय करणार? ती काय घरात कुजत ठेवणार? तिचं व्याज..."

शेपे स्वत:शीच पुटपुटतो.

"तिचं व्याज मला स्वर्गात मिळेल."

शेपेने ब्रॅडलेला नकार दिलेला पाहून घरातल्या सर्व मंडळींना आश्चर्य वाटते. त्यांची समजूत घालण्याकरिता तो म्हणतो,

"माझ्या पैशाला किती टक्के व्याज मिळेल, याचा विचार करायला मला फुरसत नाही. माझ्या मनात एकच गोष्ट सारखी घोळतेय – ती म्हणजे मी त्या दिवशी पोलीस कोर्टात पाहिलेली ती माणसं! आरोपीच्या पिंजऱ्यात उभी असलेली ती माणसं तुमच्या-माझ्यापेक्षा काही निराळी नव्हती. तिथल्या चार दुर्दैवी जीवांपैकी कमीतकमी तरी खायला पोटभर अन्न नसल्यामुळे तिघांना तिथे आले होते. त्या अनुभवाने माझ्या विचारांना अगदी निराळं वळण लावलं आहे."

अर्नी त्याचे समाधान करण्याकरिता म्हणतो,

"लोक उपाशी मरणार असले, तर तो सरकारचा दोष आहे, शिवाय काळच मोठा कठीण आला आहे. त्याला कोण काय करणार?"

शेपे तळमळून उद्गारतो,

"काळ कठीण आला आहे, म्हणूनच मला मिळणाऱ्या या पैशावर माझा मुळीच हक्क नाही, असं मला वाटतंय! ते पैसे दुर्दैवी गरिबांचे आहेत... उपाशी मरणाऱ्यांचे आहेत! अर्नी, तू कधी बायबल वाचलं आहेस काय?"

सासऱ्याच्या प्रश्नाचा रोख लक्षात न आल्यामुळे आपल्या विद्वत्तेचा अभिमान बाळगणारा अर्नी म्हणतो,

"वा:! हे काय विचारायला हवं? त्याच्यातल्या काही-काही ओळी फार सुंदर आहेत. बायबलच्या शैलीबद्दल मोठमोठ्या टीकाकारांचे फार उत्कृष्ट मत आहे हं!"

शेपे म्हणतो,

"मी तुझ्यासारखा विद्वान नसल्यामुळे शैलीबियलीचं प्रकरण मला काही समजत नाही. गोष्ट म्हणून मी बायबल वाचीत आलो आहे. आणि त्यातल्या काही-काही ओळी माझ्या कानात एकसारख्या घुमत आहेत. याच पाहा ना :

"तुझ्यापाशी जे असेल, ते गरिबांना देऊन टाक. तुझं खरं भांडार स्वर्गात आहे. चल, माझ्यामागून ये."

आपला सासरा बायबलच्या साहाय्याने आपल्याला कफल्लक करून सोडणार की काय, या भीतीने अर्नी त्याला म्हणतो,

"तुम्ही चुकताय, शेपेबाबा! ग्रंथातल्या गोष्टींचा असा शब्दश: अर्थ काढून चालत नाही. बायबल हे सुंदर वाङ्मय आहे, यात शंका नाही; पण काही झालं तरी ती एक कल्पित कथा आहे, ते एक कादंबरीसारखं पुस्तक आहे, हे आपण विसरता कामा नये. येशू ख्रिस्त ह्या नावाचा गृहस्थ या जगात मुळी झालाच नाही, असे काही पंडितांचे मत आहे."

शेपे उत्तरतो,

"पंडितांच्या मतांशी मला काही कर्तव्य नाही. मला एक गोष्ट कळते. श्रीमंत माणसांची उत्पन्नं कितीही मोठी असली, तरी त्यांचे पैसे त्यांच्या चैनीलाच पुरत नाहीत. तेव्हा जगात गरिबानंच गरिबाला मदत करायला हवी! जिथं आभाळ फाटलंय, तिथं एका मनुष्यानं त्याला ठिगळ लावून काय होणार आहे, असं तू म्हणशील. पण ज्याला ते फाटलेलं पाहवत नाही, तो गप्प बसू शकत नाही."

शेपे हे सारे मनापासून बोलत आहे, अशी खातरी होताच अर्नीची मोठी तारांबळ उडते. सासऱ्याच्या पैशावर मोठ्या मजेत राहायची मनोराज्ये त्याने गेल्या आठ दिवसांत केलेली असतात. ती सारी पत्त्याच्या बंगल्याप्रमाणे कोलमडून पडू लागतात. शेवटचा युक्तिवाद म्हणून तो शेपेला म्हणतो,

"समाजातला हा दारिद्र्याचा प्रश्न फार गंभीर आहे, हे तुमच्याप्रमाणं मलाही मान्य आहे; पण हा प्रश्न शास्त्रीय दृष्टीनं सोडविला पाहिजे. आंधळ्या भूतदयेनं समाजाचा फायद्याऐवजी तोटाच होईल. भूतदया नालायक माणसांना पोसते, त्यांना आळशी बनविते. अशा आळशांना मदत करणं म्हणजे जगातल्या उद्योगी माणसांना मूर्खांत काढण्यासारखं आहे."

शेपे उत्तरतो,

"लायक आणि नालायक – चांगला आणि वाईट – खरोखर माणसामाणसांत इतकं मोठं अंतर असतं, की नाही, याविषयीच मी साशंक आहे. नशिबाचा कौल ज्याच्या बाजूनं पडतो, तो या जगात लायक ठरतो. त्याच्यावर चांगुलपणाचा शिक्काछाप बसतो. गोरगरिबांना आणि संकटात सापडलेल्यांना मदत करून ही परिस्थिती मी बदलू शकणार नाही, हे खरं! पण माझ्या मनाला तरी त्यामुळं शांती मिळेल. मनाची शांती, हेच स्वर्गातलं राज्य आहे."

आता मात्र अर्नी हताश होतो. शेपेची बायको व त्याची मुलगी यांनाही

त्याच्या अंगात झालेला हा ख्रिस्ताचा संचार मोठा लोकविलक्षण वाटतो. फ्लॉरी तर उघडच म्हणते,

"बाबा, वेड लागलंय तुम्हांला!"

शेपे हसून तिला विचारतो,

"पोरी, ख्रिस्त वेडा होता काय? त्याच्याप्रमाणं जीवन जगण्याचा प्रयत्न करणं ही माझ्या दृष्टीनं जगातली सर्वांत शहाणपणाची गोष्ट आहे."

इतक्यात दार वाजते. शेपे कुणाची तरी वाट पाहत असल्यामुळे दार उघडायला तो स्वत:च जातो. त्याची बायको त्याचे आत्तापर्यंतचे सारे बोलणे ऐकून हतबुद्ध झालेली असते. तिला त्याच्या विचारात कुठंच चूक दिसत नाही; पण सारा जन्म गरिबीत काढल्यावर दैवयोगानं चार पैसे हातात यायच्या वेळीच आपल्या नवऱ्याला जगाचा उद्धार करण्याची लहर यावी, याचे तिला सखेद आश्चर्य वाटते. शेपेला वेड लागले असावे, असा फ्लॉरी आणि अर्नी तर्क करतात. अर्नी तर डॉक्टरला आणण्याकरिता घाईघाईने निघून जातो.

शेपे बेसीला घरात घेऊन येतो. खोलीचे भाडे भरता न आल्यामुळे घरमालकिणीने तिला हाकलून दिलेले असते. शेपे तिला आपल्या घरात आश्रय देतो. आपल्या बायकोला व मुलीला तिला बहिणीप्रमाणे वागवायला तो सांगतो. इतक्यात अर्नीने बोलावून आणलेला डॉक्टर येतो. लवकरच मिळणाऱ्या साडेआठ हजार पौंडांविषयी तो शेपेशी गोष्टी करू लागतो. आपण तो सारा पैसा दानधर्मात खर्च करणार आहोत, असे शेपे त्याला सांगतो. लगेच तो विचारतो,

"ही कल्पना तुमच्या डोक्यात कोणी भरविली?"

शेपे उत्तरतो,

"माझ्या डोक्यात एकदम प्रकाश पडला."

वेड्याला होणाऱ्या विचित्र भासांपैकीच हा प्रकाश असावा, असा तर्क करून डॉक्टर सूचकपणे प्रश्न करतो,

"इतरांना दिसत नाहीत, अशा काही गोष्टी तुम्हाला दिसतात काय?"

शेपे उत्तरतो,

"होय. दुष्टपणा आणि दुर्गुण यांचा या पृथ्वीवर चाललेला नंगानाच मला हरघडी दिसतोय!"

बिचारा डॉक्टर! तो मुकाट्याने आपल्या तोंडाला कुलूप घालतो.

याच वेळी एक फाटकेतुटके कपडे अंगावर असलेला मनुष्य घरात प्रवेश करतो.

"ये, कूपर, ये." म्हणून शेपे त्याचे स्वागत करतो.

त्याची पत्नी त्याला विचारते,

''हा कोण आणखी?''

''हा तुझा भाऊ आहे!'' शेपे शांतपणे सांगतो.

ती म्हणते,

''माझा भाऊ सात वर्षांचा असतानाच मेनिंजायटिसने मेला. हा कोण नवीनच नातेवाईक निर्माण केला तुम्ही?''

शेपे उत्तरतो,

''तो तुझा, माझा, सर्वांचा भाऊ आहे. त्याला मी जेवायला घालणार आहे. माझ्या घरात आसरा देणार आहे.''

फ्लॉरी म्हणते,

''आई, डॉक्टरांच्या मोटारीतून ओव्हरकोट चोरणारा मनुष्य हाच असावा हं!''

फ्लॉरीने आपल्याला चोर म्हटलेले ऐकताच कूपर तिच्या अंगावर एकदम उसळतो!

शेपेने घराची अशी धर्मशाळा बनविलेली पाहून त्याची पत्नी उद्वेगाने उद्गारते,

''आपण श्रीमंत झालो, आता मोठ्या सुखात आपले दिवस जातील, अशा आनंदात मी गेले आठ दिवस गर्क होते; पण यांनी आणलेली ही बाई आणि हा बुवा... असली मंडळी जर दररोज घरात यायला लागली, तर कसलं कपाळाचं सुख मिळणार आहे मला!''

तिचे हे वैतागाचे शब्द ऐकूनही शेपे शांतपणाने म्हणतो,

''जगातली सारीच माणसं सुखाचा आणि शांतीचा शोध घेताहेत... पण ती दोघं कुठं राहतात, याचा पत्ता मात्र अजून कुणाला लागलेला नाही!''

तिसरा अंक सुरू होतो, तेव्हा फ्लॉरी अगदी गडबडून गेलेली असते. सासऱ्याचा पैसा आपल्याला मिळण्याचा संभव नाही, अशी खातरी झाल्यामुळे अर्नीचे आपल्यावरचे प्रेम पातळ झाले आहे, अशी तिला राहून-राहून शंका येते.

''महिन्यापूर्वी तुझं माझ्यावर जेवढं प्रेम होतं, तेवढं आता नाही.'' असे ती त्याला बोलूनही दाखवते.

अर्नी कपाळावर हात मारून म्हणतो,

''ख्रिस्ताचे आचरट अनुकरण करणाऱ्या माणसाचा जावई म्हणून लोक उद्या माझ्याकडं बोट दाखवून हसू लागतील! त्याचं मला मोठं भय वाटतंय.''

फ्लॉरीची आई याच वेळी येते व शेपेचे डोके बिघडले आहे किंवा काय, याची

त्याच्या नकळत तपासणी करण्याकरिता डॉक्टरांनी त्याला आपल्या दवाखान्यात नेले आहे, असे सांगते. ती अगदी अस्वस्थ झालेली असते. शेपेवर तिचे खरेखुरे प्रेम असल्यामुळे डॉक्टरांचा निकाल त्याच्याविरुद्ध होऊ नये, अशी ती देवाची प्रार्थना करते.

तेव्हा फ्लॉरी लगेच म्हणते,

"माझीसुद्धा देवाला एक प्रार्थना आहे : देवा, त्या डॉक्टरांना सद्बुद्धी दे. बाबांचं डोकं बिघडलंय, असं सांगण्याची त्यांना इच्छा होऊ दे. तू एवढी माझी ही विनंती ऐकलीस, तर मी पुढच्या महिन्यात एकही चित्रपट पाहणार नाही, सणावारी बिन-साखरेचा चहा पिईन."

अर्नी म्हणतो,

"तुझ्या बाबांना वेड लागलंय, हे ठरवायला डॉक्टर कशाला हवा? त्यांच्या हल्लीच्या वागणुकीवरून ते सिद्धच होतंय. जगातल्या इतर माणसांच्या विचारांप्रमाणे आपले विचार असणं, ती वागतात, तसं आपण वागणं, यालाच शहाणपणा म्हणतात. साऱ्या जगाला मूर्खात काढून जो स्वच्छंदानं वागू लागतो, त्याला वेड्याच्या इस्पितळातच ठेवलं पाहिजे. म्हणे, ख्रिस्त असा वागत होता. ख्रिस्ताच्या काळापेक्षा आपण फार पुढं आलो आहोत. आजची एकही सुधारणा ख्रिस्तानं स्वप्नातसुद्धा पाहिली नसेल."

शेपेच्या पत्नीला त्याचे बोलणे पटत नाही. ती म्हणते,

"लहानपणी देवळात ज्या गोष्टी चांगल्या, म्हणून आम्हाला शिकविल्या होत्या, त्याच शेपे करतोय! त्याचं वागणं जगावेगळं असेल! पण ते वेडेपणाचं आहे, असं कसं म्हणता येईल?"

शेपेने घरात आणून ठेवलेली बेसी आणि कूपर ही दोघेही आपापल्या परीने असंतुष्टच असतात. नटून-थटून गिऱ्हाईक गाठण्याच्या रोजच्या धडपडीत जो जुगाराचा कैफ होता, तो काही बेसीला दोन वेळा जेवून स्वस्थ घरी बसण्यात मिळत नाही. दारूच्या अभावी पाण्याबाहेर काढलेल्या मासळीसारखा कूपर तडफडत असतो. शेवटी तो सोन्याचा मुलामा दिलेल्या शेपेच्या तपकिरीच्या डबीवर डल्ला मारतो. ही चोरी करताना त्याला बेसी पकडते. दोघांची झोंबाझोंबी सुरू होते. याच वेळी शेपे तिथे येतो. या भांडाभांडीचे कारण कळताच तो एक शिलिंग काढून कूपरच्या हातात ठेवतो आणि म्हणतो,

"अरे वेड्या, तुला थोडे पैसे हवे होते, तर ते माझ्याकडे मागायचे! त्यासाठी ह्या भानगडीत कशाला पडायला हवं?"

त्याचे ते मनाचे औदार्य कूपरला स्तिमित करून सोडते. शेपेच्या सज्जनपणाची त्याला भीती वाटू लागते. तो निघून जातो. त्याच्या मागोमाग बेसीही "मला इथं

करमत नाही'', असे म्हणून जायला निघते.

''हे घर तुझंच आहे. तुला जरूर लागेल, तेव्हा तू इथं ये'', असे सांगून शेपे तिला निरोप देतो.

ती निघून जाते, न जाते, तोच डॉक्टर येतो. शेपेची पत्नी, त्याची मुलगी आणि अर्नी यांना शेपेची मन:स्थिती ठीक नाही, असाच तज्ज्ञाच्याही तपासणीत निष्कर्ष निघाल्याचे तो सांगतो.

''जगातल्या सर्व माणसांवर प्रेम करणं हे मुळी मानसिक आरोग्याचं लक्षणच नाही'', असे या विद्वान डॉक्टरमहाशयांचे मत असते. ते म्हणतात,

''सर्वसामान्य मनुष्य स्वभावत: स्वार्थी, लोभी, अहंकारी आणि विषयासक्त असतो. जिचा आपण नीती, नीती म्हणून उदोउदो करतो, ती समाजाने व्यक्तीवर लादलेली एक गोष्ट आहे. या सक्तीच्या नीतिकल्पनांमुळे माणसाच्या अनेक स्वाभाविक वासनांचा कोंडमारा होतो. शेवटी त्याला वेड लागायची वेळ येते. भूतदया, परोपकार वगैरे गोष्टी बाहेरून फार चांगल्या दिसतात; पण त्यांचा उगम कशातून होतो, हे तुम्ही मानसशास्त्राच्या दृष्टीने पाहू लागलात, की तुमच्या अंगावर काटाच उभा राहील! विकृती आणि मनोगंड यांच्यातून त्यांचा उद्‌भव होतो.''

शेपेचे आत्तापर्यंतचे निरनिराळे उद्‌गार शास्त्रीय दृष्टीने विकृतीचे सूचक कसे ठरतात, हेही डॉक्टर त्यांना समजावून सांगतो. आता त्याला लवकरच वेड्याच्या इस्पितळात ठेवले पाहिजे, एवढे सांगून तो निघून जातो.

अर्नी व फ्लॉरी चित्रपट पाहायला जातात. घरात फक्त शेपे व त्याची पत्नी ही दोघे उरतात. यानंतर त्यांचा जो संवाद होतो, तो अगदी साधासुधा; पण मोठा हृदयंगम आहे.

शेपे : (गुडघे टेकून बूट काढणाऱ्या आपल्या पत्नीला) ॲडा, मोठी प्रेमळ पत्नी आहेस तू! आयुष्यभर तू मला साथ देत आली आहेस!

ॲडा : चला, असं वेड्यासारखं काही बोलू नका. तुम्ही असं बोलायला लागलात, म्हणजे तुम्हाला बरं वाटत नाही, असं मला वाटायला लागतं. असलं काही बोलू लागलात, तर मी तुम्हाला सरळ बिछान्यावर नेऊन झोपवीन.

शेपे : मी खरं तेच सांगतोय! तू आयुष्यभर मला सुख दिलं आहेस. अनेकदा मी अविचारानं आणि हट्टीपणानं तुला त्रास दिला आहे; पण तू...

ॲडा : चालू दे तुमचं पुराण! आज मला रडवायचा बेत दिसतोय तुमचा!

शेपे : या पैशांच्या बाबतीत मी तुझ्या मनाविरुद्ध वागतोय, हे मला कळतंय! खरं ना? तुला घरकामाला एक मुलगी ठेवायची होती, पण...

ॲडा : जाऊ दे ते!

शेपे : आता तुझ्या फ्लॉरीचं लग्न होणार! मजा आहे, बुवा! तिनं पोरगा मोठा फक्कड शोधून काढलाय हं! उद्या त्याला आपल्या बोटाभोवती नाचवीत राहील बघ ती! काही झालं, तरी तुझीच मुलगी आहे ती! तू जसं मला...

ॲडा : कळलं, कळलं हं सारं! तुमच्या प्रकृतीविषयी मी काही बोलू नये, म्हणून तुम्ही या शिळोप्याच्या गोष्टी सुरू केल्या आहेत!

शेपे : (हसून) माझी प्रकृती? मला काय झालंय? जगात पसरलेलं दुःख पाहून माझं मन हल्ली थोडंसं भारावलंय, हे खरं! पण आता मला जेवढी हुशारी वाटतेय, तेवढी उभ्या जन्मात कधी वाटली नव्हती. माझ्या पायांत जर हे जाडजूड बूट नसते, तर मी अस्सा हवेत तरंगत गेलो असतो!

ॲडा : (हसून) एखाद्या फुलपाखरासारखं! होय ना? मोठी मौज दिसेल हं ती!

शेपे : नुसती मौज काय घेऊन बसलीस? आता यापुढचं माझं सारं आयुष्य आनंदात जाणार आहे. अतिशय आनंदात... (एकदम भावनापूर्ण स्वराने) ॲडा, मी कृतघ्न नाही. तू जन्मभर माझ्यासाठी खस्ता खाल्ल्या आहेस, त्यांचा विसर मला कधीच पडणार नाही. या पैशांच्या बाबतीत तुझी निराशा करणं माझ्या जिवावर येतंय! पण हे माझं कर्तव्य आहे. ते मला केलंच पाहिजे. तो माझा धर्म आहे...

ॲडा : तुम्हाला जे योग्य वाटेल, तेच तुम्ही कराल, याबद्दल माझी खातरी आहे.

शेपे : माझा राग आलाय तुला? नाही ना? मनात अगदी काही काही ठेवणार नाहीस ना तू?

ॲडा : आजपर्यंत कधी मी मनात कुढत राहिलेय का?

शेपे : (मनावरला भार हलका होऊन) ॲडा, पुष्कळ दिवसांत तू माझं चुंबन घेतलं नाहीस! आज...

ॲडा : आज झालंय् तरी काय तुम्हाला? माझ्यासारख्या म्हाताऱ्या बाईच्या चुंबनाची...

शेपे : ते काही नाही. माझं वागणं तुला पसंत आहे, तुझ्या मनात माझ्याविषयी राग नाही, कसलाही किंतु नाही, हे दाखविण्याकरिता तू माझं चुंबन...

ॲडा प्रसन्न मनाने स्वयंपाकघरात कामाला निघून जाते. शेपे कुणालाही दिसणार नाही, अशा एका बाजूच्या जुन्यापुराण्या आरामखुर्चीत अंग टाकून देतो. त्याचा डोळा लागतो. तास, दोन तास लोटतात. आपल्या आजोबांच्या खुर्चीत पडलेल्या शेपेला, काळा झगा घालून बेसी आपल्या खोलीत येत आहे, असा भास होतो; पण ती बेसी नसते. स्त्री-वेषात आलेला तो काळ-पुरुष असतो. "तुला न्यायला आलो आहे", असे तो शेपेला सांगतो.

शेपे म्हणतो,

"आत्ताच्या आत्ता तुझ्याबरोबर यायचं? इतकी गडबड कसली झालीय तुला? बायकोचा सल्ला घेतल्याशिवाय मी कुठलीच गोष्ट करीत नाही. तिला मी हे सारं सांगतो, नि मग... शिवाय, मला नुकतेच सोडतीत आठ-साडेआठ हजार पौंड मिळालेत, जगातलं दुःख कमी करण्याकरिता तो पैसा खर्च करणार आहे मी! अशा वेळी तू अचानक मला घेऊन गेलास, तर हे बघ, त्यांतले एक हजार पौंड मी तुला देतो. तू आल्या वाटेनं परत जा कसा!"

काळपुरुष उत्तरतो,

"तुझा पैसा घेऊन मला काय करायचंय? वेड्या, एक गोष्ट लक्षात ठेव. तू गेलास, म्हणून जगाचं गाडं काही अडून राहत नाही. जग कुणासाठीच थांबलं नाही, थांबणार नाही. अहंकारामुळं तुम्हा माणसांना आपल्या आयुष्याची किंमत फार मोठी वाटते!"

हा संवाद संपतो आणि काळपुरुष शेपेचे प्राण आपल्याबरोबर घेऊन जातो.

चित्रपट पाहून अर्नी आणि फ्लॉरी परत येतात. इतक्यात स्वयंपाकघरातून शेपेच्या आवडीचा एक ताजा पदार्थ घेऊन ॲडा बाहेर येते. त्या सर्वांचे लक्ष आरामखुर्चीकडे जाते. शेपेचा शांत, निष्प्राण देह पाहून ॲडा उद्गारते,

"मी मोठा भाग्यवान आहे, असे नेहमी म्हणायचे हे! अगदी खरं आहे ते! किती शांतपणानं जगाचा निरोप घेतला त्यांनी!"

नाटकाच्या या सविस्तर रूपरेखेवरून त्याच्या गुणावगुणाची कुणालाही सहज कल्पना करता येईल. त्याचा प्रमुख गुण त्याच्या विषयाचे विशाल स्वरूप

हा आहे. मानवधर्माचे परिपालन मनुष्याने का करावे आणि ते तो प्रामाणिकपणे करू लागला, तर जगाच्या दृष्टीने त्याचे जीवन यशस्वी होऊ शकेल किंवा काय, इत्यादी गोष्टींचा विचार मनुष्यप्राणी प्राचीन काळापासून विसाव्या शतकाच्या या मध्यापर्यंत तत्त्वज्ञान आणि साहित्य यांच्या साहाय्याने एकसारखा करीत आला आहे. ख्रिस्त व बुद्ध, अशोक आणि गांधीजी यांनी आपल्या असामान्य जीवनात याच परमसत्याचा शोध घेण्याकरिता सतत धडपड केली. माणूस भाकरीवाचून जगू शकत नाही, हे चिरंतन सत्य आहे; पण केवळ पोटभर भाकरी मिळाल्याने त्याचे समाधान होत नाही, हेही तेवढेच सत्य आहे. या दुसऱ्या सत्याचे ललितकृतींतून यशस्वी चित्रण करणे ही असामान्य प्रतिभेला साध्य होणारी गोष्ट आहे. मॉमच्या इतर नाटकांतले प्रश्न या जीवनसमस्येच्या मानाने सोपे होते. वास्तववादी दृष्टिकोन, उपरोधपूर्ण टीका आणि चुरचुरीत संवाद यांच्या साहाय्याने ते त्याला परिणामकारक रीतीने मांडता आले; पण या नाटकात केवळ त्या गुणांनी सर्व काम भागण्यासारखे नव्हते. त्यामुळे तो अयशस्वी झाला; पण रंगभूमी गाजविणाऱ्या, सामाजिक विनोदी नाटक हा तळहाताचा मळ असणाऱ्या आणि नाट्यरचनेच्या कसबावर प्रभुत्व मिळविलेल्या त्याच्यासारख्या अनुभवी लेखकाने इतर नाटकांनी मिळालेल्या कीर्तीवर संतुष्ट न होता अंतर्मुख होऊन असल्या विषयाला हात घालावा, ही गोष्ट काही कमी महत्त्वाची नाही. लोकप्रियतेच्या नादी लागून आपल्याकडले वरच्या दर्जाचे लेखकसुद्धा आत्म्याच्या विविध अनुभूतींकडे पाठ फिरवितात! साहजिकच लोकांना जे रुचेल आणि पचेल, एवढेच त्यांना सुचू लागते. त्यापलीकडे मग त्यांच्या कल्पकतेची झेप जातच नाही. जीवनदर्शनाच्या विशालतेतून, सर्व काळी, सर्व स्थळी मानवाला आव्हान देत आलेल्या गहन सामाजिक आणि आत्मिक समस्यांतून, साहित्याचे सामर्थ्य निर्माण होत असते, या गोष्टीची त्यांना जाणीवच राहत नाही. केवळ एखादा विशाल विषय निवडण्याने ललित कृती सरस होत नाही, हे खरे आहे; पण असा विषय मनात घोळू लागणे, त्याच्यात लेखकाने रंगून जाणे आणि आपल्या विशिष्ट दृष्टिकोनातून तो परिणामकारक रीतीने मांडण्याचा प्रयत्न करणे, ही श्रेष्ठ साहित्यिकाची लक्षणे आहेत. बाजाराकडे पाठ फिरवून देवालयाकडे वळणाऱ्या प्रतिभेलाच असले साहस करता येते.

मॉमने लोकप्रियतेची पर्वा न करता या नाटकात ती उडी घेतली होती. ती फसली, याचा दोष मात्र तो म्हणतो, तसा प्रेक्षकांकडे किंवा टीकाकारांकडे नाही. तो त्याच्या नाटकाच्या कलात्मक दुबळेपणातच आहे. एवढा गंभीर विषय भावनेच्या उत्कटतेशिवाय यशस्वी रीतीने मांडणे फारसे शक्य नाही. शेक्सपिअर किंवा इब्सेन यांच्या प्रतिभेने मोठ्या हौसेने रंगवावी, अशी ही कथावस्तू आहे; पण मॉमच्या सामाजिक विनोदी नाटकांत आढळणारा भावनेचा अभाव हाच त्याच्या प्रतिभेचा

प्रकृतिधर्म असल्यामुळे या नाटकात रसपरिपोष कुठेच होत नाही. नाटकाच्या शेवटी शेपे मरण पावतो; पण तो कशाने? तर त्याला जडलेल्या रक्तदाबाच्या विकाराने! ज्या मानवधर्माच्या पालनाकरिता आपली प्रिय पत्नी, लाडकी लेक आणि भावी जावई यांची मने तो दुखवितो, ज्या धर्माच्या प्रेरणेने जगातले दु:ख कमी करण्याकरिता मला मिळणारा सर्व पैसा खर्च करणे, हे माझं कर्तव्य आहे असे तो म्हणतो, तो पाळता-पाळता काही त्याला मृत्यू येत नाही. किंबहुना आपल्या आवडत्या तत्त्वासाठी त्याला काहीही सोसावे लागत नाही, कुठल्याही तऱ्हेचे हाल भोगावे लागत नाहीत. त्याच्या घरच्या मंडळींना व डॉक्टरांना त्याचे डोके फिरले आहे, असे वाटते, हे खरे! त्याची मुलगी व जावई त्याला वेड्याच्या इस्पितळात ठेवायला तयार होतात, हे काही खोटे नाही; पण आपण ख्रिस्ताने सांगितलेल्या धर्माचे आचरण करीत असताना लोकांनी आपल्याला वेडे ठरवावे, आपण आप्तांच्या चैनीच्या आड येतो, म्हणून त्यांनी निर्दयपणाने आपल्याला इस्पितळात कोंडावे, हा अनुभव शेपेला मुळीच येत नाही. तो येत; तर धर्म व व्यवहार, विचार आणि आचार यांच्यामध्ये माणसाच्या स्वार्थाने जी एक अभेद्य भिंत निर्माण केली आहे, ती पाडून टाकण्याचा जे प्रयत्न करतात, त्यांची डोकी मात्र तिच्यावर फुटून रक्तबंबाळ होतात, ही मॉमला सूचित करायची गोष्ट परिणामकारकतेने प्रेक्षकांपर्यंत पोहोचू शकली असती.

अशा प्रकारे लिहिलेले नाटक अर्थातच शोकान्त झाले असते. मॉमला उपरोधपूर्ण नाटक लिहायचे होते, म्हणून त्याने अशा मांडणीचा स्वीकार केला नाही, असे त्याच्या बाजूने म्हणता येईल; पण 'एनिमी ऑफ दि पीपल' या इब्सेनच्या नाटकाशी 'शेपे'ची तुलना केली, म्हणजे त्याही दृष्टीने मॉमच्या कृतीतला निर्जीवपणा प्रतीत होतो. 'एनिमी ऑफ दि पीपल'मध्ये डॉ. स्टॉकमन आपल्या नागरिक बंधूंना एक कटू सत्य सांगण्याचा प्रयत्न करतो. ते ज्यांच्या-ज्यांच्या स्वार्थाच्या आड येण्याचा संभव असतो, ते-ते त्याचे विरोधक बनत जातात आणि नाटकाच्या आरंभी शहरातल्या साऱ्या लोकांकडून सज्जन गृहस्थ म्हणून ज्याच्यावर पुष्पवृष्टी होत असते, त्याच डॉक्टर स्टॉकमनवर शेवटी त्याच लोकांकडून दगडाधोंड्यांचा मारा केला जातो. नाट्यविरोध, विविध स्वभावचित्रे, क्रमाक्रमाने कथानकाला येत जाणारी रंगत इत्यादिकांमुळे 'एनिमी ऑफ दि पीपल'मध्ये उपरोध हाच प्रधान रस असूनही त्याचा सुंदर परिपोष झाला आहे.

'शेपे' त्या मानाने निर्जीव वाटते. या नाटकाची रचना मॉमने किती सैलपणाने केली आहे, ते पाहा. ही मुख्यत: शेपेसारख्या सामान्य मनुष्याच्या आत्मविकासाची कथा आहे. मनुष्याला शिक्षण नसले, पुस्तकी ज्ञान नसले, सांपत्तिक अनुकूलतेमुळे येणारी कृत्रिम संस्कृती नसली, तरी त्याचा आत्मा जागृत असू शकतो, हे खरे आहे; पण माणुसकीची भावना ही बाह्य उपाधीवर अवलंबून नाही, ती अंतरीची

ज्योत आहे, हे मान्य करूनही शेपेचं स्वभावचित्र सदोष आहे, असेच म्हणावे लागेल. एके दिवशी योगायोगानं तो पोलीस-कोर्टात जातो. तिथे त्याला जगातले दारिद्र्य नागड्या-उघड्या स्वरूपात दिसते. एवढ्यावरून त्याची सहृदयता सिद्ध होईल; पण असली सामान्य सहृदयता सहजासहजी सक्रिय होत नाही. दु:ख पाहून चुकचुकणारी आणि हळहळणारी माणसे जगात पुष्कळ असतात; पण त्यांची सहानुभूती स्मशानवैराग्याप्रमाणे क्षणभंगुर ठरते. हजारांतून एखादाच आत्मा आपल्या भोवतालचे दु:ख, दैन्य आणि दारिद्र्य पाहून कायमचा अस्वस्थ होऊन जातो. शेपे हा अशा विरळ आत्म्यांपैकी एक आहे. त्याची ख्रिस्तावर श्रद्धा आहे. बायबलमधल्या उपदेशाप्रमाणे प्रत्येकजण वागू लागला, तरच मानवजात सुखी होईल, याविषयी तो नि:शंक आहे. त्याच्या या उत्कट श्रद्धेतून त्याची पुढली त्यागबुद्धी निर्माण होते; पण ही श्रद्धा पहिल्या अंकात मॉमने कुठेही सूचितसुद्धा केलेली नाही. शेपे कुणाच्या अध्यातमध्यात न पडणारा, जगातले दु:ख पाहिले की, क्षणभर वाईट वाटून घेणारा एक साधा, सालस, संसारी गृहस्थ आहे, एवढीच त्याच्याविषयी प्रथम आपली कल्पना होते. त्याच्या आत्म्याची तडफड मॉमने केवळ शब्दांनी नव्हे, तर कृतीने पहिल्या अंकात दिग्दर्शित केली असती, तर त्याचे पुढले सर्व वर्तन प्रेक्षकांना अधिक सुसंगत वाटले असते.

शेपे दैवयोगानं मिळालेला पैसा दुर्दैवी माणसाचा दु:खभार हलका करण्याकरिता खर्च करू इच्छित होता. अशा दुर्दैवी माणसांचे बेसी व कूपर हे या नाटकातले दोन प्रतिनिधी आहेत; पण या दोघांविषयी प्रेक्षकाला विशेष सहानुभूती वाटेल, असे त्यांचे चित्रण मुळीच झालेले नाही. कथानकात गुंतागुंत निर्माण करून उत्कंठा वाढविण्याचे काम जसे त्यांच्याकडून होत नाही, तसे शेपेनं ज्यांच्याकरिता आप्तेष्टांशी लढायला तयार व्हावे, असेही त्यांच्यात काही नाही. दारिद्र्य दुर्गुणांचे एक दुष्ट वर्तुळ निर्माण करते, हे खरे आहे. त्या चक्रव्यूहातच बेसी व कूपर सापडलेली असतात. त्यातून बाहेर पडण्याची शक्ती त्यांच्या अंगी नसते. त्यामुळेच शेपेने आश्रय दिल्यानंतर दारूच्या तलफेने कूपर चोरीला प्रवृत्त होतो आणि बेसी केवळ सवयीमुळे पुन्हा आपल्या शरीरविक्रयाच्या धंद्याकडे वळते. ही चित्रे वास्तव असतील – नव्हे, आहेत! पण नायकाच्या भूमिकेच्या विकासाला ती पोषक नाहीत, हा त्यांचा मोठा दोष आहे. ललितकृतीत वास्तवाइतकेच प्रसंग आणि व्यक्ती यांच्या निवडीचेही महत्त्व आहे. प्रतिपाद्य तत्त्वाला अथवा नाटकातल्या मुख्य स्वभावचित्राच्या विकासाला साहाय्य करील, अशाच गोष्टी लेखकाने निवडून घेतल्या, म्हणजे रसपरिपोष सुलभतेने व स्वाभाविकपणे होऊ शकतो. मॉमचे या गोष्टीकडेही दुर्लक्ष झाले आहे.

अचानक मिळालेले पैसे शेपेने दानधर्मात खर्च करू नयेत, असे त्याच्या

कुटुंबातल्या मंडळींना वाटणे स्वाभाविक आहे; पण या मुद्द्यावर तो व त्याची कुटुंबीय मंडळी यांच्यात तीव्र संघर्ष निर्माण व्हायला हवा होता. तसे दोन परस्परविरुद्ध विचारसरणींचे द्वंद्व या नाटकात नाही. आहे, तो संघर्ष मिळमिळीत वाटतो. फ्लॉरी ही शेपेची एकुलती एक लाडकी मुलगी! तिचेही वडिलांवर फार प्रेम आहे. अशा स्थितीत ''देवा, बाबांना वेड लागलंय, असं डॉक्टर ठरवू देत'' ही प्रार्थना तिने सहजासहजी देवाला करावी, हे मोठे विचित्र वाटते. पैशापुढे मनुष्य प्रेम, नाते, तत्त्व, कर्तव्य काही-काही ओळखत नाही, हे खरे असले तरी शेपेच्या वागणुकीमुळे, सारा जन्म दुःखात काढण्याचा प्रसंग फ्लॉरीवर येतो, अशी बिनतोड परिस्थिती निर्माण झाली असती, तरच तिचे हे उद्‌गार प्रेक्षकांना स्वाभाविक वाटले असते. त्या मानाने शेपेच्या पत्नीचे स्वभावचित्र मॉमने चांगले रेखाटले आहे. त्याचा भावी जावई अर्नी याच्या चित्रणात लेखकाची उपहासाची शक्ती निःसंशय प्रत्ययाला येते. पहिल्या अंकातला बातमीदार किंवा तिसऱ्या अंकातला मनोऽवगाहनशास्त्राच्या आधाराने शेपेला वेडा ठरवू पाहणारा डॉक्टर, इत्यादिकांच्या चित्रणात मॉमची खुसखुशीत विनोदबुद्धी प्रेक्षकांना आपले दर्शन देते; पण या सर्व गोष्टी आजूबाजूच्या आहेत, दुय्यम दर्जाच्या आहेत. शेपेची मानवधर्मावरील श्रद्धा आणि त्या श्रद्धेला होणारा विरोध यांच्या चित्रणात तीव्रता आणि मर्मभेदकता यांचे दर्शन फार क्वचित होते. शेवटचा काळपुरुषाचा भास हा नाटकाच्या एकंदर मांडणीशी विसंगत आहे. काळपुरुषाने ''जग कुणाकरिता अडून राहत नाही, तुझ्या दानधर्माचे तुला मोठे महत्त्व वाटत असेल! पण माझ्या दृष्टीने त्याला काही अर्थ नाही,'' असे म्हणणे योग्य असले, तरी नाटकाच्या एकमेव परिणामाला विरोधी असा तो सूर आहे.

या नाटकाची आणखी अशी पुष्कळ चिकित्सा करता येईल. ''माझ्या इतर नाटकांप्रमाणे केवळ नाट्यदृष्टी पुढे ठेवून मी हे नाटक लिहिले आहे,'' असे मॉमने म्हटले आहे; पण मूळ कल्पना अतिशय चांगली असूनही, नाट्यपूर्ण रीतीने तिचा विकास करणे लेखकाला न साधल्यामुळेच हे नाटक अयशस्वी झाले असावे, असे वाटल्यावाचून राहत नाही.

मात्र त्याचे हे अपयश पुढे येणाऱ्या नाटककारांना प्रेरक होईल, यात शंका नाही. मॉमने हाताळलेला विषय मानवतेच्या दृष्टीने आज अतिशय महत्त्वाचा होऊन बसला आहे. स्वार्थ, लोभ आणि दंभ यांच्या पकडीत सापडलेल्या जगाच्या आज चिंधड्या-चिंधड्या होत आहेत. मनुष्याचा आत्मा बधिर झाला की काय, असा भास हरघडी होत आहे. उजाडलेला दिवस युद्धाच्या, कलहाच्या, रक्तपाताच्या आणि दारिद्र्याच्या आगीत होरपळणाऱ्या जनतेच्या आक्रोशांच्या बातम्या घेऊन येत आहे. ही परिस्थिती मुत्सद्दी बदलवू शकणार नाहीत. हे

करारांचे आणि परिषदांचे काम नव्हे. सामान्य मनुष्याच्या आत्म्याची शक्ती विकसित झाली, दुसऱ्याचे दु:ख कमी व्हावे, म्हणून आपण त्याग केला पाहिजे, ही शेपेच्या मनातील तळमळ तुमच्या-आमच्यासारख्या जगातल्या लक्षावधी माणसांना अस्वस्थ करून सोडू लागली; तरच मानवता, सुख आणि शांती यांचा मार्ग आक्रमू लागेल!

मनुष्य आज केवळ शरीराने जगत आहे. त्याच्या या अध:पाताने अस्वस्थ होऊन गेलेल्या एखाद्या अलौकिक प्रतिभावंताच्या हातून मानवतेच्या सुप्त आत्म्याला जागृत करणारी एखादी प्रभावी नाट्यकृती आज ना उद्या निर्माण होईल. ती वाचताना माझ्यासारखे हजारो वाचक मनात म्हणतील,

"मॉमला हेच करायचं होतं, पण ते त्याला साधलं नाही!"

१९४८

# । वारसा ।

अभिजात ललितवाङ्मयाचा कोणता विशेष तुम्हाला विशेष महत्त्वाचा वाटतो, असा प्रश्न जर मला कुणी केला, तर क्षणाचाही विलंब न लावता मी उत्तर देईन,

"स्थलकालाची बंधने लीलेने उल्लंघून मानवी मनाला आवाहन देण्याचे – जीवनाच्या सत्य स्वरूपाची सुंदर जाणीव निर्माण करण्याचे – त्याचे सामर्थ्य! अशा वाङ्मयाचे उत्कृष्ट नमुने म्हणून कालिदास-शेक्सपिअरसारख्या प्रतिभाशाली लेखकांच्या कलाकृतींचा आपण वारंवार गौरवपूर्वक उल्लेख करतो; पण आधुनिक काळात निर्माण झालेल्या आणि आपले मन तळापासून ढवळून काढणाऱ्या वाङ्मयाची मात्र आपल्याला अनेकदा आठवण होत नाही."

असे का होते, याची सामाजिक व वाङ्मयीन मीमांसा मोठी मनोरंजक होऊ शकेल; पण ती थोडी बाजूला ठेवून माझ्या मनाची पकड घेणाऱ्या अशा एका नाटकाचा मी परिचय करून देणार आहे.

हे इंग्रजी नाटक पन्नास वर्षांपूर्वी लिहिले गेले. ते तिकडे रंगभूमीवर आले, तेव्हा बरेच लोकप्रिय झाले असावे. कारण पहिल्या चार महिन्यांत त्याची चार पुनर्मुद्रणे झाल्याचा उल्लेख आढळतो. मात्र आपल्याकडे नवे नाट्यतंत्र, रंगभूमीचा उद्धार वगैरे गोष्टींची चर्चा विपुल प्रमाणात झाली असली, तरी कुणी या नाटकाचा उल्लेख केल्याचे आठवत नाही. शॉ-इब्सेनसारख्या अतिरथी-महारथींचा परिणामसुद्धा आपल्या रंगभूमीवर बेताबाताचाच झाला आहे. एखाद्या समारंभात हाताला अत्तर लावतात ना? क्षणभर वास येईल, न येईल, एवढे. तेवढाच शॉ-इब्सेन आम्ही स्वीकारला आहे. नुसता पुसट वासापुरता. मग या दोघांच्या मानाने कमी प्रसिद्ध असलेल्या ग्रॅनव्हिल-बार्करकडे किंवा त्याच्या 'व्हायसे इन्हेरिटन्स' (व्हायसे कुटुंबाचा वारसा) या नाटकाकडे आमचे नाटककार अथवा टीकाकार कशाला लक्ष देतील?

बार्करच्या या नाटकात संकेतप्रिय वाचक-प्रेक्षकांना हवा असणारा मालमसाला

फार कमी आहे, हे पहिल्यांदा सांगून टाकलेले बरे. या नाटकाच्या कथेची चौकट कौटुंबिक आहे; पण कौटुंबिक या शब्दाने आपल्याकडे ज्या-ज्या गोष्टी सूचित होतात – प्रत्यक्ष व्यवहारात क्वचितच दिसून येणाऱ्या त्यागाचे प्रदर्शन, जिच्याविषयी केवळ दूरत्वामुळेच प्रेम वाटते, अशा जुनाट जीवनपद्धतीचे समर्थन, माणसे भाकरीवर जगत नसून प्रेमावर जगतात असा भास एखाद्या अर्थशास्त्रज्ञालासुद्धा व्हावा, अशा रीतीने केलेले संसाराचे चित्रण हे त्या नाटकात औषधालासुद्धा मिळणार नाहीत. बार्करची ही नाट्यकथा म्हणजे चालू युगातल्या एका पुढारलेल्या कुटुंबाचे अत्यंत वास्तव असे चित्रण आहे. कथेतला मुख्य संघर्ष अर्थयुगाने निर्माण केलेल्या पार्श्वभूमीवर चित्रित केल्यामुळे हे नाटक मानवी जीवनातल्या कितीतरी लहानमोठ्या समस्यांना स्पर्श करून जाते. या पार्श्वभूमीमुळेच पापाने मिळविलेल्या पैशाच्या प्रश्नाला या नाटकात प्राधान्य प्राप्त होते. 'हा व्यवहार आह' असे म्हणत आपल्या पेढीवर विश्वासपूर्वक ठेवलेल्या ठेवींचा व्यापारात व सट्टेबाजीत मनसोक्त उपयोग करून कुटुंबाला थाटामाटात ठेवणारा, त्याला सुखी करू इच्छिणारा बाप, व पित्याचे हे रहस्य कळताच ज्याची सदसद्विवेकबुद्धी जागृत होते आणि पापाच्या पायावर उभारलेल्या आपल्या कौटुंबिक सुखाविषयी ज्याच्या मनात किळस निर्माण होते असा मुलगा यांचा संघर्ष हा या नाटकाचा आत्मा आहे. या संघर्षाच्या अनुषंगाने आजच्या अर्थप्रधान जीवनाचे ते विकृत स्वरूप नाटककाराने सूचित केले आहे, त्याची अमंगलता नाटक वाचून हातावेगळे केल्यावर मनाला अधिकच बोचू लागते. काही वर्षांपूर्वी मी हे नाटक वाचले, तेव्हा मला हाच अनुभव आला होता. परवा पुन्हा ते वाचले, तेव्हा तीच अनुभूती अधिक तीव्रतेने जाणवली. गेल्या दहा-वीस वर्षांत आपल्याकडे नैतिक मूल्यांचे अवमूल्यन पद्धतशीरपणे आणि मोठ्या प्रमाणात सुरू झाले. काळा बाजार, कोट्यवधी रुपयांचा कर चुकविणारे व्यापारी, बुद्धी किंवा शरीर यांच्यापैकी काहीही काडीमात्र न झिजविता मोटारी उडविणारे बडे लोक, इत्यादिकांनी याच काळात आपल्या सामाजिक जीवनात राजरोसपणे प्रवेश केला. त्यामुळे नैतिक मूल्यांचा प्रश्न पूर्वीपेक्षाही आज बिकट होऊन बसला आहे. "हा माझा धर्म आहे, म्हणून मला तो पाळलाच पाहिजे." ही भावना बहुतेक मूल्यांच्या बाबतीत दिवसेंदिवस पुसट होत आहे! "हा व्यवहार आहे, त्यात असेच चालायचे!" ही कल्पना त्या भावनेची जागा घेत आहे. कदाचित त्यामुळेच बार्करचे हे नाटक पुनर्वाचनाच्या वेळी मला पहिल्यापेक्षाही अधिक परिणामकारक वाटले असेल.

या नाटकाच्या कथानकात प्रेमकथा जवळजवळ नाहीच. मग दोन 'ते' आणि एक 'ती' किंवा दोन 'त्या' आणि एक 'तो' यांचा चिरपरिचित त्रिकोण कोठून आढळणार? कथानकाच्या रहस्यमयतेमुळे नाट्यकथेला अनेकदा रंग

चढू शकतो; पण या कथासूत्रात जे काही रहस्य आहे, ते पहिल्या अंकातच प्रेक्षकांना परिचित होते.

व्हायसे कुटुंबातला पिता हा एका बड्या पेढीचा संचालक आहे. सामाजिकदृष्ट्या श्रीमंत, सुखवस्तू आणि प्रतिष्ठित असा सद्‌गृहस्थ. त्याला चार मुलगे आहेत. त्यातला ट्रेंचर्ड वकिलीच्या व्यवसायात पडतो, बूथ लष्करी अधिकारी होतो, ह्यू चित्रकार बनतो. परंपरागत धंदा सांभाळण्याची जबाबदारी पडते, ती राहिलेल्या एडवर्डवर. हा सरळ मनाचा आणि सालस स्वभावाचा तरुण वडिलांच्या व्यवहाराची माहिती करून घेण्याकरिता त्याच्या हाताखाली काम करू लागतो आणि अचानक धरणीकंप होऊन आपण ज्या भूमीवर उभे आहोत ती दुभंगू शकते, ही जाणीव होताच माणसाची जी मन:स्थिती होईल, तिचा त्याला एके दिवशी अनुभव येतो! पेढीच्या कारभाराचे कागदपत्र पाहता-पाहता आपल्या पित्याचा व्यवहार प्रामाणिकपणाचा नाही, असा त्याला संशय येतो. तो गोंधळून जातो. कर्तृत्व आणि सचोटी यांची त्याच्या सरळ मनाने जी सांगड घातलेली असते, ती सुटू लागते. मनात देव म्हणून आपण पूजा ज्या मूर्तीची केली, तो एक दगड आहे, या कल्पनेने स्वप्नाळू मनाला जाणवणारा चटका एडवर्डला बसतो. या बाबतीत स्वत:ची खातरी करून घेण्याकरिता तो वडिलांना खोदून विचारतो.

बार्करच्या नाटकातला पहिला अंक पितापुत्रांमधल्या या प्रसंगावरच आधारला आहे. बाप मुलापासून काही चोरून ठेवीत नाही. हा व्यवहाराचा वारसा तुझ्या आजोबांकडून माझ्याकडे आला आहे, असे तो त्याला सांगतो. आपल्या पेढीत ज्यांचे हितसंबंध गुंतले आहेत, त्यांना त्यांचे व्याज जोपर्यंत निर्वेधपणे मिळत आहे, तोपर्यंत आपण त्यांच्या पैशाचे काय करतो, या प्रश्नाला विशेष महत्त्व नाही, असे तो सुचवितो; पण पाप आणि पुण्य यांच्यातल्या सूक्ष्म सीमारेषेची पूर्ण कल्पना असणाऱ्या एडवर्डला पित्याचे समर्थन पटत नाही! पितापुत्रांच्या जीवनविषयक दृष्टिकोनातला हा फरक बार्करने पहिल्या अंकातल्या संवादांत सुरेख रेखाटला आहे.

बाप मुलाला म्हणतो,

"एडवर्ड, फाजील विचार करीत बसू नकोस. त्याच्यासारखा दुसरा दुर्गुण नाही. आजपर्यंत तू काव्यांच्या आणि पुस्तकांच्या जगात होतास. नीती, समाज वगैरे साऱ्या गोष्टी तिथं ठीक असतात! पण हे जग निराळं आहे. मी सांगतो, तसा तू वागलास, तर सारे गाडे पूर्वीप्रमाणे सुरळीत चालेल. तुझ्या सदसद्‌विवेकबुद्धीच्या पायी मी उभारलेली ही एवढी मोठी इमारत जमीनदोस्त होऊ लागली, तर तिचा काय उपयोग आहे? बेटा, तू भितरा आहेस. चांगले काय आणि वाईट काय, पाप कोणते आणि पुण्य कोणते, या गोष्टींचा निकाल

जगाने द्यायचा नसतो! तो आपला आपण ठरवावा लागतो. न डगमगता हा निर्णय घेणारी माणसेच मोठी होऊ शकतात. पाप पाप म्हणून किंचाळत कठोर व्यवहाराकडे पाठ फिरवणारी आणि त्याच्यापासून दूर पळून जाणारी माणसे भ्याड असतात. नीट उघड्या डोळ्यांनी पाहा, प्रत्येक पुण्यवान मनुष्य पळपुटा असतो, हे तुझ्या लक्षात येईल.''

पण या उपदेशाने एडवर्डच्या मनाची टोचणी थांबत नाही. यापुढे भागीदार म्हणून आपण पेढीत काम करायचे की नाही, हा प्रश्न त्याला पडतो.

दुसऱ्या अंकात तो वडिलांना स्पष्टपणे बजावतो,

''केवळ संकटात सापडल्यामुळे तुम्ही पहिल्यांदा अप्रामाणिक झाला असाल; पण मग अप्रामाणिकपणा फायदेशीर होऊ शकतो, हे एकदा कळल्यावर तुम्ही जाणूनबुजून त्याचा अवलंब करू लागलात, होय ना? कुळांचे पैसे तुम्ही स्वत:साठी, त्या पैशावर मिळणाऱ्या नफ्यासाठी वापरायला सुरुवात केली. मुलामुलींची शिक्षणे, त्यांची लग्ने, स्वत:च्या सुखवस्तू कुटुंबाचा पसारा, हे सारे सारे तुम्ही त्या पापाच्या पैशावर...''

पैसा ही जीवनाची अंत:स्थ शक्ती आहे, हे मानणाऱ्या वडिलांना मुलाचे हे बोलणे रुचत नाही. ती त्याला एका दुबळ्या मनाची बडबड, अनुभवशून्य माणसाची पोपटपंची वाटते. तो आपले व्यावहारिक तत्त्वज्ञान त्याला पुन्हा एकदा समजावून सांगतो.

तो म्हणतो,

''एडवर्ड, तुझे विचार कितीही चांगले असले, तरी मनुष्य विचारावर जगत नाही, हे विसरू नकोस. मनुष्य जगतो, तो पैशावर. पैशाचे व माणसाचे संबंध दोन प्रकारचे असू शकतात. जो पैशाचा मालक होत नाही, त्याला त्याचा गुलाम व्हावेच लागते. जगात यशस्वी व्हायला माणसाच्या अंगी आत्मविश्वास असला पाहिजे. असा आत्मविश्वास फक्त पैसाच आपल्याला देऊ शकतो. मी एवढा बडा मनुष्य कशामुळे झालो असे तुला वाटते? बुद्धीने? चारित्र्याने? पावित्र्याने? छट्! केवळ पैशाच्या बळावर! मी श्रीमंत आहे, या लोकांमध्ये दृढमूल झालेल्या ग्रहामुळे! आगगाडीतून पहिल्या वर्गाने जाणाऱ्या आणि पाच पावलांकरिता टॅक्सी करणाऱ्या मनुष्याचा लोकांत जो दबदबा असतो, तो पायी चालणाऱ्या आणि तिसऱ्या वर्गातून प्रवास करणाऱ्या सद्गुणी किंवा बुद्धिवान मनुष्याच्या वाट्याला कधीही येणार नाही. बेटा, या जगात भावना आणि विचार यांची गल्लत करून चालत नाही. सत्य कितीही कटू असले, तरी, ते जसे आहे, तसेच आपण स्वीकारले पाहिजे. धर्म निराळा, व्यवहार निराळा! यांच्यामधली

भिंत पाडणारा या जगात मूर्ख ठरतो. पैसा, धर्म, प्रेम, कुटुंब या साऱ्या गोष्टी आपण मनाच्या निरनिराळ्या कप्प्यांत ठेवल्या पाहिजेत. प्रत्येक कप्प्याचा उपयोग निराळा आणि त्याची किल्ली निराळी, हे लक्षात ठेवणाराच जगात सुखी होतो.''

एडवर्डला काही केल्या हा व्यवहारवाद पटत नाही. तथापि, पेढीत काम करीत राहून सर्व परिस्थिती सुधारण्याचा तो निश्चय करतो. लवकरच त्याचा बाप मृत्यू पावतो. तिसऱ्या अंकात त्याच्या मृत्यूनंतर सर्व भाऊ व आप्तेष्ट एकत्रित जमतात. एडवर्ड त्यांना सांगतो,

''वडिलांनी आपल्या मृत्युपत्रात तुमच्यापैकी प्रत्येकाला काही ना काही दिले आहे. या साऱ्या रकमा मिळून एक लाख पौंड होतील; पण... पण कुणालाही यांपैकी एक पेनीसुद्धा मिळणार नाही; कारण... कारण द्यायला आपल्या पेढीत पैसाच नाही!''

त्याच्या या उद्गारांनी सारे चकित होतात! एडवर्डला पित्याच्या यशस्वी व्यवहाराचे कृष्णरहस्य सर्वांना सांगावे लागते. प्रत्येकावर ज्याच्या त्याच्या स्वभावाप्रमाणे या रहस्याची प्रतिक्रिया होते; पण आपण आजपर्यंत पापाच्या पैशावर जगलो, याची टोचणी मात्र कोणालाच लागत नाही! जो तो अंग झाडून या भानगडीतून मोकळा होऊ इच्छितो. अर्थात प्राप्त परिस्थितीशी प्रत्यक्ष तोंड द्यायला एकटा एडवर्डच उरतो!

अप्रामाणिकपणाच्या पायावर उभारलेला हा डोलारा तात्पुरता सावरण्याची आणि गरीब कुळांना तोशीस लागू नये, म्हणून त्यांच्या रकमा मोकळ्या करण्याची एडवर्ड शिकस्त करतो. तो स्वत:च्या नफ्याला कातरी लावतो. जेवढा त्याग करणे शक्य आहे, तेवढा तो करतो. नाटकाच्या चौथ्या व पाचव्या अंकांत त्याची ही धडपड नाटककाराने चित्रित केली आहे. या धडपडीतून सत्प्रवृत्त एडवर्डला जीवनाचे नवे दर्शन होते. त्याच्या अंगात एक प्रकारचे आत्मिक बळ संचारते; पण वाईटातून शक्य तितके चांगले निष्पन्न करण्याचा त्याचा हा प्रयत्न वर्षा-दीड वर्षापेक्षा अधिक काळ टिकत नाही. त्याच्या वडिलांच्या एका परमस्नेह्याने आपली मोठी रक्कम पेढीत गुंतवलेली असते. ते ती परत मागतात. ती परत देणे शक्य नसल्यामुळे साऱ्या रहस्याचा स्फोट होण्याचा प्रसंग येऊन ठेपतो. पेढीचे दिवाळे निघणार आणि सत्प्रवृत्त एडवर्डला गुन्हेगार म्हणून तुरुंगात जावे लागणार, ही गोष्ट उघड होते.

नाटकाचा हा शेवट अपरिहार्य असला, तरी कलेच्या आणि विषयाच्या दृष्टीने तो परिणामकारक होण्याकरिता त्यात उदात्तता अथवा उत्कटता निर्माण होणे आवश्यक होते. हे कार्य नाटककाराने मोठ्या कुशलतेने केले आहे. या

नाटकात उथळ प्रेमकथेचा सांकेतिक मालमसाला नाही, असे मी प्रथम म्हटले, ते रूढ अर्थाने. प्रथमदर्शनी प्रेम, त्या प्रेमातून निर्माण होणारे विरहप्रसंग, त्या प्रेमाला निर्माण होणारे अडथळे व त्या अडथळ्यांतून उत्पन्न होणारे अश्रू व सुसकारे आणि शेवटी कष्टाने घडून आलेले मीलन या साच्याशी चिरपरिचित असणाऱ्यांना या नाटकातील मुग्ध पण उत्कट प्रेमाची माधुरी मुळीच कळणार नाही. मला मात्र ते मोठे मोहक आणि प्रेरक वाटते. काळ्या ढगांतून विद्युल्लता चमकत जावी, तसे ते भासते. एलिस ही एडवर्डची प्रणयिनी आहे. नाट्यकथेचा प्रारंभ होईपर्यंत तो तिचा अनुनय करीत असतो; पण तिला त्याच्याविषयी विशेष असे आकर्षण वाटत नाही. मात्र ज्याक्षणी सत् विरुद्ध असत् त्या झगड्यात तो सत्पक्षाचे निशाण हाती घेतो आणि आपला कंटकमय मार्ग धीराने आक्रमू लागतो, त्या क्षणी एलिसच्या अंत:करणातल्या त्याच्याविषयीच्या भावनेला प्रीतीचे स्वरूप प्राप्त होते आणि शेवटच्या अंकात गुन्हा केला नसूनही, गुन्हेगार म्हणून आपल्याला तुरुंगात जावे लागणार, हे त्याचे शब्द ऐकताच तिच्या स्त्रीत्वातली प्रणयिनी, पत्नी आणि माता एकरूप होऊन त्याला जेव्हा धीर देतात, तेव्हा नकळत आपण उदात्त वातावरणात प्रवेश करतो. एलिस एडवर्डला म्हणते,

"जिथं स्वार्थ आहे, तिथं भीती असते. ज्याने स्वार्थ जिंकला, तो उभ्या जगाविरुद्ध छातीठोकपणाने उभा राहू शकेल. ज्याच्या ठिकाणी कर्तृत्व आहे, उत्कटता आहे, मात्र आशा करण्यासारखे किंवा भीती बाळगण्यासारखे ज्याच्यापाशी काही नाही, तो मनुष्यच या संसारात सामर्थ्यशाली ठरतो. जगाची धर्मशाळा कुणी ना कुणी झाडून स्वच्छ ठेवायलाच हवी! तरच तेथे उतरणाऱ्या पांथस्थांना सुख लागेल. श्रेष्ठपणाबद्दल जग ज्यांची पूजा करते, असे गुन्हेगार ही धर्मशाळा अस्वच्छ करून ठेवतात. ती स्वच्छ करण्याचे काम तुझ्या-माझ्यासारख्या सामान्य गरीब माणसांचे आहे. तू तुरुंगातून सुटून येशील, तेव्हा जग कदाचित तुझ्याकडे पाठ फिरवील; पण मी मात्र डोळ्यांत प्राण आणून तुझी वाट पाहत राहीन!"

या छोट्या पण सुंदर प्रेमप्रसंगाप्रमाणे विविध स्वभावदर्शनाचे, खऱ्याखुऱ्या जगरहाटीचे व मार्मिक आणि मर्मभेदक संवादांचे नमुने या नाटकात अनेक आहेत; पण या गोष्टी हे काही या नाटकाचे वैशिष्ट्य नव्हे! मला स्वत:ला या नाटकाचे आकर्षण वाटले, ते त्यातल्या कथावस्तूमुळे; शस्त्रवैद्याच्या हातातील शस्त्राच्या धारेप्रमाणे त्याच्यातून सत्याचे जे लखलखते दर्शन होते त्यामुळे; पितापुत्रांच्या संघर्षाद्वारे वाचक-प्रेक्षकांना जीवनविषयक मूल्यांचा विचार करायला लावणाऱ्या लेखकाच्या सामर्थ्यामुळे!

हे सामर्थ्य – अंशत: का होईना – मराठी नाटकात एके काळी होते; पण रंगभूमीच्या पिछेहाटीच्या सबबीखाली तिला रंजनप्रधान चित्रभूमीचे रूप देण्याचे

प्रयत्न सुरू झाल्यापासून अशा प्रकारचे नाटक आपल्याकडे क्वचितच दृष्टीला पडते. खाडिलकरांनी पौराणिक कथांच्या द्वारे विचारप्रेरक आणि प्रभावी नाट्यकृती निर्माण केल्या. आज सामाजिक कथांच्या माध्यमातून तेच करण्याचे प्रयत्न आपल्या रंगभूमीने केले पाहिजेत. ज्यात सामाजिक मनाचा आक्रोश आहे आणि सामाजिक आत्म्याला आवाहन आहे, अशी नाटकेच आपल्या रंगभूमीचे खरे सामर्थ्य सिद्ध करतील, तिला उद्धाराचा खराखुरा मार्ग दाखवतील.

१९५२

# । अध:पात ।

१९१६ साल. जगावर पहिल्या महायुद्धाची भयानक छाया पसरली आहे; पण आपले उच्च शिक्षण संपवून जीवनाच्या रणक्षेत्रात पदार्पण करणाऱ्या रिचर्डला ती क्षणभरसुद्धा जाणवत नाही. गरीब भावांनी मोठ्या कष्टाने त्याला कॉलेजात पाठविलेले असते. तिथे तो आपल्या मनावर ध्येयवादाचे चिलखत चढवितो. माणसाने आपल्या आत्म्याशी प्रामाणिक राहिले पाहिजे, जो आत्मवंचना करीत नाही, तो दुसऱ्याला कधीच फसवणार नाही, या श्रद्धेने रिचर्ड कॉलेजातल्या शेवटच्या दिवशी आपल्या सोबत्यांना उद्देशून हृदयस्पर्शी भाषण करतो आणि त्यांचा निरोप घेतो.

पुढल्या दोन वर्षांत अनेक घडामोडी घडून येतात. कॉलेजातून बाहेर पडलेला रिचर्ड सैन्यात दाखल होतो; पण तरुण अंत:करण हे काही केवळ साहसाचे आणि ध्येयवादाचे क्रीडांगण नसते! प्रीतीही आपल्या नाजूक पावलांनी तिथे प्रवेश करतेच करते. रिचर्डचेही असेच होते. तो हेलेनच्या प्रेमात पडतो. युद्ध संपेपर्यंत हेलेन जीव मुठीत घेऊन एकेक दिवस मोजीत असते. युद्धसमाप्तीची बातमी कानांवर पडताच तिचे हृदय आनंदाने नाचू लागते. ती स्वत:शीच गुणगुणत गाते :

'रिचर्डच्या जिवाला आता धोका नाही. रिचर्ड – माझा रिचर्ड – आता तो सुरक्षित आहे. आता तो माझा आहे. माझा एकट्याचा! आणखी कुण्णा कुण्णाचा नाही.'

शक्य तितक्या लवकर लग्न करण्याची दोघांचीही इच्छा असते; पण संसार काही काव्यकल्पनांनी साजरे होत नाहीत! प्रपंचात पैशाशिवाय पान हलत नाही! रिचर्ड बंदुकीच्या जोडीने लेखणीही चालवायला शिकलेला असतो. मोठा नाटककार होण्याची स्वप्ने त्याला पडत राहतात; पण या जगात कुणाची कितीशी स्वप्ने खरी होतात? हेलेन त्याच्यासारखी स्वप्नाळू नाही. ती व्यवहारी आहे. ती रिचर्डला विचारते,

"तुझी नाटकं कुणी बसवली नाही तर रे? मग काय करणार आपण? कसं जगणार?"

रिचर्ड उत्तरतो,

"आपण हवेवर जगू, स्वच्छ, शुद्ध आणि सुंदर अशा हवेवर! एकमेकांच्या प्रेमळ सहवासात या रुक्ष जगाची आपल्याला कधी आठवणसुद्धा होणार नाही! लाडके हेलेन, प्रीती ही दिव्य संगीतासारखी आहे. त्या संगीताचे सूर कानांवर पडल्यावर जो मनुष्य आपलं भान विसरत नाही..."

हे बोलताना प्रेमात पडलेला मनुष्य व्यवहाराकडे किती काळ दुर्लक्ष करू शकेल, याची रिचर्डला कल्पना नव्हती! पुढल्या चार वर्षांत ती त्याला पुरेपूर येते. तो आपल्या कॉलेजातल्या ध्येयवादात मोठा नाटककार होण्याच्या सुंदर स्वप्नात गुंग असतो. मध्यंतरी त्याने लिहिलेले एक नाटक कसेबसे रंगभूमीवर येतेही! पण ते साफ पडते! सासऱ्याच्या घरी राहून त्याच्या जिवावर जगण्याची वेळ रिचर्डवर येते. तो, हेलेन व तान्हे मूल अशी तीन माणसे हे परावलंबी जिणे जगत असतात. रिचर्डला नव्या-नव्या नाटकांच्या कल्पना सुचत असल्या, तरी त्याची प्रत्यक्ष प्राप्ती पैचीसुद्धा नसते. साहजिकच सासू, सासरा आणि मेव्हणा ही सासुरवाडीची माणसे त्याच्यावर रुष्ट होतात. मग उकाड्याने दूध नासावे तशी हेलेनच्या मनाची स्थिती झाली तर त्यात नवल कसले? नुसत्या प्रेमाने पोटसुद्धा भरत नाही, मग सुखाने आणि सन्मानाने राहणे दूरच राहिले, हा अनुभव तिला पदोपदी येतो. एकदा खाटकाच्या दुकानात तिला एक पाकीट मिळते. त्यात अकरा डॉलर असतात. दारिद्र्याने तिचे मन इतके बधिर झालेले असते, की ते पैसे ठेवून घेण्याचा मोह तिला अनावर होतो! रिचर्डला तिचे हे वागणे गैर वाटते. कफल्लक माणसाने नुसत्या प्रामाणिकपणाच्या गोष्टी सांगण्यात अर्थ नाही, असा ती त्याला टोमणा मारते! पाण्यावर शेवाळे साचावे, तसे तिचे प्रेम गरिबीच्या चटक्यांतून निर्माण झालेल्या कडवटपणाने भरून जाते.

अशा स्थितीत रिचर्डचा कॉलेजातला दोस्त चित्रकार क्रेल ज्युलियाला घेऊन भेटायला येतो. रिचर्डचे रंगभूमीवर आलेले नाटक साफ पडले असले तरी ते खरोखरीच चांगले होते, असे सांगून ज्युलिया त्याचे मन:पूर्वक अभिनंदन करते. क्रेलही तिला पाठिंबा देतो. त्यांच्या संभाषणातून एक गोष्ट बाहेर पडते. ती म्हणजे, मॉर्टन या बड्या निर्मात्याने अलथिया रॉइस या लोकप्रिय नटीकरिता एक नाटक लिहिण्याची विनंती निर्मात्याने रिचर्डला केली होती. हजार-पाचशे डॉलर सहजासहजी मिळण्याची आणि नाटककार म्हणून लोकप्रिय होण्याची ही सोन्यासारखी संधी आपल्या पायांनी रिचर्डकडे चालून आली होती.

"त्याच्यासारख्या बाजारी निर्मात्यासाठी नाटके लिहायला मी जन्माला आलेलो नाही, माझं ध्येय इब्सेनसारखा खराखुरा मोठा नाटककार व्हायचं आहे," असे तो हेलेनला सांगतो.

दारिद्र्याला विटलेली व्यवहारी वृत्तीची हेलेन चिडून म्हणते,

"मग तू माझ्याशी लग्न तरी कशाला केलंस? माझ्या वडिलांच्या घरी जन्मभर तुकडे मोडीत राहावं म्हणून? पोटी आलेल्या पोराची मी रात्रंदिवस चिंता करीत बसावं म्हणून? उभ्या जन्मात सुखाचा वास, वारासुद्धा मला मिळू नये म्हणून? यापेक्षा तुझी नि माझी आयुष्यात कधीच गाठ पडली नसती, तर फार बरं झालं असतं! तुझं हे पोर नि तुझी बायको टाचा घाशीत मेल्याशिवाय काही तुझ्या ध्येयवादी मनाचं समाधान व्हायचं नाही!"

चाबकाच्या फटकाऱ्याप्रमाणे भासणाऱ्या हेलेनच्या या शब्दांनी रिचर्डच्या अंत:करणाच्या चिंधड्या झाल्या नसत्या, तर नवल! एखाद्या हिरव्यागार वृक्षावर वीज कोसळावी आणि तो जळून निष्पर्ण व्हावा, तशी हेलेनच्या प्रेमाची गत झाली आहे, हे त्याच्या लक्षात येते. बायको-पोराला जगविण्याकरिता तो आपल्या उच्च ध्येयवादी भूमिकेवरून खाली उतरतो. लोकप्रियतेला लागणारा सर्व मालमसाला भरून तो नवे नाटक तयार करतो. अलथिया रॉइस या नव्या नाटकातल्या नायिकेची भूमिका करते. नाटक अतिशय यशस्वी होते. काल कुणालाही ठाऊक नसलेले रिचर्डचे नाव आज ज्याच्या-त्याच्या जिभेवर नाचू लागते. तो कीर्तीच्या आणि वैभवाच्या मंदिराची पहिली अत्यंत अवघड अशी चढण लीलया चढतो. त्याच्या सत्काराकरिता अलथिया मोठी मेजवानी देते. मेजवानीच्या वेळी रिचर्डवर अभिनंदनांचा वर्षाव होतो. तो आपल्या यशाचे मुख्य श्रेय अलथियाला आहे, असे सांगतो. आपल्या प्रत्येक मित्र-मैत्रिणीशी; ती त्याची ओळख करून देऊ लागते. त्या दोघांभोवती एकसारखी गर्दी होते आणि त्या गर्दीत पतीबरोबर मेजवानीला आलेली हेलेन, जणू काही तो तिचा नसून अलथियाचाच आहे, अशा रीतीने रिचर्डपासून दूरदूर जाते.

मेजवानीच्या दिवशी सुरू झालेले हे संघटन असेच पुढे वाढत जाते. दोन कलावंत म्हणून रिचर्ड व अलथिया एकमेकांच्या सहवासात अधिक अधिक येतात; पण दोन स्त्री-पुरुषांनी एखाद्या कार्यासाठी अतिशय जवळ येऊनही मनाने दूर राहणे, ही बाह्यत: दिसते तितकी सोपी गोष्ट नसते. शरीरसुखाचा मोह ब्रह्म आणि माया यांची अहोरात्र चर्चा करणाऱ्या मोठमोठ्या पंडितांनासुद्धा पडतो. मग ज्याच्या कलेला विविध इंद्रियजन्य सुखांशी आणि त्याच्याशी निकट संबंध असलेल्या नानाविध विकारवासनांशी नित्य मानसिक क्रीडा करावी लागते, असा रिचर्डसारखा ललित लेखक त्या मोहाला बळी पडला तर नवल कसले? रंगभूमीवरले आपले वैभवशाली स्थान टिकविण्याकरिता त्याच्यासारखा नाटककार आपल्या मुठीत असला पाहिजे, हे अलथिया मनातून ओळखून असते. ती त्याच्याभोवतीं आपल्या सौंदर्याचे जाळे पसरते. त्या जाळ्यात रिचर्ड

सापडतो. शेवटी त्या दोघांचा एकान्त पाहून हेलेन चिडते. ती घटस्फोट मिळविण्याकरिता कोर्टात जाते. रिचर्डच्या अब्रूचे धिंडवडे निघू नयेत व त्याच्यातल्या कलावंताचे मन छिन्नभिन्न होऊ नये, म्हणून त्याचा मित्र चित्रकार क्रेल व त्याची मैत्रीण ज्युलिया ही दोघे त्याला परदेशी जाण्याचा, नवी नवी स्थळे आणि नवी नवी माणसे पाहण्याचा, आपली कला अधिक सुंदर आणि सजीव व्हावी, म्हणून उघड्या डोळ्यांनी जगभर भ्रमंती करण्याचा सल्ला देतात.

वर्षभराने रिचर्ड प्रवास संपवून परत येतो. त्याच्या चेहऱ्यामोहऱ्यावरून हा प्रवास त्याला चांगलाच मानवलेला दिसतो. कोळशाच्या खाणीतील जीवनावर आधारलेल्या नाटकाचा एक अंक आपण पुरा केला आहे, असे प्रवासातून त्याने क्रेल आणि ज्युलिया यांना कळविलेले असते. ती दोघे मोठ्या उत्सुकतेने त्याच्या या नव्या जीवनस्पर्शी नाटकाची वाट पाहत असतात; पण प्रवासातून तो जे नाटक पूर्ण करून आणतो, ते अगदीच निराळे निघते. त्याचे कथानक एका क्रीडानौकेवर घडते. त्या नौकेवर प्रत्येकाची बायको भलत्याच्या खोलीत शिरते आणि त्यामुळेच गोंधळ होतो! ''कोळशाच्या खाणीवरील नाटक तू का पुरं केलं नाहीस?'' म्हणून क्रेल व ज्युलिया रुष्ट स्वराने रिचर्डला विचारतात.

तो उत्तरतो,

''त्याचा पहिला अंक मी पुष्कळांना वाचून दाखविला, पण तो कुणाला फारसा आवडला नाही. हे गंभीर नाटकांचे दिवस नाहीत, क्रेल. लोकांना आपली दुःखं विसरून चार घटका हसायला हवं आहे. त्यांच्या आयुष्यात भरपूर दुःखं असतात. नाटकाला न जातासुद्धा ती त्यांना पाहायला मिळतात.''

लोकांना आवडेल ते दिले पाहिजे, नाट्यलेखन हा इतर धंद्यासारखा एक धंदा आहे. बाजारात ज्या मालाला मागणी असते, तो पुरविणारा मनुष्यच यशस्वी होतो, या कल्पनांची पकड रिचर्डच्या मनावर बसते. पहिल्यांदा पोटासाठी तो ध्येयवादाच्या उच्च पातळीवरून खाली आलेला असतो; पण आता त्याला वैभवाची आणि लोकप्रियतेची चटक लागते. या जोडप्याच्या पोटी येणाऱ्या सर्व उपभोगांची चटक त्याला लागते. अलथियाच्या, पैशाच्या आणि लोकप्रियतेच्या पाशांत तो पूर्णपणे गुरफटला जातो. त्याच्या एका नव्या नाटकाच्या बोलपटाचे हक्क पंचाहत्तर हजार डॉलर्सना विकले जातात. त्याच वेळी अलथिया आपल्या नवऱ्याला सोडून त्याच्याकडे राहायला येते. याचा शेवट नवऱ्याच्या आत्महत्येत होतो! ''अलथिया हे तुझ्या दृष्टीनं विष आहे, तुला तिच्याविषयी वाटणारं आकर्षण ही केवळ कामुकता आहे, अलथिया ही ध्येयशून्य सुखलोलुपतेचं प्रतीक आहे, तिच्याकडं पाठ फिरविल्याशिवाय तुझा खरा मार्ग तुला दिसणार नाही!'' असे क्रेल रिचर्डला परोपरीने बजावतो. राखेच्या ढिगाऱ्याखाली गाडला

गेलेला अग्निकण क्षणभर चमकावा, त्याप्रमाणे रिचर्डचे कलावंताचे मन या उद्गारांनी जागे होते.

क्रेल माणसांचे दोन वर्ग करतो : ''भोगवादी आणि ध्येयवादी.''

''क्षुद्र शरीरसुखामागं धावणं, ती मिळाली म्हणून क्षणभर तृप्त होणं, पुन्हा वाढत्या अतृप्तीनं त्या सुखाचा पाठलाग करणं हे भोगवाद्यांना शोभतं. तुझ्यासारख्या ध्येयवाद्याचं ते काम नव्हे!'' असे रिचर्डला तो निक्षून सांगतो.

रिचर्डचे जागे झालेले मन वाढत्या वैभवाच्या, शिष्टसंमत प्रतिष्ठेच्या आणि भोगतृप्तीच्या शृंखला तोडून टाकण्याकरिता उत्सुक होते; पण असल्या सुवर्णशृंखला पायांत घालून घेणे जितके सोपे असते, तितकेच त्या तोडणे कठीण असते! पर्वतशिखरावरून कोसळलेला कडा गडगडत दरीत जाऊन पडतो; पण तो पुन्हा शिखराकडे परतू शकत नाही. रिचर्डची अशीच अवस्था होते. पतीच्या आत्महत्येच्या वार्तेने विकल झालेली अलथिया त्याच्या बाहुपाशात आश्रय शोधते आणि तो पाश हीच शेवटी त्या दोघांची लग्नगाठ ठरते.

पुढच्या आठ वर्षांत ही लग्नगाठ हा रिचर्डच्या कलेचा आणि ध्येयवादाचा गळफास बनते. त्याचा मित्र चित्रकार क्रेल हा कठीण परिस्थितीतही आपल्या अंत:प्रेरणेशी प्रामाणिक राहतो. रिचर्डचा अध:पात त्याला पाहवत नाही. त्याचे डोळे उघडावेत, म्हणून तो एक व्यंगचित्र काढतो. त्या चित्रात रिचर्ड एका हाताने जमाखर्चाच्या वहीला आणि दुसऱ्या हाताने अलथियाला कवटाळीत असल्याचे दृश्य असते. ते चित्र पाहून रिचर्ड संतापतो आणि एका हॉटेलात क्रेलची गाठ पडताच त्याला गुद्दे लगावू लागतो.

रिचर्डची ही मारामारी बाह्यत: क्रेलशी असली, तरी वस्तुत: एके काळी स्वत: पवित्र मानलेल्या मूल्यांवरच तो अंधपणाने आघात करीत असतो. त्याचा तोल पूर्णपणे जातो. कुठून तरी लोकप्रिय होतील, अशी नाटके लिहिणे आणि त्या तकलुपी लोकप्रियतेच्या, तिच्या बळावर मिळणाऱ्या पैशाच्या आणि या दोन्ही अंध शक्तींतून निर्माण होणाऱ्या भोगप्रियतेच्या धुंदीत तो स्वत:ला पूर्णपणे विसरून जातो. १९१६ सालचा ध्येयवादी कॉलेज विद्यार्थी रिचर्ड, १९१८ चा हेलेनवर प्रेम करणारा आणि आपण हवेवर जगू, असे तिला हसतमुखाने सांगणारा रिचर्ड – तोच रिचर्ड – १९३४ साली गल्लाभरू नाटके लिहिणे ही आपल्या आयुष्याची इतिकर्तव्यता मानतो, क्रेलसारख्या खऱ्याखुऱ्या मित्राला आपला वैरी समजतो आणि हेलेनला सोडून जसा एके काळी तो अलथियाच्या मोहात सापडला होता, तसा आता अलथियाकडे पाठ फिरवून तो आयव्ही या एकोणीस वर्षांच्या अतिशय सुंदर अशा नटीकडे आकृष्ट होतो. तो तिला आपल्या पाशांत ओढतो. रंगभूमीवरले आपले स्थान टिकविण्याकरिता

अलथियाने त्याला जवळ केलेले असते; पण ''आता माझ्या नव्या नाटकातल्या अल्लड तरुणीची भूमिका तुला शोभणार नाही; ती आयव्हीच चांगली करू शकेल.'' असे तो तिला बजावतो. अलथिया मनात जळफळते. ती रिचर्डचा व आयव्हीचा द्वेष करू लागते. त्याच्या नव्या नाटकातील आयव्हीच्या भूमिकेमुळे आपण मागे पडलो. ती आता रिचर्डची प्रेयसी झाली, तिने आपली जागा बळकवली, या शल्याने बेभान होऊन शेवटी एका समारंभाच्या वेळी आयव्हीच्या तोंडावर आयोडीन फेकून ती तिचा चेहरा विद्रूप करून टाकते. कॉलेज सोडताना आत्म्याशी प्रामाणिक राहण्याची प्रतिज्ञा करणारा रिचर्ड शरीरसुखाच्या मागे धावत-धावत स्वत:च्या आणि इतरांच्या अध:पाताला असा कारणीभूत होतो!

'मेरिली वुई रोल अ‍ॅलाँग' हे कॉफमन आणि हार्ट या अमेरिकन नाटककारांनी लिहिलेले नाटक त्यांच्या इतर नाटकांहून फार भिन्न आहे. 'यू कान्ट टेक इट वुइथ यू' किंवा 'दि मॅन हू केम टु डिनर' ही त्यांची नाटके अधिक गाजली आहेत, मिस्कील व चुरचुरीत विनोदामुळे वाचनीय झाली आहेत. 'यू कान्ट टेक इट वुइथ यू' या नाट्यकथेवरील चित्रपट अनेकांना आवडला होता. त्या नाटकाची रूपांतरेही मराठी व गुजराती रंगभूमीवर डोकावून गेली आहेत. असे असूनही 'अध:पात' (मेरिली वुई रोल अ‍ॅलाँग) हेच या जोडगोळीचे नाटक मला अधिक आवडते. बुद्धिचापल्य, कल्पना-चमत्कृती किंवा चुरचुरीत संवादांचा विलास हा काही या नाटकांचा आत्मा नाही. त्याचे स्वरूप सर्वस्वी निराळे आहे. त्यातले जीवनदर्शन हे सूक्ष्म निरीक्षण आणि तीव्र अनुभव यातून निर्माण झाले आहे. त्यामुळे स्वाभाविकपणेच या कथेला एक प्रकारची उंची लाभली आहे. भौतिक मूल्ये आणि आत्मिक मूल्ये यांचा संघर्ष ही मानवी जीवनातली जितकी अवघड, तितकीच सनातन अशी समस्या आहे. विज्ञान आणि यंत्रयुग यांच्यामुळे विसाव्या शतकात तर या समस्येचे स्वरूप अधिक भीषण व जटिल बनले आहे. फाउस्टने सैतानाला आपला आत्मा विकल्याची जी जुनी कथा आहे, तीच बाह्यत: मोहक पण आतून दाहक अशी नवनवी रूपे धारण करून आपल्या भोवताली आज घडोघडी घडत आहे. रिचर्ड या ध्येयवादी, प्रतिभावान तरुणाचा अध:पात ही अशा असंख्य घटनांपैकीच एक आहे.

म्हणूनच या नाटकाच्या आशयाला अर्थपूर्णता प्राप्त झाली आहे. ललितकृतीत 'काय' सांगितले हे अधिक महत्त्वाचे असते, की ते 'कसे' सांगितले आहे याला अधिक महत्त्व असते, यासंबंधाने आपल्याकडे वारंवार मतभेद प्रदर्शित केले आहेत. कुणी 'काय'चा उदोउदो करतात, कुणी 'कसे'ची पूजा करतात! व्यक्तिश: मला ही दोन्ही मते एकांगी वाटतात. स्त्री आणि पुरुष यांची कार्ये कितीही भिन्न असली, तरी सुखी संसाराला त्या दोघांच्या सद्‌गुणांची आणि सहकार्याची जशी

सदैव आवश्यकता असते, तशीच चांगल्या ललितकृतीला आशयरूपी प्रभावी आत्म्याची आणि आविष्काराच्या रूपाने प्रकट होणाऱ्या सुंदर शरीराची गरज आहे.

या दृष्टीने 'अध:पात' या नाटकाच्या एका रचनाविशेषाचा येथे आवर्जून उल्लेख केला पाहिजे. १९१६ पासून १९३४ पर्यंतच्या अठरा वर्षांत ध्येयवादी रिचर्डची जीवनमूल्याच्या बाबतीत क्रमाक्रमाने कशी घसरगुंडी होते, हे नाटककारांना दाखवायचे आहे. या अध:पाताचा भयंकरपणा स्पष्ट व्हावा, म्हणून त्यांनी या नाटकाची रचना उलट्या क्रमाने केली आहे. १९३४ चा आयव्हीच्या पाशात सापडलेला आणि संपूर्णपणे सवंग लोकप्रियतेच्या आहारी गेलेला रिचर्ड त्यांनी पहिल्या अंकाच्या पहिल्या प्रवेशात आपल्यापुढे उभा केला आहे. त्यांनी प्रत्येक अंकाचे तीन प्रवेश कल्पिले आहेत. अशा तीन अंकांच्या नऊ प्रवेशांतून हा आजचा ध्येयभ्रष्ट, उपभोगलोलुप नाटककार एके काळी किती ध्येयनिष्ठ व त्यागपूजक होता, याचे स्थूल चित्र त्यांनी काढले आहे. आज अलथिया, तर उद्या आयव्ही, अशा भ्रमरवृत्तीने वागणाऱ्या रिचर्डचे एके काळी हेलेनवर किती निर्व्याज आणि उत्कट प्रेम होते, लोकांना जे आवडेल तेच दिले पाहिजे, असे आज म्हणणारा रिचर्ड एके काळी, "मला कसली नाटके लिहायची आहेत आणि लोकांना काय सांगायचं आहे, ते सारं मला ठाऊक आहे. अलथिया रॉइससाठी नाटकं लिहिणं म्हणजे माझी ज्या मूल्यांवर श्रद्धा आहे, ती मी उघड्या डोळ्यांनी आपल्या पायदळी तुडविण्यासारखं होईल. लाडके हेलेन, थोडा धीर धर, या काटेरी मार्गवर मला आणखी काही दिवस सोबत कर; आज ना उद्या तुझ्या धीरावर मी यशस्वी होईन," असे उद्गार कसे काढीत होता, इत्यादी गोष्टी कालक्रमाच्या याउलट मांडणीमुळे अधिक परिणामकारक वाटतात. गोजिरवाण्या लहान मुलाचे हळूहळू वृद्ध पुरुषात कसे रूपांतर होते, हे सांगण्यापेक्षा प्रथम सुरकुतलेल्या चेहऱ्याचा, निस्तेज डोळ्यांचा आणि लटलट कापणाऱ्या हातापायांचा म्हातारा दाखवून एके काळी त्याची मुद्रा किती नाजूक व मोहक होती, त्याचे डोळे किती भावपूर्ण दिसत होते आणि त्याच्या हातापायांच्या हालचाली कशा जीवनरसाने ओथंबलेल्या होत्या, हे सूचित करण्याने त्या वार्धक्याचे दुःख अधिक तीव्रतेने जाणवते. तशीच व त्याच हेतूने या नाटकाची मांडणी लेखकांनी केली आहे. प्रीस्टलीसारख्या नाटककारांनी कालाची उलटापालट करण्याच्या या तंत्राचा चातुर्याने अवलंब करून आपल्या कलाकृतींना सूचकता व सखोलपणा आणला आहे. आपल्याकडे मात्र कादंबरीत अथवा नाटकात ही प्रयोगशीलता कुणी फारशी दाखविलेली नाही.

पण केवळ चतुर मांडणीमुळे हे नाटक वाचून हातावेगळे केल्यावर मनात

तरळत राहते, असे मला वाटत नाही. रिचर्डच्या चरित्र-चित्रणाच्या द्वारे जी जीवनविषयक समस्या नाटककारांनी सूचित केली आहे, ती जितकी कठीण, तितकीच करुण आहे. रिचर्ड कलावंत होता. कलावंताचे जग अनेक मोहांनी भरलेले असते. म्हणून त्याचा अध:पात ही अपवादात्मक गोष्ट मानली पाहिजे, असे हे नाटक वाचताना मुळीच वाटत नाही. अलथिया व आयव्ही यांच्यासारख्या सुस्वरूप नट्या वाटेल त्याच्या आयुष्यात येत नसतील! पण रिचर्डचा केवळ स्त्रीविषयक मोहच त्याच्या अध:पाताला कारणीभूत होतो, असे मुळीच नाही. किंबहुना, त्याचा लंपटपणा हे त्याच्या अध:पाताचे मूळ नसून, फळ आहे, असे म्हटले तरी चालेल.

आजच्या जगात कोणत्याही जुन्या किंवा नव्या अर्थाने परमेश्वराची प्रामाणिक पूजा होत नाही. अष्टौप्रहर जी पूजा चालली आहे; ती पैशाची, सत्तेची, प्रतिष्ठेची, आत्म्याच्या प्रामाणिकपणाशी ज्यांचा काडीचाही संबंध नाही, अशा गोष्टींची! शिक्षण आणि वाङ्मय यांचा अधिक प्रसार झाल्यामुळे आजकाल प्रत्येकाच्या जिभेवर शेकडो सुंदर सत्ये नाचत असतात; पण ती केवळ पढीक मानवांनी केलेली पोपटपंची असते. प्राचीन काळी धर्मावर असो, ईश्वरावर असो, अथवा स्वर्ग-नरकावर असो, पण कुठल्या तरी कल्पनेवर श्रद्धा ठेवून मनुष्य विशिष्ट नीतिमूल्ये प्राणांहूनही प्रिय मानीत असे. त्या पवित्र मूल्यांच्या रक्षणापायी मृत्यूलाही आनंदाने मिठी मारायला तो तयार होत असे. पतीच्या चितेवर हसत चढणारी सती असो किंवा पित्याचे वचन पूर्ण करण्याकरिता वनवास स्वीकारणारा राजपुत्र असो, आनंदाने शारीरिक दु:खे कवटाळणाऱ्या त्यांच्या दृढनिश्चयामागे विशिष्ट मूल्यांवरील श्रद्धेची शक्ती होती, असेच दिसून येईल. विज्ञान, यंत्रयुग आणि बुद्धिजीवित्व यांनी गेल्या शतकापासून ही श्रद्धा उद्ध्वस्त करायला सुरुवात केली.

पाण्याच्या अनुषंगाने जसा चिखल माजतो, तशी श्रद्धेच्या आधाराने अंध:श्रद्धाही जगात फोफावत असते. त्या दृष्टीने विज्ञान, यंत्रयुग आणि बुद्धिजीवित्व यांनी आरंभिलेले मूर्तिभंजनाचे कार्य एका मर्यादेपर्यंत इष्ट असेच होते; पण जुनी नीतिमूल्ये नाहीशी केल्यावर त्यांच्या जागी नवी नीतिमूल्ये कशी प्रस्थापित करावीत, याची गुरुकिल्ली या तिघांपैकी कुणालाच सापडली नाही. मंदिरात, मशिदीत आणि मिलागिरीत 'हे विश्वचि माझे घर' किंवा 'शेजाऱ्यावर प्रेम कर' या धर्मवचनांचा उच्चरवाने उद्घोष होत असला, तरी बाहेर ते सारे विश्व बेचिराख करून टाकणारे भयंकर बॉम्ब आणि त्या शेजाऱ्याला क्षणार्धात परलोकात पाठवून देणारा विषारी वायू यांची निर्मिती करण्यात मानव गढून जात आहे. राजकारणात काय किंवा व्यवहारात काय, जीभ मधाने माखून घेऊनच बोलावे

लागत असल्यामुळे सर्व देशांतील वर्तमानपत्रांचे रकाने आपल्याला सदैव सद्भावनांच्या उद्गारांनी भरलेले दिसतात! पण प्रत्यक्ष व्यवहारात उतरले, की त्या भावनांचा कुठेच आढळ होत नाही. तिथे भेद, स्पर्धा, स्वार्थ आणि द्वेष यांचेच साम्राज्य वाढत असलेले दिसत आहे.

जुन्या श्रद्धास्थानांना परमेश्वराचा, परलोकाचा आणि पाप-पुण्याविषयी वाटणाऱ्या भीती-भक्तीचा आधार होता. हा आधार अदृश्य आणि म्हणूनच अनेक दृष्टींनी अद्भुताचा पाया असलेला असा होता; पण त्यामुळे प्राचीन काळी त्याच्या सत्यासत्यतेविषयी कुणाच्याही मनात संशय निर्माण होत नसे. शरीर आणि आत्मा यांच्या संघर्षात प्राचीन काळचा मनुष्य अनंत दुःखे भोगूनही आत्म्याच्या बाजूला उभा राहत असे. तो काही बुद्धिवादावर आधारलेल्या अंतःप्रेरणेमुळे नव्हे, तर परंपरेने पवित्र मानलेल्या मूल्यांचे मोठेपण विविध संस्कारांनी रक्तात भिनवून टाकल्यामुळे! ती परंपरा आता तुटली आहे. सारी मूल्ये ऐहिक सुखाच्या निकषावर घासली जात आहेत. ही कसोटी सर्वस्वी चुकीची नाही; पण ऐहिकाच्या कल्पनेचा विस्तार अथवा संकोच प्रत्येक व्यक्तीच्या आत्मविकासावर अवलंबून असतो. ऐहिक सुख म्हणजे आपण आणि आपल्या भोवतालची चार माणसे यांचे सुख, किंबहुना, त्या व्यक्तीचे क्षणभंगुर शारीरिक सुख असा अर्थ करण्याची प्रवृत्ती आजच्या जगात बळावत आहे. मनुष्याच्या ऐहिक सुखात भर पडत असली, तरी त्याचा आध्यात्मिक अधःपात होत आहे, अशी भीती मोठमोठ्या विचारवंतांना आजकाल वाटत आहे, याचे कारण हेच आहे.

या अधःपाताचे चित्रण 'मेरिली वुई रोल अॅलाँग' या नाटकातील रिचर्डच्या चित्रणात आढळते. आत्मिक अधःपाताची समस्या चालू काळात पूर्वीपेक्षा अधिक बिकट का झाली आहे, हे नाटककारांनी अत्यंत चांगल्या रीतीने सूचित केले आहे. रिचर्डचा पिंड खऱ्या कलावंताचा आहे, सात्त्विक माणसाचा आहे. कुणीही कौतुकाने ज्याच्याकडे बोट दाखवावे इतका उज्ज्वल ध्येयवाद आयुष्याच्या आरंभी त्याच्या ठिकाणी आहे. दारिद्र्यात दिवस काढावे लागत असताना, किंबहुना, बायको व मूल यांचे हाल होत असतानासुद्धा तो आपले मन विचलित होऊ देत नाही. आपल्या कलावंत-हृदयातून जे स्फुरते, तेच लिहिण्याच्या बाण्याला तो चिकटून राहतो.

पण मध्यान्हकाळ हा कलिकाळापेक्षाही भयंकर असतो! जगातल्या सर्व मोठ्या आगी प्रयत्नाने विझविता येतात. विझवायला अवघड अशी आग एकच असते – ती म्हणजे बेकाराच्या पोटातली आग. रिचर्ड बुद्धिवान असूनही बेकार होतो! कारण कलेला बाजारी स्वरूप देणाऱ्या जगाला जे हवे असते, ते द्यायला

तो नाखूश असतो! पण त्याला शेवटी या बाजारी जगापुढे वाकावेच लागते. तो सद्बुद्धीने – हेलेन व आपले मूल यांचे हाल होऊ नयेत म्हणून – या युद्धातला पहिला पराभव पत्करतो. तो आपल्या आत्म्याला फसवितो आणि पोट भरण्यासाठी त्याला जे पाप वाटत होते, ते करू लागतो; पण एक गोष्ट त्याच्या लक्षात येत नाही; ते म्हणजे, पाप हे चक्रव्यूहासारखे असते. त्यात प्रवेश करण्याचा मार्ग सुलभ असला, तरी त्याच मार्गाने त्यातून कुणी मागे परतू शकत नाही. पापातून पाप वाढते, ही वाढती पापे आत्म्याला बधिरता आणतात आणि मग मनुष्य, ज्यांची लाज वाटावी त्या पापांचेच एक नवे तत्त्वज्ञान बनवू लागतो.

ही जर एखाद्या सर्वसामान्य माणसाची कथा असती, तर हा आंधळा अध:पात थोडा तरी क्षम्य ठरला असता; पण संत, कवी, नेते, कलावंत, अध्यापक हे समाजाचे डोळे होत. आंधळ्या सुखवादाच्या आहारी गेलेल्या समाजात ध्येयाचे किंवा आदर्शाचे निशाण फडकत ठेवणे ही गोष्ट अत्यंत अवघड आहे; पण ज्यांची बुद्धी तीव्र आहे, ज्यांच्या भावना उत्कट आहेत आणि म्हणूनच ज्यांच्या ठिकाणी इतरांपेक्षा द्रष्टेपणाची शक्ती थोडी तरी विकसित झाली आहे, अशा वर उल्लेखिलेल्या वर्गांतील लोकांनी आपल्या हातातले निशाण सांभाळण्याची पराकाष्ठा करायला नको काय?

या नाटकाचा विषय किती भव्य व भीषण आहे, याची कल्पना या विवेचनावरून येईल. रिचर्ड हा अनेक दृष्टींनी विसाव्या शतकातला मॅकबेथच आहे; पण या नव्या मॅकबेथच्या प्रभावी चित्रणाला आवश्यक असलेली प्रतिभा नाटककारांच्या ठिकाणी नसल्यामुळे, किंबहुना, आधुनिक वास्तववादी नाटक लिहिण्याच्या नादात या विषयाची झेप त्यांनी नीट न ओळखल्यामुळे वाचून संपविल्यावर अनेक दिवस बेचैन करण्याचे सामर्थ्य मात्र या कलाकृतीत नाही.

पण या नाटकात हाताळलेली समस्या अतिशय महत्त्वाची आहे. या समस्येचे उत्तर नाटकात नाही, हे स्वाभाविकच आहे. ललितलेखन फार तर समस्यांची प्रभावी मांडणी करू शकते. त्यांची उत्तरे व्यक्तीला आणि समाजाला स्वत:च शोधून काढावी लागतात. पण एक गोष्ट उघड आहे. ''अध:पात''मधल्या समस्येचे उत्तर शोधून काढण्यात आजचे जग अयशस्वी ठरले, तर त्याचे भवितव्य फारसे आशादायक नाही!

१९५६

# । देवता! ।

"कृष्णराव मराठ्यांना तुम्ही ओळखता?"

"हो."

"तरीच..."

"अहो, मी त्यांना ओळखत असलो, तरी मी काही त्यांचा स्नेही नाही."

"त्यांचं कसलंसं मंडळ होतं ना? अश्लील संशोधक मंडळ, की..."

"छे! दुसरं काही नाव होतं त्याचं!"

"नाव काही का असेना! त्या मंडळाचा हेतू वाङ्मयात कुठं काय अश्लील आलं आहे, हे हुडकून काढण्याचा होता की नाही? त्या मंडळाचे तुम्ही सभासद होता की नाही?"

"नाही."

"निदान हितचिंतक? राजकीय पक्षात असल्या भानगडी हल्ली फार दिसतात. प्रत्यक्ष सभासद होणं सोईस्कर नसलं, तर त्या पक्षाचा मित्र किंवा हितचिंतक असा काही तरी बुरखा घ्यायचा नि तेच काम करीत राहायचं!"

"पण वाङ्मयातली अश्लीलता शोधण्याचा प्रयत्न मी कधीच केला नाही. साधा पोलीस व्हायलासुद्धा नालायक आहे मी. असला माणूस गुप्त पोलिसांचं काम काय करणार कपाळ?"

"ईश्वरसाक्ष खरं सांगेन, अशी कबुली देऊन तुम्ही खोटं बोलताय आपण अश्लीलतेचा बाऊ करीत नाही, असं म्हणतो; मग या पुस्तकातली "एंजल ऑफ मर्सी" ही गोष्ट वाचून इतके विचारात का पडला आहात? ती अश्लील आहे असं तुम्हाला वाटतं?"

"ती अश्लील नाही; पण..."

"म्हटलं, तर ती अश्लील आहे; म्हटलं तर नाही, असं म्हणून काम भागणार नाही, हे लक्षात ठेवा. असल्या दुटप्पी मतांचं कौतुक व्हायचे दिवस केळकरांच्या

बरोबरच संपले, हे विसरू नका. सांगा, ही गोष्ट अश्लील आहे की नाही? ती अश्लील नाही ना? मग ती वाचून तुम्हाला रुखरुख का वाटतेय? हे पाहा, मिस्टर, वास्तवता ही थोडीशी नागडीउघडी असायचीच! हं बोला, स्पष्ट बोला, नाही तर...''

मी स्वभावाने भितरा आहे. होता होईल तो कुणाच्या अध्यातमध्यात पडत नाही. कोर्टाची पायरी चढण्यापेक्षा पर्वतीच्या सर्व पायऱ्या चढणे मला अधिक सुखकारक वाटते. असे असून माझी अशी उलटतपासणी कोण करीत आहे, हे मला कळेना. मी गडबडलो, दचकलो.

लगेच माझ्या जिवात जीव आला. ही सारी प्रश्नोत्तरे स्वप्नातली होती. 'इंटरनॅशनल शॉर्ट स्टोरीज' हे पुस्तक वाचता-वाचता मी झोपी गेलो होतो.

मी आठवू लागलो. त्यातली कुठली बरं गोष्ट मघाशी वाचीत होतो मी? हां. देवता (एंजल ऑफ मर्सी)! ती गोष्ट वाचून आपण अस्वस्थ झालो. ती लिहिण्यात लेखकाचा हेतू काय असावा, याचा विचार करू लागलो. त्या अस्वस्थ तंद्रीतच आपला डोळा लागला.

मघाचे विचारचक्र माझ्या मनात पुन्हा सुरू झाले. १९५० साली जी जागतिक लघुकथा-स्पर्धा झाली, तिच्यातील निवडक गोष्टींचा संग्रह 'इंटरनॅशनल शॉर्ट स्टोरीज' या पुस्तकात केला आहे. 'देवता!' ही गोष्ट तुर्कस्थानातर्फे आलेली श्रेष्ठ कथा म्हणून या संग्रहात समाविष्ट झाली आहे. अशा स्पर्धेतल्या साऱ्याच गोष्टी काही चांगल्या नसतात. भिन्नभिन्न देशांच्या व निरनिराळ्या परीक्षकांच्या विविध अभिरुचींचे परिणाम या कथांच्या निवडीवर होत असतात. तथापि, दर महिन्याला मासिकांतून येणाऱ्या कथांपेक्षा अशा गोष्टींत काही ना काही वैशिष्ट्य असले पाहिजे, या कल्पनेने मी हा संग्रह वाचीत होतो.

'देवता' वाचताना माझी अपेक्षा यापेक्षा अधिक नव्हती. कलेचा किंवा जीवनाचा काही अभूतपूर्व आविष्कार या कथेत आढळेल, अशी आशाही मला नव्हती. कथाकाराचे 'नेकेडेट ओकमेन' हे नाव स्त्रीचे आहे की पुरुषाचे आहे, हे अजून सांगता येणार नाही मला. अशा स्थितीत लेखकाच्या पूर्वपरिचयामुळे माझी रसिकता दूषित झाली होती, असेही म्हणता येणार नाही. तंत्राच्या दृष्टीने ही गोष्ट ठीक आहे. ओ हेन्रीच्या पद्धतीचा नाजूक मजेदार धक्का कथेच्या शेवटी वाचकाला मिळतो. बुद्धीला त्याची क्षणभर मौज वाटते.

एका तुर्की शहरातल्या रात्रीच्या बर्फवृष्टीनंतर सकाळच्या व्यवहाराचे या कथेच्या प्रारंभीचे साधेच पण सजीव चित्रण वाचकाला आनंद देते. टेलिफोनच्या तारांवर साचलेला बर्फ, त्या तारांवर येऊन बसणारी पाखरे आणि त्यामुळे त्या बर्फाचे हळूहळू खाली पडणारे चिमुकले पुंजके, हे दृश्य कुणाही छायालेखकाला चित्रित

करायला आवडेल, असेच आहे. रस्त्यातल्या कचरागाडीला जुंपलेल्या घोड्याच्या नाकपुड्यांतील केसांना चिकटलेल्या बर्फाच्या कणांचे लेखकाने केलेले निरीक्षणही मोठे मार्मिक वाटते.

पण अशी वर्णने, उत्सुकता वाढविणारा प्रारंभ किंवा अनपेक्षित कलाटणीने केलेला शेवट यांच्यामुळे कथेला थोडेफार सौंदर्य लाभत असले, तरी तिचे खरेखुरे सामर्थ्य निराळ्याच गोष्टीत असते. ही गोष्ट वाचून संपविल्यावर ते सामर्थ्य मी शोधू लागलो. ते नक्की कशात आहे, मला कळेना. अधिक विचार केल्यावर वाटू लागले, ते कथालेखकाला तरी ठाऊक होते काय? त्याला काय सांगायचे होते? कोणत्या अनुभूतीने त्याचे हृदय विद्ध झाले, म्हणून त्याने ही कथा लिहिली? ती अनुभूती त्याने कलात्मक आणि परिणामकारक पद्धतीने साकार केली आहे काय?

रात्रभर बर्फवृष्टी झाल्यानंतर सकाळच्या चार-दोन तासांत घडलेली ही गोष्ट आहे. तिच्यात मुख्य व्यक्ती दोनच. एक सुखवस्तू तरुण स्त्री आणि एक चौदा-पंधरा वर्षांचा गरीब मुलगा — जमीन हेच ज्याचे अंथरूण व आभाळ हेच ज्याचे पांघरूण, असा एक गरीब मुलगा! हा मुलगा त्या सुखवस्तू स्त्रीच्या घरापाशी येतो. त्याच्या विजारीच्या चिंध्या झालेल्या आहेत. बेंबीपर्यंत शर्ट उघडा पडला आहे. त्या फाटक्या कपड्यांतून दिसणारे त्याचे अंग चामड्यासारखे वाटत आहे. तो नखशिखान्त घाणेरडा दिसतो. केसांच्या जटा झालेल्या, त्या जटा मातकटलेल्या, हात-पाय काळसर पडलेले. हा अनाथ, निराधार मुलगा थंडीने गारठून गेला आहे. तो या सुखवस्तू तरुणीच्या दारापाशी येतो; आणि काकुळतीने म्हणतो,

"माई, माझ्या पोटात कावळे ओरडताहेत. तुमचा कोळसा फोडायचा असला, तर ते काम मला सांगा. हवं, तर हा अंगणातला बर्फ मी खोऱ्यानं उपसून टाकतो; पण मला काही तरी खायला द्या."

त्या तरुणीचे या कथेतले स्वभावरेखन मोठे गमतीदार आहे. दया हे काही लोकांच्या अंत:करणाला झालेल्या जखमेतले रक्त असते; पण अशी माणसे नेहमीच थोडी असतात. दया दाखविणाऱ्या लोकांत नाना प्रकारच्या व्यक्ती असतात. कुणी दयेचे प्रदर्शन करण्यात आनंद मानतात, कुणी एवढेसे काही केले, तरी आपण मोठे सत्कृत्य केले, असे वाटून आत्मवंचना करून घेतात. ही सुखवस्तू तरुणी हा असाच एक संमिश्र नमुना आहे. घरात फोडलेला कोळसा शिल्लक असताना ती त्या मुलाला कोळसा फोडण्याचे काम देते. शिळा रस्सा ऊन करून त्याला वाढते. तो मुरंबा कधी खात नसला, तरी आपण तो त्याला वाढायला काहीच हरकत नाही, असे ती आपल्या उदार मनाला बजावते. हे सारे करीत असतानाच ती न्हाणीघरातल्या आरशापुढे जाऊन उभी राहते आणि परोपकारामुळे आपल्या चेहऱ्यावर 'मोनालिसा'चा सात्त्विक भाव

किती प्रमाणात उतरला आहे, हे बारकाईने पाहते.

तिच्या चित्रणामागे लेखकाची उपरोधबुद्धी आहे, हे उघड आहे. ती त्या पोराला आपल्या नवऱ्याचा एक जुना लोकरी स्वेटर देते; पण तो देत असतानाच मनातल्या मनात एका कुत्र्याशी त्याची तुलना करते. त्या भुकेलेल्या कुत्र्यावरही तिने असाच उपकार केलेला असतो आणि त्याच्याप्रमाणेच हा मुलगाही कृतज्ञ दृष्टीने तिच्याकडे पाहत तिचा निरोप घेतो.

हा गोष्टीचा पूर्वार्ध झाला. तो सहा पाने आहे. शेवटच्या एका पानात तिचा उत्तरार्ध चित्रित झाला आहे.

थोड्या वेळाने ही सुखवस्तू तरुणी मंडईत फळफळावळ खरेदी करायला जाते. तो मुलगाही तेथे भटकत असतो. "अल्ली, हा माझा स्वेटर पाहिलास का?" हे शब्द कानांवर पडताच त्याचा आवाज ओळखून ती वळून पाहते. तो मुलगा आपल्या दोस्तांशी बोलण्यात गुंग झालेला असतो. त्यामुळे त्याचे लक्ष तिच्याकडे जात नाही. मात्र त्या दोघांचे सारे बोलणे तिला ऐकू येते. अल्ली त्या मुलाला विचारतो,

"कुठं रे, पैदा केलास हा लेका?"

तो उत्तरतो,

"एका बाईनं दिला. इथंच पलीकडे राहते ती. कोळसा फोडायला गेलो होतो मी तिथं!"

"तुला पैसे न देता हा जुना स्वेटरच दिला वाटतं तिनं!"

"आहेस कुठं तू, मर्दा? तिनं मला पैसे दिले, खायला दिले नि हा स्वेटरही दिला. ती बाई पाहायला हवीस तू, अल्ली. पाणी सुटेल तुझ्या तोंडाला. आपल्याला केवढा कोळसा हवा, हे दाखवायला ती वाकली, तेव्हा जी मजा दिसली, दोस्त! जशी काही दोन मोसंबी – एवढी एवढी नि पांढरी-पांढरी शुभ्र!"

ती बाई वाकली असताना अर्धवट दिसणाऱ्या तिच्या स्तनांचे वर्णन करूनच हा मुलगा थांबत नाही. मिटक्या मारत तो पुढे सांगू लागतो,

"गच्चीतून हात पुढं करून तिनं मला पेलाभर रस्सा दिला. मी खाली उभा होतो. तिथून मला सारं कसं स्पष्ट दिसत होतं. तिच्या पोटऱ्या, मांड्या... माझ्या हातातली थाळी गळून पडतेय, की काय, असं वाटू लागलं मला!"

हे ऐकता-ऐकता शरमून ती बाई घाईघाईने निघून जाते आणि त्या मुलाच्या या उद्गारांवरच गोष्ट संपते!

कथेचा हा शेवट मला असमाधानकारक वाटला. परंपरागत नैतिक संकेतांच्या आहारी जाऊन हे मी म्हणत नाही. केवळ कलात्मक दृष्टीने पाहिले, तरी हा

शेवट तर्कशुद्ध नाही. सुखवस्तू तरुण स्त्री आणि गरीब पण बनेल मुलगा या कथेच्या आधारभूत असलेल्या व्यक्तींपैकी कुणावर लेखकाने आपले लक्ष केंद्रित केले आहे? या कथेत त्या तरुणीला प्राधान्य आहे, असे प्रथम बराच वेळ वाटते. प्रच्छन्न उपहास करीत-करीत दयेसारख्या सात्त्विक भावनेचे उथळ प्रदर्शन करणाऱ्या श्रीमंत माणसांवर टीका करण्याचा लेखकाचा हेतू आहे; आणि म्हणून अशा माणसांचा क्षुद्र उथळपणा हास्यास्पद होईल, असा काही तरी गमतीदार शेवट तो करील, अशी वाचकाची कल्पना असते. त्या पोराच्या तोंडी घातलेल्या तिच्या स्तनांच्या आणि मांड्यांच्या उल्लेखाने त्या अपेक्षेचा सर्वस्वी भंग होतो. त्या मुलाविषयीची वाचकाची सहानुभूती क्षणार्धात लोप पावते. दया करणारी बाई उथळ आणि ज्याच्यावर दया केली आहे, तो पोरगा असा बनेल, या कातरीत वाचकाचे मन सापडते. ते कुणाशीच समरस होऊ शकत नाही. कुणाचेच सुखदुःख अनुभवू शकत नाही. कलात्मक कृती – मग तिचा विषय कितीही साधा, सामान्य वा प्रसंगी बीभत्स असो — मनावर जो परिणाम करते, तो तिच्यामागे असलेल्या तुमच्या-आमच्यापेक्षा अधिक सूक्ष्म आणि अधिक विशाल अशा लेखकाच्या जीवनविषयक जाणिवेचा.

या कथेत असली कोणती जाणीव आहे? चौदा-पंधरा वर्षांचा मुलगा आपल्यावर उपकार करणाऱ्या तरुण स्त्रीकडे कामुक दृष्टीने पाहू शकणारच नाही, असे मी म्हणत नाही. जीवन जितके अधिक अस्थिर आणि अधिक दरिद्री, तितके कामुकतेचे स्वच्छंद प्रदर्शन अधिक, हा अनुभव आपणाला वारंवार येतो. या कथेतल्या अनाथ, दुर्दैवी पोराला आपले मन रमविण्याचे दुसरे कुठले साधन समाजाने उपलब्ध करून दिलेले असते? बेवारशी कुत्र्यासारखे त्याचे जिणे आहे. दिसेल त्या मनुष्यापुढे शेपूट हलवावे, कुणी कीव करून एखादा भाकरीचा तुकडा टाकला, तर कृतज्ञतेचे नाटक करीत तो खावा आणि मग आपल्या जीवनातल्या साऱ्या वेदना बधिर करण्याकरिता अतृप्त इच्छांचे जे विंचू पावलोपावली नांग्या मारीत असतात, त्यांना ठेचण्याचा आव आणण्याकरिता उकिरड्यावर पडलेले एखादे हाड घेऊन ते चघळीत बसावे, एवढेच तो जाणतो!

असे जीवन किंवा हा मुलगा कथाकाराच्या चित्रणाचा विषय होत नाही, असे कोण म्हणेल? उपकार करणाऱ्या तरुणीकडे कृतज्ञतेऐवजी कामुकतेने पाहण्याची जी विकृती त्या मुग्ध वयातल्या मुलाच्या मनात निर्माण झाली आहे, तिची कलात्मक दृष्टीने केलेली मीमांसा प्रसंगी शास्त्रीय दृष्टीपेक्षाही प्रभावी ठरेल; पण त्या मुलाच्या मनाला या दृष्टीने कथाकाराने कुठेच स्पर्श केलेला नाही. त्याचा तो हेतूही नसावा!

दयेची देवता म्हणून मिरवणाऱ्या सुखवस्तू तरुणीभोवती ही कथा गुंफली

गेली आहे; पण ती वाचून वेगळी करताना वाचकाचे मन परिणामाच्या दृष्टीने द्विधा होते. शेवटच्या प्रसंगामुळे ती तरुणी काही उपहासास्पद ठरू शकत नाही. उलट, तिच्याविषयी एक प्रकारची सूक्ष्म सहानुभूती निर्माण होते. तिचे मन उथळ असेल, तिची दयाबुद्धी थोडीफार नाटकी असेल; पण त्या गरीब पोराविषयी तिच्या मनात निर्माण झालेल्या भावनेला जो काही थोडासा पुसट सुवास आहे, तो वात्सल्याचा आहे. कामुकतेच्या उग्र वासाची ओझरती छटासुद्धा त्यात नाही. असे असून कथेला शेवटी जी कलाटणी मिळते, ती त्या वात्सल्याचा बेशरमपणाने अपमान करणारी असते. वात्सल्याची अशी विटंबना माणसाला रुचत नाही. जीवनाला आधारभूत असलेल्या मूल्यांवरच ती नकळत घाव घालते.

इथे वास्तवतेचे पुरस्कर्ते उसळून उठतील आणि म्हणतील,

"ते तुमचे रस आणि ही तुमची मूल्ये फार जुनी झाली. या नव्या जमान्यात त्यांना जागा नाही. आजच्या यांत्रिक आणि अस्थिर जीवनात, उथळ शहरी वातावरणात, ज्यांच्यावर आईवडिलांचे किंवा समाजाचे छत्र नाही, अशा मुलांचे जीवन विकृत होणे कठीण नाही, हे तुम्हीच कबूल करता ना? मग त्या विकृतीच्या चित्रणाला नाक का मुरडता?"

माझा आक्षेप या विकृतीच्या चित्रणावर नाही. लेखकाने ती विकृती हाच आपला कथाविषय मानून गोष्टीची मांडणी केली असती, कोणकोणत्या कारणांनी त्या मुलाचे मन विकृत होत गेले, हे कलात्मक रीतीने सूचित केले असते, तर ती एक अगदी निराळी, पण करुण आणि सुंदर कथा झाली असती. त्या विकृतीचा या कथेत त्याने केवळ साधन म्हणून उपयोग केला आहे. कथेच्या शेवटी चमत्कृती निर्माण करण्याच्या नादात तिच्या आत्म्याकडे त्याचे दुर्लक्ष झाले आहे.

यावरून एक महत्त्वाचा निष्कर्ष निघतो. कथेतले साध्य आणि साधन यांच्यासंबंधी लेखकाच्या कल्पना स्पष्ट असल्या पाहिजेत. साध्याश्या अनुरोधाने कथेचा विकास व्हावयास हवा. केवळ रंजन करू पाहणाऱ्या कथेत कसलीही कलाटणी किंवा चमत्कृती यशस्वी होते; पण ज्या कथेचा विषय गंभीर व जीवनस्पर्शी असतो – या कथेत एका बाजूने मानवी भावना या दृष्टीने दयेची चिकित्सा आली आहे, तर दुसऱ्या बाजूने कोवळ्या मनाची विकृती चित्रित झाली आहे – ती असल्या बाह्य साधनांनी इष्ट परिणाम साधू शकत नाही. उलट, तिचे अपयश मनाला बोचू लागते.

'दयेची देवता' ही कथा वाचून माझे समाधान होऊ शकले नाही, याचे कारण हे आहे.

१९५४

# । फुटका आरसा ।

जीवनाचा काय किंवा साहित्याचा काय, काळ हाच खरा परीक्षक असतो; पण काळ हे मोठे उग्र आणि घुमे दैवत आहे. त्याचा कौल कधी चटकन मिळत नाही. आम्हा मर्त्य मानवांची पिढी हे त्याच्या वाटचालीतले कदाचित एक पाऊल होत असेल! त्यामुळे आजकालच्या वाङ्मयाविषयी काळ एका मर्यादेपलीकडे आपणाला मार्गदर्शक होऊ शकत नाही.

अशा वेळी ललितकृतींचे मोठेपण कसे निश्चित करायचे? या बाबतीत स्वत:पुरती एक कसोटी मी प्रमाण मानतो. ज्या कलाकृतींचा आस्वाद घेतल्यानंतर आपणाला तिचा विसर पडत नाही, एकान्तातल्या चिंतनात असो किंवा झोपेआधीच्या अर्धवट तंद्रीत असो, जिच्या अंतरंगातला सुगंध आपल्या मनात सहज दरवळू लागतो, जिच्या आठवणीने आपल्या वृत्ती मोहरून जातात, केवळ काव्यदृष्टीनेच नव्हे, तर जीवनदृष्टीनेही जी कृती आपल्या आत्म्याला, क्षणभर का होईना, एका उंच पातळीवर घेऊन जाते; तिच्यात मोठेपणाची काही ना काही बीजे असली पाहिजेत. अत्यंत सूक्ष्म छिद्रे असलेल्या काळाच्या चाळणीतून ती कृतीच पुढल्या पिढ्यांपर्यंत जाऊन पोहोचण्याचा संभव आहे, असे मला वाटते.

Cracked Looking Glass (क्रॅकड् लुकिंग ग्लास : फुटका आरसा) ही कॅथेरिन पोर्टर या अमेरिकन लेखिकेची अशी एक लघुकथा आहे. ती १९४६ साली मी प्रथम वाचली. सात वर्षे झाली; पण पहिल्या वाचनाच्या वेळी तिने मला दिलेला आनंद आणि माझ्या भावनांचे व विचारांचे केलेले उद्‌बोधन यांचा अजून विसर पडला नाही मला!

काम करून मी कंटाळलो अथवा काही कारणांमुळे मन अस्वस्थ झाले, म्हणजे ज्या निवडक पुस्तकांच्या सहवासाकरिता मी आतुर होतो, ती सारी पुस्तके मी एका निराळ्या कपाटात ठेवली आहेत. या सर्व पुस्तकांची शिफारस मी प्रत्येक मित्राला करतो. मात्र त्यांतले एकसुद्धा कुणाला वाचायला द्यायला मी तयार नसतो.

या कपाटातच कॅथेरिन पोर्टरचा ‘फ्लॉवरिंग ज्युडास’ हा कथासंग्रह आहे. ‘फुटका आरसा’ ही कथा त्या संग्रहातल्या कथांची राणी आहे.

ही लघुकथा सत्तावन्न पृष्ठांची आहे, हे पाहून अनेकांना आश्चर्य वाटेल. पाश्चात्त्य वाङ्मयात लघुकथेच्या तंत्राविषयी दरवर्षी पुस्तके लिहिली जातात. (लघुकथा-लेखन हा तिकडचा एक चरितार्थाचा धंदा आहे. धंदा म्हटले, की तो यशस्वी करण्याकरिता लागणाऱ्या क्लृप्त्यांना आपोआपच महत्त्व येते.). अशा बऱ्या-वाईट पुस्तकांतल्या कल्पना आणि नियम तुकड्यातुकड्यांनी आपल्याकडे आयात होत असतात. या नियमांचेच आपण अनेकदा स्तोम माजवितो. त्यामुळे लघुकथा ही अक्षरश: लघु असावी, ती कथा असावी, म्हणजे तिच्यात काही ना काही कृतिपूर्ण कथानक घडावे, वगैरे कल्पनांचा आपल्या लेखक-वाचकांवर अजून फार पगडा आहे. पाश्चात्त्य देशांत लघुकथा-लेखकांचे कलावंत व धंदेवाईक असे दोन वर्ग कळत-नकळत झाले आहेत. या दोन वर्गांतील सीमारेषा नेहमीच स्पष्टपणे दाखविता येईल, असे नाही. केवळ मागणी आणि पुरवठा या तत्त्वानुसार वाचकांच्या आवडीनिवडी ओळखून विपुलतेने लिहिल्या जाणाऱ्या कथा आणि अनुभूतीने अंत:करण अस्वस्थ करून सोडल्यामुळे, कल्पनेने त्या अस्वस्थपणाला सुंदर रूप दिल्यामुळे आणि कलावंत अंत:प्रेरणेने जीवनाची जी रम्य, भव्य, उग्र, भीषण किंवा उदात्त पातळी गाठू शकतो, तिथे ती नवी आकृती सारखी लखलखू लागल्यामुळे लिहिल्या जाणाऱ्या कथा यांच्यांतले अंतर रसिक मनाला तत्काळ जाणवते.

‘फुटका आरसा’ या लघुकथेत अवघी दोन पात्रे आहेत. रोझालिन आणि तिचा नवरा डेनिस. कथा मुख्यत: रोझालिनची आहे, तिच्या मानसिक आंदोलनांची आहे. ती सर्व आंदोलने डेनिसच्या आणि तिच्या संबंधातूनच निर्माण झाली आहेत. त्यामुळे डेनिस रोझालिनइतकाच या कथेत आपल्याला स्पष्ट दिसतो. जोडप्याची कथा लिहायची, तर शक्य तो तरुण नवरा-बायकोच निवडावीत, असे सर्वसामान्य लेखकाला वाटणे स्वाभाविक आहे. काम, प्रेम, मत्सर वगैरेंच्या भडक आविष्काराला असली जोडपी उपकारक ठरतात; पण ‘फुटका आरसा’ या कथेच्या लेखिकेने जे जोडपे चित्रणाकरिता निवडले आहे, त्यातले पतिराज आहेत ‘अवघे पाऊणशे वयमान’ या उमरीचे! रोझालिन वयाने फार लहान असल्यामुळे भुजंगनाथाशी लग्न झालेल्या या शारदेचे दु:ख सांगण्याची संधी लेखिकेने साधली आहे, असे म्हणावे, तर, तसेही नाही. रोझालिनसुद्धा चांगली पंचेचाळीस वर्षांची आहे. म्हणजे आपल्या देशातल्या हिशेबाने तरी म्हातारपणाकडे झुकलेली!

मात्र पाश्चात्त्य देशांतील पंचेचाळीस वर्षांची बाई फारशी म्हातारी दिसत

नाही व असत नाही, हे मान्य केलेच पाहिजे. तिचे तारुण्यपुष्प कोमेजू लागले असले, तरी त्याच्या पाकळ्या काही झडू लागलेल्या नाहीत. आपल्या कुरळ्या केसांची कुणी स्तुती केली, पाणी न घालता भाज्या शिजवणारे नव्या प्रकारचे भांडे तिच्या गळयात बांधू पाहणाऱ्या फिरत्या विक्रेत्याने ती केली, तरी तिला बरे वाटते. यौवनाचा उंबरठा ओलांडून ती पुष्कळच पुढे गेली असली, तरी तिची प्रकृती सुदृढ आहे. ती मनाने तरुण आहे. प्रेम – मग ते शारीरिक असो वा मानसिक असो – केल्याशिवाय ज्याला चैन पडू शकत नाही, अशा स्वभावाची आहे ती! म्हणूनच ती गाडाभर मांजरे पाळते. बिली, नेली, जिमी, ॲनी, मिकी! त्यांच्याशी बोलण्यात, "लोचट कुठली" म्हणून त्यांच्यावर रागावण्यात आणि त्यांचे लाड करण्यात ती वेळ घालविते. बिली बाहेर भटकताना अपघातात मरते. त्याच्याविषयी मोठी हृदयस्पर्शी कथा रचून सांगण्यात तिला आनंद होतो. बिली घरी परत आली नाही, म्हणून ती काळजीत पडते. मग रात्री तिच्या स्वप्नात मांजर येते. आपल्या मरणाची सारी हकिकत ते तिला सांगते. आपले प्रेत कुठे सापडेल, याची माहिती देऊन आणि 'माझ्यासाठी रडत बसू नकोस' असे पुन्हा पुन्हा सांगून, मागे वळून पाहत ते तिचा कायमचा निरोप घेते.

मुद्दाम बनवून अशी कथा सांगण्यात आणि प्रत्येक वेळी तिला तिखट-मीठ लावण्यात रोझालिनला आनंद होतो, याचे कारण एकच आहे – सर्व जीवनरसांचा आस्वाद घ्यायला ती उत्सुक आहे; पण तिच्या आयुष्यातले रसांचे बहुतेक झरे आटून गेले आहेत.

डेनिसचे आणि तिचे लग्न हा प्रेमविवाह आहे! पण...

लग्नाच्या वेळी डेनिस पन्नाशीत असला, तरी मोठा रुबाबदार दिसे. शहरातल्या एका प्रसिद्ध उपाहारगृहातला मुख्य परिचारक (वेटर) होता तो. बड्या बड्या गिऱ्हाइकांना काय हवे-नको ते तो पाहत असे. कुठले पदार्थ त्यांनी खावेत, यांची शिफारससुद्धा करीत असे तो! एखाद्या सेनापतीसारखी त्याची हुकूमत चाले हाताखालच्या नोकराचाकरांवर; पण तो डेनिस भूतकाळात केव्हाच गडप झाला होता. आता रोझालिनच्या सोबतीला राहिली होती, ती त्याची सावली! त्याला थंडी-वारा फारसा सोसवत नाही! त्याला उठवत नाही! बसवत नाही! लहान मुलाला अष्टौप्रहर गरम कपड्यांत गुंडाळून ठेवावे, तसे त्याला सांभाळावे लागते. कुठल्याही प्रकारच्या उन्मादक जीवनरसात त्याला गोडी उरलेली नाही. तापाने जिभेची रुची जावी, तशी पंचाहत्तर पावसाळ्यांनी, मजेने जगण्याची आणि नाना प्रकारची सुखे भोगण्याची त्याची इच्छा अगदी मंद करून टाकली आहे. रोझालिनने कितीही चांगला केक बनविला, तरी तो आपल्या पोटात दगडासारखा घट्ट बसेल, अशी त्याला भीती वाटते. तो पूर्वीसारखे खाऊ-पिऊ

शकत नाही, हिंडू-फिरू शकत नाही. रोझालिनच्या सुंदर कुरळ्या केसांचे तो आता कौतुक करू शकत नाही अथवा तिला हवे असलेले प्रेम देऊ शकत नाही. आपल्या लग्नाची तारीखसुद्धा तो बिचारा विसरून गेला आहे.

अशा नवऱ्याबरोबर संसार करायचा, तोही काही हजार गोष्टींनी गजबजलेल्या शहरात राहून नाही, तर आयुष्यभराच्या पुंजीतून त्याने विकत घेतलेल्या एका अगदी बाजूच्या शेतावर. वर्षानुवर्षे वस्ती करून जिथे चार चांगले शेजारीपाजारीसुद्धा मिळायची मारामार, तिथे मन रमविण्यासारखे दुसरे काय असणार? लहान-मोठे कसेही मूल असले, तरी त्याची उठाबस करण्यात मन गुंतल्यामुळे आयुष्याचा भकासपणा स्त्रीला तीव्रतेने जाणवत नाही; पण याही बाबतीत रोझालिन दुर्दैवी होती. तिला एक मूल झाले होते; परंतु ते दोनच दिवसांत देवाघरी गेले. त्यानंतर तिची कूस पुन्हा उजवली नाही. आपल्याला पुष्कळ पोरे असती, तर ज्यात मौज नाही, प्रेम नाही, कुठल्याही प्रकारचे वैचित्र्य किंवा विरंगुळा नाही, अशा या शेतावरल्या रूक्ष आयुष्यक्रमातसुद्धा आपण सुखी झालो असतो, असे अनेकदा तिच्या मनात येते. मग एकुलत्या एक, दुनियेची वस्ती दोन दिवसांची आहे, हे अक्षरश: सिद्ध करून गेलेल्या त्या अनामिक पोटच्या गोळ्याची तिला आठवण होते. जणू काही ते नुकतेच आपल्याला सोडून गेले आहे, अशा भावनेने ती रडू लागते. देवाने आयुष्य दिले असते, तर तो मुलगा आज मोठा होऊन आपल्याबरोबरीने काम करू लागला असता, त्याच्यामुळे आपल्या जीवनात निराळी गोडी निर्माण झाली असती, या कल्पनेने तिचे मन बेचैन होऊन जाते.

पण जेव्हा जेव्हा त्या मोठ्या झालेल्या मुलाची मूर्ती ती मनश्चक्षूंपुढे उभी करते, तेव्हा त्या मूर्तीची मुद्रा तिला केव्हिनसारखी दिसू लागते. डेनिसशी ओळख होण्यापूर्वी केव्हिनशी तिचे संघटन होते. तिच्या चुकीमुळेच तिचे आणि त्याचे बिनसले होते. मग तो दूर निघून गेला होता. असून नसल्यासारख्या झालेल्या म्हाताऱ्या डेनिसच्या संगतीत रडत-रखडत दिवस काढण्याची वेळ आपल्यावर आली आहे, केव्हिनशी आपले लग्न झाले असते, तर आज आपण सर्व दृष्टींनी सुखी झालो असतो, काही झाले तरी, तो आपल्या बरोबरीचा होता, हा विचार आता वारंवार तिच्या मनात येतो. त्या विचाराने ती अधिकच दु:खी होते.

असे झाले असते तर! अवघे चारच शब्द; पण त्यांत विलक्षण जादू भरली आहे, असा माणसाला भास होतो. त्या चार शब्दांमुळेच पृथ्वी आणि स्वर्ग यांत इतके अंतर पडले आहे, असे त्याला वाटते. स्वप्नांचे मजल्यावर मजले रचणे हा मनुष्याचा स्वभावच आहे. तो तरुण असतो, तोपर्यंत भविष्यकाळाकडे पाहत तो आपली स्वप्नसृष्टी रचित बसतो; पण प्रौढपणाबरोबर भविष्यकाळाविषयीच्या आशा संपुष्टात येतात. मग सुखासाठी धडपडणारे मानवी मन भूतकाळाच्या

भांडवलावर जगू पाहते. 'आहे' यापेक्षा 'असते'चे आकर्षण त्याला अधिक वाटू लागते.

रोझालिनची स्थिती अशीच होते. म्हाताऱ्या डेनिसच्या सहवासातल्या प्रत्येक रूक्ष क्षणाक्षणाला, आजूबाजूच्या खेडवळ मुलखातल्या त्या आयुष्यक्रमातल्या प्रत्येक नीरस पावलापावलाला ती भूतकाळात शिरते. मधमाशांचे पोळे कुणी तरी डिवचावे आणि मग साऱ्या माशांनी त्या माणसाच्या अंगावर तुटून पडावे, तशी तिची अवस्था होते. नाना प्रकारच्या जुन्या आठवणी तिला व्याकूळ करून सोडतात, डेनिसच्या प्रेमाची जाणीव असूनही त्याच्याशी लग्न करण्यात आपली चूक झाली, असे तिला वाटू लागते. अधूनमधून ती आपले प्रतिबिंब पाहते, तेसुद्धा घरातल्या एका फुटक्या आरशात. पाण्याच्या लाटांत पाहावे, तसे ते दिसते तिला! अर्धवट, अस्पष्ट! त्या फुटक्या आरशासारखाच आपला संसार आहे, असे तिला वाटते. त्या दरिद्री आरशाच्या जागी एक चांगला आरसा आणून ठेवायला हवा, असे ती हजारदा मनाशी म्हणते. तो आणायचा म्हटले, तरी त्यासाठी शहरात जायलाच हवे!

पूर्व आयुष्यातली सारी शहरी आकर्षणे तिच्या डोळ्यांपुढे उभी राहतात. शेतावरल्या आयुष्याला ती कंटाळलेली असते. डेनिसच्या व तिच्या वयातील विचित्र अंतरामुळे तिचा अधिकच कोंडमारा झालेला असतो. पिंजऱ्यातल्या पाखराने बाहेर पडण्याकरिता पंख फडफडवावेत, तशी तिच्या मनाची स्थिती होते.

शेवटी ती संधी तिला मिळते. शहरात असलेली तिची बहीण फार आजारी असल्याचे स्वप्न तिला पडते. डेनिसचा या स्वप्नावर विश्वास बसत नाही; पण बहिणीला पाहून यायच्या रोझालिनच्या हट्टापुढे त्याला मुकाट्याने मान वाकवावी लागते.

डेनिसची व घराची तात्पुरती व्यवस्था लावून ती बहिणीच्या समाचाराला म्हणून प्रवासाला निघते. प्रवासातली प्रत्येक गोष्ट प्रथम तिला सुखकारक वाटते. नाना प्रकारचे वास, नाना तऱ्हेच्या वस्तू, उंची पोशाख केलेली माणसे, गजबजलेले रस्ते, तरुणतरुणींच्या प्रणयाने रंगलेले चित्रपट, या साऱ्यांवर तिचे मन तरंगू लागते. क्षणभर सुरवंटाचे फुलपाखरू होते.

शहरात तिची बहीण तिला भेटत नाही! ती बिऱ्हाड बदलून कधीच दुसरीकडे गेलेली असते. तिचा नवा-पत्ता ठाऊक नसल्यामुळे काय करायचे, ते रोझालिनला कळत नाही. तिला कडकडून भूक लागलेली असते. याच वेळी एक बेकार, दोन दिवस उपाशी असलेला तरुण तिला भेटतो. तिचे वात्सल्य जागृत होते. आपला मुलगा असाच भटकत असता, तर कुणी तरी त्याला मदत केलीच असती, असे तिच्या मनात येते. त्याला घेऊन ती उपाहारगृहात जाते. तिथे तो अनेक चमचमीत पदार्थांवर यथेच्छ ताव मारतो. त्याला मदत म्हणून ती दहा डॉलर देते.

"तुला कुठं काम मिळत नसेल, तर माझ्या घरी चल, कुटुंबातलाच एक मुलगा म्हणून तू राहा," असा ती त्याला आग्रह करते.

ते राजेश्री उत्तरतात,

"छे! ते शक्य नाही. फार भयंकर काम आहे ते!"

एका बाजूच्या शेतीवाडीवर शांतपणाने दिवस काढण्यात भयंकर असे काय आहे, ते रोझालिनला कळत नाही. ती त्याला खोदून विचारते.

तो उत्तर देतो,

"छे! ते जमणार नाही, बुवा, आपल्याला! डब्लिनमध्ये एकदा हा प्रयोग मी केला, तेवढा बस्स आहे. तुझ्यासारखीच तीसुद्धा मोठी सुंदर बाई होती; पण सारा वेळ तिचा नवरा दाराच्या फटीतून पाहत होता. अरे बाप, रे! सापळ्यात सापडलेल्या कोल्ह्यासारखे झाले मला तेव्हा!"

त्याचे हे उद्‌गार ऐकताच इतका वेळ तो आपल्याकडे कोणत्या दृष्टीने पाहत होता, याची रोझालिनला कल्पना येते. त्या उद्‌गारांनी तिला धक्का बसतो. त्या धक्क्याने ती अंतर्मुख होते. पंचेचाळीस वर्षांची बाई आपले घरदार सोडून भटकू लागली आणि एखाद्या तरुणाला तिने वात्सल्याने वागविले, तरी त्याच्या दृष्टीने त्याचा अर्थ वाईटच होतो, हे तिच्या लक्षात येते.

ती अंतर्मुख होते, विचार करू लागते. तसेच पाहिले, तर वृद्ध डेनिसला सोडून येण्याचा आपणाला काय अधिकार होता? आयुष्यातले अनेक डाव एकदाच खेळायचे असतात, त्यांतली हार हीसुद्धा जीत मानून चालावे लागते. जग फार लहान आहे. जीवन अतिशय अपूर्ण आहे. प्रत्येकाच्या मनासारखे घडायला त्यात जागा नाही. वाट्याला आलेल्या कोंड्याचा मांडा करण्यातच आयुष्यातले सुग्रणपण आहे.

वीज क्षणभरच चमकते! पण त्या प्रकाशात पृथ्वीवरल्या प्रत्येक वस्तूचे स्वरूप स्पष्ट होते. या विचित्र अनुभवाने रोझालिनच्या मनात तसेच स्थित्यंतर घडते. ती तडक घरी परतते. डेनिसच्या सेवेला सादर होते. या गडबडीत आपल्याला शहरात एक नवा सुंदर आरसा विकत घ्यायचा आहे, याचासुद्धा तिला विसर पडतो. ती घरी येऊन डेनिसला म्हणते,

"तू माझ्याशी लग्न का केलंस? खरं सांग."

डेनिस उत्तरतो,

"तुझ्यापेक्षा अधिक चांगली बायको मला मिळाली नसती, म्हणून!"

त्याचे सर्व शरीर ऊबदार कपड्यांनी झाकले आहे, की नाही, हे पाहत ती त्याला म्हणते,

"हे पाहा, तू नीट काळजी घ्यायला हवीस आपली. तुझ्यावाचून–तुझ्यावाचून

दुसरं कुण्णी कुण्णी नाही मला या जगात!''

या लघुकथेतल्या अनेक कलागुणांचे सविस्तर वर्णन करता येईल. कथेत रोझालिन व डेनिस यांच्या मनाचे अतिशय सूक्ष्म चित्रण लेखिकेने केले आहे. बाह्यत: रूक्ष वाटणाऱ्या अनुभूतीतले काव्य तिने मोठ्या सूचकतेने रंगविले आहे. कथेतले फुटक्या आरशाचे प्रतीक अविस्मरणीय आहे. लेखिकेच्या सौम्य व सूक्ष्म काव्यदृष्टीला नाजूक व निरागस अशा विनोददृष्टीचीही जोड आहे. ''या जगात आपल्यापैकी प्रत्येकाला कशा ना कशासाठी तरी रडावे लागतेच.'' अशी अर्थपूर्ण वाक्ये कथेत सर्वत्र विखुरली आहेत. मागच्या आठवणी आणि चालू काळातले अनुभव यांचा सुंदर गोफ विणून, नायिकेचे मन सांगण्याचे लेखिकेचे कौशल्य मोठे मनोज्ञ वाटते. गोष्टीचा दोन-तृतीयांश भाग अंतिम अनुभूतीची पूर्वतयारी करण्यात खर्च झाला आहे; पण तो कुठेही कंटाळवाणा वाटत नाही.

अशा अनेक गोष्टी सांगता येतील; पण माझ्या मनात ही कथा सुंदर संधिप्रकाशासारखी रेंगाळत राहिली आहे, ती मुख्यत: तिच्या आत्मिक सामर्थ्यामुळे. एका सामान्य बाईची कहाणी सांगत असताना, वास्तवाला धक्का न लावता तिचे जीवन चित्रित करताना, लेखिकेने कथावस्तूला किती सहजतेने उदात्त पातळी प्राप्त करून दिली आहे! रोझालिनचे मन हे काही एका व्यक्तीचे मन नाही. ते सर्वसामान्य माणसाचे मन आहे. जे मिळाले आहे, त्याचा आनंद मानण्यापेक्षा; जे मिळाले नाही, त्याचे दु:ख करण्याकडेच आपल्यापैकी बहुतेकांचा कल असतो; पण आयुष्य ही अंती एक तडजोड आहे. मग ती तडजोड निसर्गाशी करावी लागो, माणसाशी करावी लागो; वा नशिबाशी करावी लागो; ती तडजोड हसतमुखाने करण्यातच माणसाचे मोठेपण आहे. कारण या तडजोडीतूनच जीवनाच्या सत्य स्वरूपाचा साक्षात्कार होतो. प्रेमाच्या नाण्याची एक बाजू भोगाची असते तर दुसरी त्यागाची असते, याची जाणीव त्याला या साक्षात्कारानेच होते. अशा जाणिवाच जीवनाच्या विकासाला साहाय्य करतात. म्हणूनच जिची पाळेमुळे काव्यात्मक अनुभूतीत पसरलेली आहेत, पण जिच्या शाखाग्रांनी जीवनविषयक चिरंतन सत्याला स्पर्श करण्याचा प्रयत्न केला आहे, अशा या कथेसारख्या ललितकृतीच मला अतिशय आवडतात.

१९५३

# । प्रीती मिळेल का बाजारी? ।

'नावात काय आहे' हा प्रश्न माणसांच्या नावांबाबत योग्य आहे, असे कदाचित म्हणता येईल. रवींद्र, अरविंद, मकरंद, सुनंदा, मधुमती, इत्यादी कोमल काव्यमय नावांमुळे एखाद्याकडे आकृष्ट होणारे, किंवा धोंडोपंत, ठकूताई, चिमाबाई, लंबोदर अशा रूक्ष, गद्यप्राय नावांमुळे त्या व्यक्तीकडे पाठ फिरविणारे थोडे निघतील! पण पुस्तकांची गोष्ट तशी नाही. कुठलेही नवे पुस्तक उचलताना आपण जसे लेखकाचे नाव पाहतो, तसेच, त्या पुस्तकाच्या नावाकडेही लक्ष देतो. त्या नावात काही रम्य, गूढ, काव्यमय किंवा मनाला गुदगुल्या करणारे असे असले; तर त्या पुस्तकाविषयीचे आपले कुतूहल क्षणार्धात जागृत होते. 'Those without Shadows' ही दीडशे पृष्ठांच्या आत-बाहेर असणारी कादंबरी पाहताच मी उचलली, ती तिच्या नावात अशी अनामिक ओढ होती, म्हणूनच! ती झटकन एक बैठकीत वाचून टाकावी, तिच्यात मानवी स्वभावाचे जे गूढ किंवा सूक्ष्म चित्रण असेल, त्याचा तत्काळ रसास्वाद घ्यावा, असे मला वाटले, ते केवळ या सुंदर नावामुळे! 'सावल्या नसलेली माणसे' या काव्यमय नावाच्या मागे मानवी जीवनातले कोणते रम्य, करुण अथवा भीषण नाट्य चित्रित झाले असेल, या कल्पनेशी पुस्तक उघडता-उघडता माझे मन उगीचच चाळा करीत होते.

या पुस्तकाची लेखिका मला अगदी अपरिचित नव्हती. 'सावल्या नसलेली माणसे' ही तिची तिसरी कादंबरी पंचविशी ओलांडण्याच्या आतच तिने लिहिली आहे. इतकेच नव्हे, तर दीडदोनशे पानांच्या अवघ्या तीन छोटेखानी कादंबऱ्या लिहिणारी ही तरुण लेखिका आज साऱ्या जगाला परिचित झाली आहे. फ्रान्समधल्या या मुलीने 'Bonjour Tristesse' ही आपली पहिली कादंबरी लिहिली, तेव्हा ती फक्त अठरा वर्षांची होती. या वयाला कॉलेजातली मुले निबंधाच्या शेपन्नास ओळी कशा लिहाव्यात, या विवंचनेत असतात; पण फ्रँकाइस सागा (Francois Sagon) याला अपवाद आहे. तिने मजेने एक झाड लावले; आणि हां हां म्हणता

तो कल्पवृक्ष ठरला! अठरा वर्षांच्या मुलीने लिहिलेली ही पहिली कादंबरी केवळ तिच्या मायदेशातच नव्हे, तर बाहेरही गाजली. अमेरिकेत या कादंबरीवर बोलपट निघाला. शैलीची परिपक्वता आणि प्रौढ लेखकाला शोभेल, असे मानवी स्वभावाचे चित्रण या कादंबरीत असल्याचा निर्वाळा अनेक टीकाकारांनी दिला.

'A Certain Smile'' ही तिची दुसरी कादंबरी. आपल्या थोरल्या बहिणीइतकीच तीही सुदैवी ठरली. तिच्यावरही चित्रपट निघाला. सध्या तो भारतातल्या मोठमोठ्या शहरी प्रदर्शित होत आहे. एक तरुण आणि एक विवाहित मनुष्य यांच्यावर प्रेम करणाऱ्या तरुणीच्या जीवनावर आधारलेला बोलपट असे त्याचे वर्णन केले जात आहे.

या लेखिकेची पहिली कादंबरी मी वाचली, ती अवघ्या अठराव्या वर्षी जगप्रसिद्ध होणाऱ्या या प्रतिभेची जात कोणत्या प्रकारची आहे, ते पाहण्याच्या उत्सुकतेने. आकाशात चमकणाऱ्या विजेसारखे क्षणिक; पण डोळे दिपविणारे; त्रुटित, पण बुद्धीला स्तिमित करणारे किंवा काळजाला हात घालणारे काही तरी त्या कादंबरीत असेल, असे मला वाटले होते; पण त्या दृष्टीने माझी निराशाच झाली. 'सुंदर रीतीने लिहिलेली आधुनिक पापाची कहाणी' हे त्या कादंबरीवरल्या एका अभिप्रायातले वर्णन वाचून, यंत्रयुगाच्या महापुरात सापडलेल्या अगतिक मानवाच्या हातून स्वत:च्या इच्छेविरुद्ध जी अनेक पापे घडतात, त्यांचे या चित्रण कादंबरीत असावे, अशी कल्पना माझ्या मनात आली होती; पण तिच्यात प्रत्यक्ष आढळले, ते भारतीय संस्कारांत वाढलेल्या वाचकाच्या मनाला न रुचणारे, अनेकदा अनिर्बंध वाटणारे असे कामचित्रण!

मारुतीच्या बेंबीतल्या या गारव्याचा अनुभव घेतल्यामुळे कदाचित मी या लेखिकेची दुसरी कादंबरी वाचलीही नसती! पण 'Writers at Work' या लेखकांच्या मुलाखतींच्या मार्मिक पुस्तकात फॉर्स्टर, मॉरिॲक, मोराव्हिया, प्रभृती बड्या लेखकांच्या जोडीने या लेखिकेचीही मुलाखत आढळली. अशा परिपक्व व सुप्रतिष्ठित लेखकांच्या पंक्तीत तिला मिळालेले स्थान पाहून मी क्षणभर आश्चर्यचकित झालो. तिची पहिली कादंबरी आपल्यालाच नीट समजली नसावी, असे मला वाटू लागले. याच सुमाराला परदेशपर्यटन संपवून आलेले श्री. पु. ल. देशपांडे मुंबईत भेटले. ते पॅरिसमध्ये काही काळ राहिले होते. ही लेखिका किती लोकप्रिय आहे, तिथे तिची पुस्तके केवढ्या मोठ्या प्रमाणात खपतात, प्रकाशकाशीच तिचे लग्न कसे झाले आहे (व्यवहारदृष्ट्या पुरुषांपेक्षा बायकाच अधिक धूर्त असतात, हे यावरून उघड होते.), इत्यादी गोष्टी बोलता-बोलता त्यांच्याकडून मला कळाल्या. साहजिकच तिची दुसरी कादंबरी मी वाचली. पहिल्या खेपेचाच अनुभव या वेळीही मला आला. ती कादंबरी वाचल्यावर जो संस्कार मागे राहिला, तो कुठल्याही उत्कट, कलात्मक

अनुभूतीचा नव्हे! तर कामचित्रणातल्या वैचित्र्याचा!

अशा स्थितीत तिची तिसरी कादंबरी मी वाचायला घेतली नसती! पण "सावल्या नसलेली माणसे" (Those without Shadows) हे नाव मला विलक्षण आकर्षक वाटले. मनात आले, पहिल्या दोन कादंबऱ्यांत लेखिकेचे लक्ष समाजात सभोवती घडणाऱ्या चित्रविचित्र गोष्टींत गुंतून पडले असावे! यौवनाच्या उंबरठ्यावर उभ्या असलेल्या मुग्ध मनाला जी कामजिज्ञासा असते, तिच्यामुळे लेखिकेने या दोन कादंबऱ्यांत तशा प्रकारच्या कथांना प्राधान्य दिले असेल! पण आता तिने चार पावसाळे अधिक पाहिले आहेत. जीवनाच्या रथाला पुढे ओढणाऱ्या, त्याला वाममार्गाला नेणाऱ्या आणि प्रसंगी त्याला कुंठित करणाऱ्या ज्या विविध शक्ती मानवी मनात आहेत, त्यांचा तिला अधिक परिचय झाला असेल. या कादंबरीचे हे गूढ, काव्यमय नाव निश्चित करताना तिने विणलेला जीवनपट पूर्वीपेक्षा खास विविध असेल. मी ही कादंबरी वाचू लागलो, ती या कल्पनेने!

या चिमुकल्या कादंबरीचे कथानक तसे गुंतागुंतीचे नाही. तिच्यात पाच पुरुष व चार स्त्रिया यांच्यातला प्रेमाचा खेळ लेखिकेने वर्णन केला आहे. प्रेमाचा खेळ म्हटले, की तो गुंतागुंतीचा असायचाच! कारण या खेळात लपंडाव असतो, पाठशिवणीचा खेळ असतो, खो-खो असतो, सर्व काही असते. या कादंबरीत हे सर्व प्रकार आहेत. त्यामुळे ती वाचल्यानंतर मला अगदी प्रथम स्मरण झाले, ते 'यां चिन्तयामि सततं मयि सा विरक्ता' या सुप्रसिद्ध श्लोकाचे. प्रेम ही जितकी उत्कट, तितकीच गूढ आणि जितकी भावनापूर्ण, तितकीच वासनात्मक गोष्ट असल्यामुळे, अनादि कालापासून तिच्या चित्रविचित्र आणि करुण-भीषण लीला वर्णन करण्यात मोठमोठ्या ललित लेखकांना आपल्या प्रतिभाविलासाला अनुकूल असे क्षेत्र मिळाले आहे. प्रेमाचे जुने त्रिकोण तर आपणा सर्वांना परिचितच आहेत. त्या त्रिकोणाचे चौकोनात, प्रसंगी पंचकोनात किंबहुना, अष्टकोनात रूपांतर व्हावे, अशी परिस्थिती गेल्या पन्नास वर्षांत मानवी जीवनात सर्वत्र निर्माण होऊ लागली आहे. या परिस्थितीची प्रतिबिंबे गेली तीन तपे पाश्चात्त्य देशांतल्या आणि गेले तप, दीड तप आपल्याकडील कथा-वाङ्मयात विपुल प्रमाणात पडू लागली आहेत.

पण या कादंबरीत केवळ काही असा एखादा पंचकोनी-षट्कोनी प्रकार नाही. तिची बैठकच मुळी प्रेम ही एक क्षणभंगुर भावना आहे, या सूत्रावर आधारलेली आहे. या कादंबरीतली एक नायिका योसी (Josee) एके ठिकाणी आपल्या एका प्रियकराला म्हणते,

"आणखी वर्षात – कदाचित दोन महिन्यांतसुद्धा – तुझं माझ्यावरलं प्रेम उडून जाईल!"

ज्या प्रियकरापाशी ती हे उद्‌गार काढते, तो स्वत:शी म्हणतो,

"योसी सांगते तेच सत्य आहे. काळाची खरीखुरी जाणीव तिला आहे. मी आणि इतर लोक प्रीती चिरकाल टिकणारी आहे आणि तिच्या साहाय्यानं माणसाला आपला एकाकीपणा कायमचा नाहीसा करता येतो, या गोष्टींवर श्रद्धा ठेवण्याचा किंवा तशी श्रद्धा आहे, असं दाखविण्याचा प्रयत्न करीत असतो; पण आमची ही शुद्ध आत्मवंचना आहे! प्रेम हे क्षणभंगुर आहे, हेच खरं!"

कवींनी अमर मानलेली आणि संसारी माणसांनी जन्माची सोबतीण म्हणून श्रद्धेने जवळ केलेली स्त्री-पुरुषांची प्रीती प्राजक्ताच्या फुलाप्रमाणे असते, ती फुलते न फुलते तोच कोमेजून जाते! या सूत्राच्या आधारे लिहिलेल्या कादंबरीत जुन्या प्रेमाची इंद्रधनुष्ये हां-हां म्हणता मावळावीत आणि नव्या प्रेमाची लकेच क्षितिजावर दिसू लागावीत, यात नवल कसले?

या कादंबरीची चौकट अशी आहे : ॲलेन हा पन्नाशीच्या घरात आलेला एक सुखवस्तू प्रकाशक आहे. फॅनी ही त्याची बायको. लग्नानंतरची काही वर्षे या दोघांनी मोठ्या समरसतेने काढलेली असतात; पण युद्धामुळे काही काळ त्यांची ताटातूट होते; आणि पुनर्मीलनानंतर त्यांचा संसार बाह्यात्कारी सुखात चालला असला, तरी फॅनीच्या सहवासात ॲलेनचे मन रमेनासे होते. तो बिॲट्रिस या पंचविशीच्या उंबरठ्यावर उभ्या असलेल्या नटीचे ध्यान करू लागतो; पण ती नटी असते महत्त्वाकांक्षी! ती सतत दुय्यम दर्जाची कामे करीत आलेली असते. आपल्याला एखाद्या नाटकात प्रमुख भूमिका मिळावी, अशी तिची धडपड चालू असते. साहजिकच ती योलिएट या एका नाट्यनिर्मात्याच्या प्रेमाचा स्वीकार करण्याचे ठरविते; पण नाटकात काम मिळविण्यासाठी केलेल्या या प्रेमनाटकात एक अंतर्नाटक असतेच! ॲलेनचा पुतण्या एडवर्ड नुकताच पॅरिसमध्ये आलेला असतो. एका इन्शुअरन्स कंपनीत नोकरी करणारा हा तरुण ही नटी दृष्टीला पडताच घायाळ होतो; तिच्या भजनी लागतो! तो कर्ज काढून नवे-नवे सूट शिवतो. 'एक नूर आदमी, दस नूर कपडा' ही म्हण प्रेमाच्या बाबतीतसुद्धा खरी आहे, असे त्या भाबड्या तरुणाला वाटते. बिॲट्रिस त्याच्या प्रेमाचा स्वीकार करते; पण ते क्षणभंगुर आहे या कल्पनेनेच. नाट्यनिर्माता योलिएट याची तिच्याशी घसट सुरू होताच एडवर्डला ती एक खुळे पोर म्हणून वागवू लागते, त्याची लगट टाळते.

बिॲट्रिसवरल्या ॲलेनच्या प्रेमाला तिच्याकडून प्रतिसाद मिळत नाही, म्हणून तो बेचैन होतो. मग तो मद्यपानगृहात रात्री-अपरात्री जाऊन पीत बसतो. तिथे त्याला योलिएट भेटतो. तो त्याची गाठ एका धंदेवाईक तरुणीशी घालून देतो. ॲलेन तिच्या खोलीत जाऊन तिच्या जीवनातल्या चित्रविचित्र कथा ऐकत वेळ घालवू लागतो.

एडवर्डचा मामला तर त्याच्याहूनही विचित्र आहे. प्रत्यक्ष कादंबरीत त्याला

ॲलेनचा चुलतभाऊ म्हटले आहे; पण प्रारंभीच्या पात्रपरिचयात त्याचा उल्लेख ॲलेनचा पुतण्या असा आहे. म्हणजे फॅनी ही त्याची चुलती किंवा भावजय होते. वयानेही ती त्याच्याहून बरीच मोठी असते. बिॲट्रिस एडवर्डशी तुसडेपणाने वागू लागल्यावर हा प्रेमभग्न तरुण पॅरिसमधल्या रस्त्यांवरून रात्ररात्रभर भटकतो. शेवटी त्याच्या खिशात दमडीसुद्धा उरत नाही. दोन दिवस उपाशी काढून तो फॅनीच्या घरी येतो. तो आपली सारी कहाणी तिला सांगतो. 'स्त्रीप्रेम ही काही जगातली एकमेव गोष्ट नाही, की जिच्यापायी माणसांनी आपले प्राण टाकावेत! त्या प्रेमाइतक्याच स्नेह, मैत्री वगैरे भावनाही उत्कट असतात,' असा सुविचार त्याला क्षणभर सुचतो. फॅनीच्या गुडघ्यांवर डोके ठेवून तो आपल्या मनावरला भार हलका करतो. तीही करुणेने त्याच्या केसांवरून हात फिरविते; त्याला जवळ घेते.

तुमच्या-आमच्यासारख्या सामान्य माणसांच्या जगात हा प्रसंग इथेच संपायचा; पण या कादंबरीत मात्र तसे घडत नाही. मनात साठलेले दु:ख बाहेर पडल्यावर एडवर्डला अगदी गळून गेल्यासारखे वाटते. तो आपले श्रान्त मस्तक फॅनीच्या खांद्यावर ठेवतो. ती हातातले विणकाम खाली ठेवते. पुढे लेखिका वर्णन करते :

"त्या स्थितीतच त्याचा डोळा लागला. त्याची झोपमोड होऊ नये, म्हणून तिने दिवा मालविला. मग मात्र ती अगदी निश्चल बसून राहिली. आपल्या मानेवर त्याचा श्वासोच्छ्वास तिला जाणवत होता. त्याच्या निकट स्पर्शाने ती किंचित गोंधळली होती; पण कसलाच विचार करायचा नाही, असे मनाशी ठरवून ती तशीच बसून राहिली.

तासाभराने एडवर्ड जागा झाला. त्याची जी पहिली हालचाल झाली, ती स्वभावत:च पुरुषी वृत्तीला शोभेल अशी होती.

खोलीत काळोख होता. त्याचे मस्तक एका स्त्रीच्या खांद्यावर होते. फॅनीने त्याला आपल्याजवळ घेतले होते. तो तिला बिलगलेला होता. अशा स्थितीत लोलुप पुरुषाच्या हातून जे-जे नित्य घडते, ते-ते त्याच्या हातून घडू लागले.

मग एडवर्डला जी गाढ झोप लागली, ती अगदी सकाळपर्यंत.

सकाळी तो जागा झाला, तेव्हा आपण एका अगदी अपरिचित बिछान्यात झोपलो आहोत आणि पलीकडेच किंचित सुरकुतलेला असा एका स्त्रीचा हात आहे, असे त्याला दिसून आले.

प्रीतीची भावना क्षणभंगुर असो वा नसो, हा प्रसंग सर्व दृष्टींनी मनाला खटकणारा आहे. त्यात केवळ नीतीच्या मूल्यांचाच चोळामोळा झाला आहे, असे नाही; तर कलेच्या मूल्यांचीही कदर करण्यात आलेली नाही. फॅनीचे वय, तिचे एडवर्डशी असलेले नाते, त्याचे दु:ख दूर करण्याकरिता तिने दाखविलेली वत्सलता, ही सारी एका क्षणात वासनेच्या ओघात वाहून जातात; फक्त उरतात ती दोन माणसे

– एक पुरुष आणि एक स्त्री! – असे दाखविण्यात लेखिकेने काय साधले आहे, हे सांगणे मोठे कठीण आहे. कदाचित हेच ''जीवनाचे वास्तव दर्शन'' असेल!

या पहिल्या प्रेमप्रकरणात कादंबरीतली पाच पात्रे अशी गुंतली आहेत. उरलेली चार पात्रे दुसऱ्या अशाच प्रकारच्या प्रेमाच्या सुरगाठी मारण्यात आणि त्या सोडविण्यात निमग्न झालेली आहेत. बर्नार्ड हे त्यांतले महत्त्वाचे पुरुषपात्र! तो टीकाकार असतो. कादंबरीकार होण्याच्या आकांक्षेने त्याने एक कादंबरी लिहायला घेतलेली असते. त्याच्या बायकोचे नाव निकोल. दोघांचा प्रेमविवाह झालेला असतो; पण लग्नानंतर या प्रेमाचा रंग उडून जातो. सुरेख दिसणारे नवे पातळ लवकरच विटावे, तसे काहीतरी घडते. निकोल सुगृहिणी आहे; प्रेमळ पत्नी आहे; पण निकट परिचयानंतर बर्नार्डला ती फार सामान्य – अगदी अळणी – वाटू लागते. बिॲट्रिस या नटीशी त्याचे एकदा थोडेसे सूत जुळलेले होते; पण प्रेम क्षणभंगुर असते, या न्यायाने त्याचे केव्हाच तुकडे होऊन गेलेले असतात. आता बर्नार्डची स्वारी योसी या ऐन पंचविशीतल्या श्रीमंत तरुणीच्या प्रेमात पडते. त्याचे मेतकूट जमते न जमते, तोच ते खलास होते. योसीने जेकस नावाच्या वैद्यकीय शिक्षण घेणारा तरुण नवा प्रियकर म्हणून पसंत केलेला असतो. प्रेमाचे असे अनेक सागर तिने पार केलेले असतात. तिचे आई-बाप आफ्रिकेतून तिचा दरमहा तनखा पाठवून देतात. त्यामुळे तिला पैशाची ददात नसते. तेव्हा जुन्याचा कंटाळा आला, की नवा प्रियकर शोधून काढणे एवढीच बिचारीची इतिकर्तव्यता होऊन बसते.

या कादंबरीचा प्रारंभ होतो, तो पहाटे चार वाजता एका उपाहारगृहातून बर्नार्ड योसीला फोन करीत आहे, या प्रसंगाने. तिचा प्रियकर जेकस हा फोन घेतो. फोनवर पुरुषाच्या आवाजात 'हॅलो' हा शब्द ऐकताच बर्नार्ड रागाने फोन बंद करतो. असले अनेक प्रसंग या कादंबरीत सहजतेने – ते अपवाद नसून दैनंदिन जीवनाचे भाग आहेत अशा दृष्टीने – सूचित अथवा चित्रित केलेले आढळतील; पण मानवी स्वभावाच्या दृष्टीने चिंतनीय असा त्यातला एक प्रसंग पाहिला तरी पुरे आहे. कादंबरीलेखन एकाग्रतेने करता यावे, म्हणून बर्नार्ड पॅरिस सोडून तीन आठवडे एका खेडेगावी जाऊन राहतो. तिथल्या त्याच्या दिनचर्येचे वर्णन लेखिकेने असे केले आहे :

'प्रत्येक दिवशी सकाळी तासभर तो लिहीत असे. मग वर्तमानपत्र विकत घेणे, दाढी करवून घेणे आणि पोटपूजा करणे हे कार्यक्रम होत असत. तिसऱ्या प्रहरी तो पुन्हा तीन तास काम करीत राही, थोडासा 'रूसो' वाची आणि जेवणापूर्वी फेरफटका करून येई. त्यानंतर एखादा चित्रपट आणि तिथल्या वेश्यागृहाला भेट! ते वेश्यागृह असल्या इतर गृहांपेक्षा काही अधिक रूक्ष नव्हते! मंद झालेली भूक

उपवासाने प्रज्वलित होते, हा अनुभव त्या वेश्यागृहामुळे बर्नार्डला मिळाला.''

त्याचे कादंबरीलेखन अशा थाटात त्या खेड्यात सुरू असताना इकडे निकोल घाबरून जाते. तिला दिवस गेलेले असतात. पूर्वी दोन वेळा अगदी अकाली प्रसूत होऊन ती नासवली होती. या वेळीही तसेच काही होणार, अशी भीती तिला सारखी वाटू लागते. माणूस एकटा असला, की कुठलेही भय द्विगुणित होते. बर्नार्ड घरी नसल्यामुळे ती अधिकच भीतिग्रस्त होते. तिची ही स्थिती पाहताच बर्नार्डला परत आणण्याकरिता योसी आपली गाडी घेऊन जाते. त्या खेड्यात पोहोचल्याबरोबर बर्नार्डला निकोलची अवस्था सांगायची आणि त्याला लगेच परत घेऊन यायचे, असा तिचा बेत असतो; पण ती मुद्दाम आपल्यासाठी आली आहे, असे बर्नार्डला वाटते. त्याच्या या सुखदायक भ्रमाचा बुडबुडा कशाला फोडा, अशा विचाराने योसी निकोलविषयी त्याला काही सांगत नाही. तीन दिवस ती दोघे परक्या गावात यथेच्छ मजा मारीत राहतात. मग आपण का आलो होतो, ते योसी त्याला सांगते.

या छोटेखानी कादंबरीचे स्थूल स्वरूप हे असे आहे. स्त्री-पुरुष संबंधात आणि प्रीतीच्या व नीतीच्या कल्पनांच्या बाबतीत पाश्चात्त्य समाज – त्यातही – फ्रेंच समाज भारतीय समाजाहून फार भिन्न आहे. त्यामुळे या कादंबरीसंबंधाने श्लील-अश्लील, नीतिपोषक-नीतिविघातक वगैरे शब्दांचा वापर करण्याचा आपल्याला अधिकार नाही, हे मी जाणतो. मात्र आपल्याकडे गेली दहा वर्षे गोष्टींनी भरलेले दिवाळी अंक प्रसिद्ध झाल्यानंतर त्यातल्या शेकडा पन्नास कथा व्यभिचाराचे वर्णन करणाऱ्या किंवा वाचकाच्या कामुक वृत्ती चाळविणाऱ्या असतात, अशी टीका आपण वाचतो. अशा कथा आपल्याकडे अधिक प्रमाणात का निर्माण होऊ लागल्या आहेत, याचे एक कारण म्हणून या फ्रेंच कादंबरीकडे बोट दाखविता येईल. असली गाजलेली पुस्तके – मग त्यांत विशेष गुण असो वा नसो – आपल्या लेखकांच्या हातात पडतात. साहेबांच्या संमतीचा शिक्काछाप असल्यामुळे त्यांची चिकित्सा आपल्याकडे होत नाही. साहजिकच ती अधाशीपणाने वाचली जातात. कला नीतिनिरपेक्ष (Amoral) आहे, या न पचलेल्या पोपटपंचीला अशा प्रकारच्या वाचनाची जोड मिळते. मग तिकडे जसे कामजीवन अनिर्बंध रीतीने चित्रित केले जाते, तसे ते आपल्याकडेही का करू नये, असे या लेखकांना वाटू लागते. समाजाला धक्का देणारे काहीतरी लिहिण्याची इच्छा तरुण लेखकांच्या मनात असतेच. कामजीवनातल्या विचित्रतेइतके सनातनी समाजाला धक्का देणारे दुसरे काय असणार? साहजिकच, कामकथांचे घाऊक व फुटकळ व्यापारी कंबर बांधून लेखन करू लागतात.

आपले सामाजिक जीवन पाश्चात्त्य जीवनाहून अत्यंत भिन्न असल्यामुळे हा कामचित्रणाचा प्रकार अनेकदा हास्यास्पद होतो. एकीने गळ्यात सरी घातली, म्हणून

दुसरीने तिथे दोरी बांधावी, तसे पाश्चात्त्य समाजातील अनुभूतींच्या मापाने बेतलेल्या आपल्याकडल्या प्रेमकथा पाहून वाटते; पण खरोखर, तिकडच्या अशा प्रकारच्या साऱ्याच कथा कलादृष्टीने श्रेष्ठ असतात काय? त्यांत जे चित्रण केलेले असते, ते समाजाची कोणती स्थिती दर्शविते? रोगट, की निरोगी? 'Those without Shadows' ही कादंबरीच आपण घेऊ. या कादंबरीतल्या नऊ पात्रांत जी एकप्रकारची कामुक वखवख आहे, ती काय केवळ प्रेमभावनेच्या अतृप्तीची द्योतक आहे? ॲलेन व बर्नार्ड या दोघांचीही लग्ने झालेली आहेत. थोडे दिवस का होईना, त्यांनी सुखाचा संसार केला आहे. असे असताना हे पुरुष आपल्या बायकांना का कंटाळतात? केवळ वयाबरोबर त्यांचा देखणेपणा कमी होतो, म्हणून? सहवासामुळे त्या सामान्य आहेत, असे वाटू लागते म्हणून? एक सोडून दुसरी, दुसरी सोडून तिसरी, मिळेल ती मिळेल, ती मिळेल तेवढा वेळ चालेल, कारण प्रेम हे क्षणभंगुरच आहे. या फसव्या तत्त्वज्ञानाच्या आहारी ही मंडळी का जातात? या कादंबरीतले कुठलेही प्रेमप्रकरण पाहिले, म्हणजे राहून-राहून एकच प्रश्न मनात उभा राहतो – कामवासना आणि प्रेमभावना यांच्यामध्ये काहीच फरक नाही काय? शरीराची भूक आणि आत्म्याची भूक या भुका एकच आहेत काय?

स्त्री-पुरुष संबंधात कामवासना आणि कामभावना यांचे जे नैसर्गिक आणि महत्त्वाचे स्थान आहे, ते कोण अमान्य करील? तरुणतरुणींचे प्रेमविवाह होवोत अथवा त्यांची लग्ने आईवडिलांकडून जुळविली जावोत, कोणत्याही परिस्थितीत खऱ्या सुखाकरिता त्यांना जी एकजीवता प्राप्त होणे जरूर असते, तिच्याशी कामजीवनाचा निश्चित निकटचा संबंध येतो. कामजीवनात पती किंवा पत्नी यांच्यापैकी कुणाच्याही वाट्याला पूर्ण विफलता आली, तर त्या दोघांचा संसार सुखाचा होणे कठीण आहे; पण त्याचबरोबर जीवनातला जोडीदार निश्चित झाल्यानंतर सहवासाने, सेवाभावाने, देवाणघेवाण केल्याने एकाच्या मनात दुसऱ्याविषयी जी आत्मीयता निर्माण होते, तिच्यामुळेच या कामप्रेरित सहजीवनाचे रूपांतर सफल प्रेमजीवनात होते. वासनेचे अस्तित्व कायम राहिले, प्रसंगी ती वासना अतृप्त असली, तरी त्या वासनेला जिंकणारी भावना अशा प्रेमजीवनातून निर्माण होऊ शकते. प्रीती म्हणजे सक्ती नव्हे, हे खरे आहे; पण प्रीती ही भक्ती आहे, हेही तितकेच खरे आहे. जन्मभर वासनेच्या मागे धावून त्या वासनेची तृप्ती झाली, म्हणजे जीवनात जे हवे होते, ते मिळाले, ही समजूतच मुळात चुकीची आहे. या जगात सुखाकरिताही माणसाला त्याग करावा लागतो. रोग, मृत्यू, वंचना, विफलता, इत्यादिकांनी ग्रासलेल्या मानवी जीवनात अंतर्मुखतेशिवाय खरे सुख नाही; आणि अंतर्मुख होण्याकरिता क्षणिक, तात्कालिक, केवळ शारीरिक, केवळ वासनात्मक अशा अनुभवांच्या पलीकडे गेल्याशिवाय

माणसाला गती नाही. 'Those without Shadows' या कादंबरीतली सर्व पात्रे – ती कितीही स्वैर वागोत, सुख हस्तगत करण्याकरिता वणवण धावोत, मिळेल त्या क्षणिक सुखाचा संपूर्ण उपभोग घेण्याकरिता प्राण टाकोत – ती दुःखी आहेत, ही जाणीव काही वाचकांच्या मनातून पुसली जात नाही.

ही कादंबरी बाह्यतः पॅरिसमधल्या बुद्धिजीवी व सुखवस्तू वर्गाच्या कामजीवनाचे चित्रण करीत असली, तरी त्या जीवनाची विफलता आणि त्या धावाधावीत अंती हाती येणारी शून्यमनस्कता या गोष्टी तिच्यातून सूचित होत आहेत, असे मला वाटते. या दृष्टीने कादंबरीतला शेवटच्या पृष्ठावरला योसी आणि बर्नार्ड यांचा संवाद चिंतनीय आहे. ॲलेनच्या घरी सर्व मंडळी जमलेली असतात. तिथे खोलीच्या दुसऱ्या टोकाशी उभ्या असलेल्या जेकस या आपल्या सध्याच्या प्रियकराकडे योसी पाहू लागते. बर्नार्ड या तिच्या माजी प्रियकराची दृष्टी तिच्याकडे असतेच. तो तिला मृदु स्वराने म्हणतो,

"आज तुझं त्याच्यावर प्रेम आहे; पण एक दिवस असा येईल, की त्या दिवशी तुला त्याच्याविषयी काही काही वाटणार नाही... आणि... आणि एखाद्या दिवशी आज मला तुझ्याविषयी जे वाटत आहे, ते वाटेनासे होईल. तू आणि मी एकाकीच राहू. जगात दुसरा काही बदल झालेला नाही; फक्त कालचक्रानं आपला एक फेरा पुरा केला आहे, एवढंच तुला आणि मला आढळून येईल."

योसी उत्तरते,

"होय, हे मला ठाऊक आहे."

प्रकाश कमी असलेल्या जागी ती त्याचा हात हातात घेते, तो दाबते; पण ती त्याच्याकडे आपली नजर मात्र वळवीत नाही.

बर्नार्ड म्हणतो,

"योसी, तू, मी, आम्ही सर्वांनी असं काय केलं आहे, की हा एकाकीपणाचा शाप आपल्याला मिळावा? या साऱ्या गोष्टीचा अर्थ तरी काय आहे? जीवनात हे असं घडतं तरी का?"

ती कोमल स्वराने उत्तरते,

"या गोष्टीचा क्षणभरसुद्धा विचार करू नकोस. तू विचार करायला लागशील, तर वेड लागेल तुला!"

योसीचे हे उद्‌गार ऐकल्यावर कामवासनेच्या अनिर्बंध उपभोगात जीवन सुखी करण्याचे सामर्थ्य आहे, असे कोण म्हणू शकेल? यथेच्छ मद्यप्राशन करून कुणी अमर झाला आहे काय?

१९५९

# । स्वातंत्र्य हे अग्निदिव्य आहे! ।

हॉवर्ड फास्ट या प्रख्यात अमेरिकन लेखकाच्या 'माझे कीर्तिशाली भाऊ' (My glorious brothers) या कादंबरीचे शेवटचे पान वाचताना माझ्या मनात अनेक विचार आणि कल्पना यांची गर्दी झाली. कुठलेही नवे पुस्तक वाचून हातावेगळे करताना माझे मन त्यातल्या आशयाविषयी आणि त्याच्या कलात्मक स्वरूपाविषयी विचार करू लागते; पण फास्टची ही कादंबरी संपविताना माझ्या मनात सम्मीलित झालेले तरंग जितके विविध, तितकेच चित्रविचित्र होते. पावसाळा संपत आल की रात्री दिव्याभोवती चिमणी फुलपाखरे गोळा होऊ लागतात. त्यांचे आकार, पंख आणि रंग यांच्यातले वैचित्र्य जणू काही माझ्या या कल्पनांत आणि विचारांत अवतरले होते.

ही कादंबरी संपवून खाली ठेवता-ठेवता मला शिवरामपंत परांजपेंची आठवण झाली. मी हरिभाऊ आपटेंच्या ऐतिहासिक कादंबऱ्यांचा विचार करू लागलो. संभाजीच्या मृत्यूपासून जिंजीचा वेढा उठेपर्यंत औरंगजेबाच्या प्रबळ सैन्याशी महाराष्ट्राने दिलेली टक्कर जशी माझ्या डोळ्यांपुढे उभी राहिली, तसे १९४२ च्या लढ्याविषयीही माझ्या मनात अनेक विचारतरंग निर्माण झाले. क्षणभर माझे मलाच वाटले की आपले मन स्वैर भ्रमत आहे; पण त्या स्वैरतेतही एक प्रकारची एकसूत्रता आहे, हे लगेच माझ्या लक्षात आले.

फास्टच्या या ऐतिहासिक कादंबरीचा काळ ख्रिस्ताच्या जन्मापूर्वीचा आहे. पॅलेस्टाइनमधल्या मूठभर ज्यू शेतकऱ्यांनी जुलमी ग्रीक जेत्यांशी अडीच-तीन तपे दिलेल्या लढ्याची ही कहाणी आहे. जुलमाचा प्रतिकार करणारा मनुष्यच ईश्वराच्या आज्ञेचे खरेखुरे पालन करतो, या श्रद्धेमुळे एका लहानशा जमातीत केवढे मोठे आत्मबळ निर्माण होते, मातृभूमीच्या भक्तीने आणि अन्यायाच्या चिडीने प्रेरित झालेल्या माणसांच्या हातांतल्या विळ्यांचे भाले आणि कोयत्यांच्या तलवारी कशा होतात; आणि ध्येयवादाने भारावून गेलेले मूठभर देशभक्त

हजारो भाडोत्री प्रतिस्पर्ध्यांवर कशी मात करू शकतात, याचे फास्टने या कादंबरीत केलेले चित्रण मोठे स्फूर्तिदायक आहे. शिवरामपंतांनी ते वाचले असते, तर विल्यम टेलची कथा किंवा एमेटचे शेवटचे भाषण यांच्याप्रमाणे या कादंबरीचा नायक ज्यूडास याचे चित्र मराठी वाचकांपुढे उभे करण्यात त्यांच्या कल्पक लेखणीला मोठा आनंद वाटला असता. या कादंबरीतील ज्यूडासचे खालील भाषण त्यांनी कसे फुलवून आणि खुलवून मांडले असते, याची कुणालाही सहज कल्पना करता येईल.

प्रत्येक लढ्यात अशी एक वेळ येते, की नेत्याला यशाची पुसट आशासुद्धा कुठे दिसत नाही! आषाढातल्या अमावास्येच्या रात्री आकाश मेघांनी भरून जावे, तशी सर्व परिस्थिती भासते. अशा वेळी सामान्य माणसे हातपाय गाळतात, तडजोडीला तयार होतात, माघार घेतात; पण ज्यूडाससारख्या तत्त्वनिष्ठ व्यक्ती वादळातही अविचलित राहणाऱ्या वटवृक्षाप्रमाणे प्रतिकूल परिस्थितीकडे पूर्वीच्याच निर्भय नजरेने पाहू शकतात. सहकारी गोंधळलेले आहेत, अनुयायी भयभीत झाले आहेत, असे पाहून ज्यूडास अशाच एका प्रसंगी उद्गारतो,

"तुमच्यापैकी एखाद्याचे घर अजून उभे असेल, तर त्याने खुशाल परत जावे; त्या घराचा आश्रय करावा. शृंखलांखेरीज जी दुसरे काहीही गमावू शकणार नाहीत, अशीच माणसे मला हवीत! तुमच्यापाशी जपून ठेवण्यासारखी संपत्ती असेल, तर आपले सोन्याचे भरलेले भांडे खुशाल सांभाळीत बसा. स्वातंत्र्यापेक्षा आपली मुले तुम्हाला अधिक प्रिय वाटतात काय? मग तुम्ही माझ्याबरोबर येऊ नका. तुमचे लग्न ठरले असेल, तर तुम्ही खुशाल माझ्याकडे पाठ फिरवा. आमचाही वाङ्‌निश्चय झाला आहे; पण तो स्वातंत्र्यदेवतेशी. मला अधिक माणसांची जरुरी नाही. एक – फक्त एक मनुष्य मला मिळाला, तरी चालेल. मात्र तो एक आपल्या ध्येयाकरिता प्राणांची कुरवंडी करणारा हवा. माझ्यामागून येणे म्हणजे मृत्यूला मिठी मारणे, हे ओळखून पुढे पाऊल टाकणारा हवा."

या कादंबरीचे कथासूत्र या एका भावनेभोवती गुंफले गेले आहे. कथा तशी गुंतागुंतीची नाही. अगदी साधी आहे. मॅटाथिअस बेन जॉनबेन सायमन हा कथेतल्या पाच भावांचा पिता. हा म्हातारा मोठा करारी आहे. ज्यू जातीचा धर्म, तिचा जीवनक्रम, तिचे आपल्या मातृभूमीविषयीचे प्रेम, परंपरेने पुनित केलेली या जमातीची जीवनमूल्ये, या सर्वांतल्या तेज:कणांनी जणू काही त्याचे मन घडविले आहे. निढळाच्या घामाने जगणाऱ्या, निसर्गाच्या सहवासात रंगून जाणाऱ्या आणि आपले शांत आनंदी खेडे हा दुसरा स्वर्ग मानणाऱ्या या पितापुत्रांना एके दिवशी एक विचित्र आव्हान मिळते. ॲपेलस हा नवा ग्रीक

अधिकारी त्या खेड्यात येतो. आपल्या सत्तेचे आणि बरोबरच्या हत्यारी सैनिकांचे तो प्रदर्शन करतो! सत्तेचा कैफ हा दारूच्या धुंदीपेक्षा भयंकर असतो, याचा अनुभव त्या खेड्यातल्या लोकांना येऊ लागतो. आबालवृद्धांना एकत्र करून ॲपेलस त्यांच्याशी उद्दामपणाने वागतो, उर्मटपणाने बोलतो. जेत्याला मग – तो कोणत्याही क्षेत्रातला असो – बहुधा माणुसकीचा विसर पडतो! ॲपेलसचे तसेच होते. त्याच्या पूर्वीच्या अधिकाऱ्याच्या जुलमापायी खून झालेला असतो. त्या खुनाचा सूड घेण्याची दहशत तो सर्व लोकांना घालतो. त्या खुनाची जबाबदारी प्रत्येक खेड्यावर आहे, असे म्हणून तो आपल्याबरोबरच्या शिपायांच्या नायकाला हाक मारतो व 'कुणीही चालेल' एवढेच शब्द उच्चारतो! रांगेने उभ्या असलेल्या त्या खेडुतांसमोरून तो नायक हळूहळू जाऊ लागतो. गावातल्या शिक्षकाची डेबोरा ही आठ वर्षांची मुलगी रांगेत उभी असते. सुंदर, चपळ, गोरीपान, काळ्याभोर केसांच्या दोन वेण्या पाठीवर सोडलेली, कुणाही प्रौढाच्या मनात, 'ही आपली मुलगी असायला हवी होती', असा विचार निर्माण करणारी; पण मदान्ध सत्तेचा तो क्रूर हस्तक तिच्यापुढे उभा राहतो. आपली तलवार उपसतो आणि त्या निरागस बालिकेच्या कंठात खुपसतो.

निष्पाप रक्ताचा स्पर्श धरणीला कधीच सहन होत नाही! ती लगेच कापू लागते, आग ओकू लागते, हा नेहमीचा अनुभव आहे. तोच दोन हजार वर्षांपूर्वीच्या पॅलेस्टाइनमधल्या त्या खेड्यात फास्टने चित्रित केला आहे. तिथला शांतपणाने जीवन कंठणारा ज्यू शेतकरी उफाळून उठतो. या पाच भावांचा वृद्ध पिता त्यांचा पुढारी बनतो. जुलमी सत्तेचे जू झुगारून देण्याची प्रतिज्ञा करून जनता एकवटते. शस्त्रे आणि संख्याबळ यांच्यावर ध्येयवाद आणि मनोबळ विजय मिळवू शकतात, हे सिद्ध करण्याचा जनता चंग बांधते. डोंगरदऱ्यांनी व्यापलेल्या मुलखात ती गनिमी काव्याची चढाई वर्षानुवर्षे खेळते व शत्रूला हैराण करून सोडते. या कादंबरीतल्या अशा तेजस्वी लढायांची वर्णने वाचताना मराठ्यांच्या इतिहासातील अनेक रोमहर्षक प्रसंगांचे स्मरण झाल्यावाचून राहत नाही.

वृद्ध पिता या लढ्याचा प्रथम पुढारी असतो. तो धारातीर्थी पडतो. मग ज्यूडास या मधल्या भावाकडे लढ्याचे पुढारीपण येते. प्रेमळ आणि ध्येयवादी अशा या नायकाचे स्वभावचित्र फास्टने मोठ्या कौशल्याने रंगविले आहे. आपल्या सहकाऱ्यांची आणि अनुयायांची लहानसहान दुःखेसुद्धा त्याला तीव्रतेने जाणवतात. तसे त्याचे मन हे कवीचे मन आहे, पण कविमन असूनही ते वीरमन आहे. आपल्या ध्येयावरील त्याची निष्ठा क्षणभरही विचलित होत नाही. या दीर्घकालीन लढ्यामध्ये शेवटी ज्यूडासवरही हार खाण्याचा प्रसंग येतो.

लढता-लढता तो मृत्यू पावतो. ही कथा सांगणाऱ्या सायमनशिवाय बाकीचे सारे भाऊ ज्यूडासच्या पावलावर पाऊल ठेवून परलोकी जातात.

सायमनला तेवढा ध्येयसिद्धीचा आनंद मिळतो. साठी उलटलेला हा वृद्ध स्मृतिचित्रांच्या रूपाने या लढ्याची सर्व हकिकत सांगत आहे, अशी फास्टने कल्पना केली आहे. या विशिष्ट तंत्रामुळे कादंबरीकाराने अनेक गोष्टी साधल्या आहेत. त्याने पाल्हाळ टाळला आहे, एकाच प्रकारच्या प्रसंगांची फारशी पुनरुक्ती होऊ नये, अशी दक्षता घेतली आहे, प्रसंगांपेक्षा स्वभावचित्रांवर अधिक लक्ष केंद्रित केले आहे, आणि पाचही भाऊ एकाच भावनेने प्रेरित झालेले असूनही त्यांच्या स्वभावांची वैशिष्ट्ये लीलयेने सूचित केली आहेत. ऐतिहासिक कादंबरीकाराला अवश्य असेच हे कलात्मक गुण आहेत; पण फास्टच्या कादंबरीचा मला जो संस्मरणीय गुण वाटला, तो बराचसा निराळा – आपल्याकडे अजून दुर्मीळ – असा आहे.

सायमन या लढ्याची जी स्मृतिचित्रे रेखाटतो, ती केवळ इतिहास कुठे तरी नमूद केलेला असावा, म्हणून नव्हे. रोमचा वकील त्याच्याकडे येतो व या छोट्या स्वतंत्र जमातीच्या स्नेहभावाची अपेक्षा करतो. त्याच्या आगमनाने सायमनच्या स्मृती चाळविल्या जातात. साहजिकच लढ्याच्या या कहाणीत आत्मनिष्ठेबरोबर एक प्रकारची अलिप्तताही आली आहे. हा गुण फास्टने अवलंबिलेल्या तंत्रातून निर्माण झाला आहे, असे प्रथमदर्शनी वाटते; पण फास्टचे लक्ष तंत्रकौशल्यापेक्षा ज्या समाजाचे चित्र कादंबरीत रेखाटले गेले आहे, त्याच्या अंतरंगाकडे आहे. त्या अंतरंगाचे केवळ भावनापूर्ण चित्र त्याला काढायचे नाही. तेवढेच त्याच्या कलेचे ध्येय असते, तर लढा जिंकल्यावर यशस्वी सायमन आपल्या दिवंगत भावाच्या स्मृतींनी व्याकूळ होतो व त्याच्या डोळ्यांपुढून बालपणापासूनचा सारा चित्रपट झरझर जाऊ लागतो, अशी कल्पना करून त्याने कादंबरीची मांडणी केली असती. फास्टला या लढ्याविषयी सहानुभूती आहे. ज्यूडास व त्याचे भाऊ यांच्या तेजस्वीपणाचा तो पूजक आहे; पण कुठल्याही भक्तीचे रूपांतर नकळत अंधभक्तीत होते आणि प्रत्येक प्रकारची अंधता जीवनाच्या वास्तव दर्शनाच्या आड येते, याची फास्टमधल्या कलावंताला पूर्ण जाणीव आहे. त्यामुळे त्याने सायमनच्या कहाणीला रोमच्या वकिलाने लिहिलेल्या एका विस्तृत प्रकरणाची जोड दिली आहे. या प्रकरणात सायमनप्रभृती सर्व स्वातंत्र्यप्रेमी ज्यू माणसे या परक्या वकिलाला कशी दिसली, त्यांच्या चालीरीती व श्रद्धास्थाने यांच्या कोणकोणत्या प्रतिक्रिया त्याच्या मनावर झाल्या, याचे मोठे सूक्ष्म वर्णन फास्टने केले आहे. त्यामुळे कादंबरीत केवळ कलात्मक समतोलपणाच त्याने साधला आहे असे नाही, तर चित्रित केलेल्या जीवनाची संकीर्णताही त्याने सुंदर

रीतीने सूचित केली आहे. एखाद्या समाजशास्त्रज्ञाने सूक्ष्म रीतीने, पण सहानुभूतीने चिकित्सा करावी, तशी ज्यूंचे आचारविचार, त्यांची जीवनविषयक मूल्ये, त्यांच्या स्वातंत्र्याबद्दलच्या कल्पना आणि निरनिराळ्या संस्कारांमुळे घडविली गेलेली त्यांची विशिष्ट जीवनपद्धती यांची मांडणी त्याने केली आहे.

आपल्याकडे सामाजिक कादंबरीत डॉ. केतकर व कै. वामनराव जोशी यांनी या पद्धतीचा थोडाफार आश्रय केला आहे; नाही असे नाही; पण ऐतिहासिक कादंबरीत मात्र ती सर्वस्वी दुर्लक्षिली गेली आहे. याचे मुख्य कारण आपले प्रमुख ऐतिहासिक कादंबरीकार हरिभाऊ आपटे यांच्यापुढे स्कॉटच्या कादंबऱ्यांचा आदर्श होता, हे आहे. स्कॉटच्या अशा कादंबऱ्यांना ऐतिहासिक आधार असला, तरी त्याच्या कथानकात इतिहासापेक्षा कल्पनारम्यतेचा भागच अधिक आहे. त्यामुळे 'ऐतिहासिक कादंबरी' म्हणजे 'रहस्यांनी खचलेली आणि रोमहर्षक घटनांनी भरलेली कथा' अशी सर्वसामान्य समजूत रूढ झाली. हरिभाऊंसारखा प्रतिभाशाली कादंबरीकारही ती पूर्णपणे झुगारून देऊ शकला नाही. मराठीतल्या ऐतिहासिक कादंबरीच्या या मर्यादित कल्पनेमुळे लहान मुलामुलींच्या दृष्टीने तिची मनोरंजकता वाढली असेल! पण प्रौढांना आकर्षित करण्याचे तिचे सामर्थ्य नि:संशय कमी झाले, यात शंका नाही.

ऐतिहासिक कादंबरी ही चिपळूणकरांच्या वेळच्या पागोट्याप्रमाणे आपल्याकडे एक जुनी चीज बनू पाहत आहे, याचे कारण हेच आहे. कुठलीही ऐतिहासिक घटना ही मूलत: सामाजिक असते. इतकेच नव्हे, तर तिच्या सामाजिक अंगाचे सूक्ष्म चित्रण जर कादंबरीकाराने केले, तर ती केवळ मनोरंजक न राहता मार्गदर्शक होऊ शकते. फास्टचे खरे सामर्थ्य या गुणातच आहे. एखाद्या संशोधकाप्रमाणे तो आपल्या कादंबरीच्या काळाची आणि तिच्यातल्या स्थळांची, व्यक्तींची व घटनांची माहिती गोळा करतो. या सत्याला तो सौंदर्याचा साज चढवितो; पण त्या सौंदर्याखाली सत्य लपून जात नाही. उलट, त्याचे स्वरूप अधिक स्पष्ट होते. पेन या अमेरिकन स्वातंत्र्यवीरावर त्याने लिहिलेली कादंबरी (सिटिझन टॉम पेन) हे चरित्र आहे, की कादंबरी आहे, असा भास होण्याइतकी वास्तवाने रंगली आहे. अजिंक्य (The Unvanquished) ही वॉशिंग्टनच्या जीवनावरील त्याची ऐतिहासिक कादंबरी अशीच आहे. तिच्यातला वॉशिंग्टन हा अमेरिकेला स्वातंत्र्य प्राप्त करून देणारा कुणी कल्पनासृष्टीतला न भूतो न भविष्यति असा वीर नाही. तो अगदी तुमच्या-आमच्यासारखा हाडामांसाचा माणूस आहे. त्याला भीती वाटते, तो निराश होतो, अनेक पराभवांना त्याला तोंड द्यावे लागते. हे सर्व फास्टने, जसे घडले तसे रंगविले आहे. फास्ट स्वातंत्र्याचा उद्‌गाता असूनही ध्येयवादी माणसेसुद्धा माणसेच असतात, हे कधी

विसरत नाही. त्यामुळे त्याच्या ऐतिहासिक कादंबऱ्यांत निराळीच गोडी निर्माण होते. त्यांच्यांतल्या सामाजिक संघर्षाशी, जणू काही तो आपल्याभोवती घडत आहे, अशा भावनेने आपण समरस होतो. मानवी जीवनाची गुंतागुंत आणि त्यातल्या समस्यांचा अवघडपणा यांची आपल्याला स्पष्ट जाणीव होते. इतिहासाच्या प्रकाशात आपण वर्तमानकाळाची पावले पाहू लागतो.

'माय ग्लोरिअस ब्रदर्स' ही कादंबरी वाचताना माझी स्थिती अशीच झाली. संभाजीच्या मृत्यूनंतरच्या मराठ्यांच्या झगड्याची मला आठवण झाली, ती या कादंबरीतल्या ज्यू लोकांच्या झगड्याचे चित्र डोळ्यांपुढे उभे राहिल्यामुळे! त्या काळच्या खऱ्याखुऱ्या सामाजिक परिस्थितीच्या पार्श्वभूमीवर एखाद्या प्रतिभावान मराठी कादंबरीकाराने तो संघर्ष चित्रित केला, तर मराठी मनाचे गुण आणि अवगुण यांची यथार्थ कल्पना आजच्या पिढीला येईल. मराठ्यांच्या इतिहासातले असे अनेक प्रसंग कल्पक कादंबरीकाराला सामाजिक दृष्टीने सजीव करता येतील. पानिपतच्या पराभवानंतरची थोरल्या माधवरावांची दहा वर्षांची कारकिर्द! सतरा वर्षांचा एक पोरगेलासा मुलगा एका राज्याचा डळमळीत डोलारा सावरण्याकरिता उभा राहतो. बाहेर शत्रू जिव्हारी वार करण्याकरिता टपलेले, आत भाऊबंदकीची आग धुमसत असलेली! पण त्या कर्तबगार युवकाने तो डोलारा स्थिर करून दाखविला. मराठ्यांच्या इतिहासातली ही दहा-बारा वर्षे फास्टच्या पद्धतीने चित्रित करण्याचा जर कोणी प्रतिभावंताने प्रामाणिक प्रयत्न केला, तर मराठी कादंबरीत निःसंशय मोलाची भर पडेल.

अगदी नुकत्याच घडून गेलेल्या घटनांकडे पाहायचे असल्यास बेचाळीसची चळवळ ही या प्रकारच्या कादंबरीला अत्यंत अनुकूल अशी पार्श्वभूमी ठरेल. या चळवळीवर मराठी कादंबऱ्या झालेल्या नाहीत, असे नाही; पण त्या साऱ्या उथळ आहेत. त्या चळवळीच्या मागच्या समाजमनाची आणि समाजजीवनाची किंवा तिच्यातल्या गुंतागुंतीच्या प्रवाहांची चिकित्सा करण्याची आवश्यकता आमच्या एकाही कादंबरीकाराला भासली नाही! काही भडक प्रसंग, एखादी साचेबंद प्रेमकथा, इत्यादिकांचा मालमसाला घातला, की अशी कादंबरी रंगायला हरकत नाही, ही आमच्यापैकी बहुतेकांची कल्पना. प्रत्येक रस्त्याच्या कोपऱ्यावरल्या दुकानात पानपट्टी नाही का मिळत? तिचा मालमसाला ठरलेला असतो. तसेच हे लेखन वाटते. तोंड रंगले, की गिऱ्हाईक खूश होते!

आमच्यापैकी अनेकांची वाङ्मयनिर्मितीची कल्पना जवळजवळ अशीच आहे की काय, अशी शंका अधूनमधून मनाला चाटून जाते. उत्कृष्ट कलाकृती निर्माण करणे कठीण असले, तरी तिच्याविषयी यथार्थ कल्पना लेखकाला असलीच पाहिजे. वाङ्मय काय किंवा जीवन काय, तिथे आदर्श हवेतच.

फास्टच्या ऐतिहासिक कादंबऱ्या आपल्या विशिष्ट क्षेत्रापुरत्या त्या दृष्टीने निःसंशय अभ्यसनीय आहेत. जीवनाची खोली आणि उंची यांची कल्पना आणि तीही वास्तवाकडे निर्भयपणाने पाहणारी, त्याच्या कादंबऱ्यांत किती स्वाभाविकपणे प्रतिबिंबित झाली आहे!

फास्टच्या या कादंबरीतल्या काही आकर्षक स्थळांचा कालांतराने मला विसर पडेल; पण तिच्यातले ज्यूडासच्या तोंडचे उद्गार मात्र मी कधीही विसरणार नाही. तो म्हणतो,

"लोकांचा पुढारी काय लोकांपेक्षा निराळा असतो? तो लोकांतूनच उदय पावतो. त्याच्या प्रत्येक कृतीच्या मागे एक प्रेरक शक्ती असते. ती म्हणजे लोकांची इच्छा. लोकांच्या दृष्टीने त्याची गरज संपली, की तो पुन्हा सामान्य मनुष्य होतो. लोकांत मिसळून जातो."

ही कादंबरी वाचल्यापासून माझ्या मनात राहून-राहून येते, असे पुढारी मिळण्याइतकी आपली मातृभूमी भाग्यशाली आहे का?

१९५१

# । राष्ट्रे कच्च्या पायावर उभी राहत नाहीत! ।

हॉवर्ड फास्टच्या 'पाच कीर्तिशाली भाऊ' या कादंबरीचा परिचय प्रसिद्ध झाला, त्याच्या दुसऱ्या का तिसऱ्या दिवशीची गोष्ट. माझे एक स्नेही मला सहज भेटायला आले. साहित्य व समाज यांच्यावर त्यांचे सारखेच उत्कट प्रेम आहे. बोलता-बोलता फास्टच्या कादंबऱ्यांची गोष्ट निघाली. त्याची "दि अमेरिकन' ही कादंबरी तुम्ही वाचली आहे का?" म्हणून त्यांनी मला विचारले. फास्टची तेवढीच कादंबरी मला वाचायला मिळाली नव्हती! चुटपुटणाऱ्या मनाने मी त्यांना विचारले,

"त्या कादंबरीचा मुख्य विषय काय आहे?"

ते उत्तरले,

"सध्या आपल्याकडे निवडणुकीची धामधूम सुरू आहे ना? तिच्या सत्य स्वरूपावर त्या कादंबरीत असा झगझगीत प्रकाश टाकला आहे म्हणता!"

'दि अमेरिकन' या कादंबरीविषयीचे माझे कुतूहल त्यांच्या या बोलण्याने अधिकच वाढले. वाङ्मयाचे आकर्षण त्याच्या चिरंतन मूल्यात असते, हे खरे! पण चिरंतनाचे चित्र तात्कालिकाच्या चौकटीत बसविलेले असले, की ते मनुष्याला अधिक आकर्षक वाटू लागते, हेही काही खोटे नाही. यामुळे 'दि अमेरिकन' ही कादंबरी आपल्याला केव्हा वाचायला मिळते, असे मला होऊन गेले. एखाद्या सुंदर पुस्तकाविषयी कुठे काही ऐकले किंवा वाचले, की दुकानात टांगलेले मोहक खेळणे पाहून वेडावून जाणाऱ्या बालकासारखी माझी स्थिती होते. मी या कादंबरीविषयी मनातल्या मनात नाना प्रकारच्या कल्पना केल्या आणि ती हातात पडताच अगदी अधाशीपणाने वाचून संपविली.

चांगल्या कलाकृतीचे, माझ्यामते, मुख्य लक्षण एकच आहे. एखाद्या सुंदर गीताचे सूर कानी पडल्यानंतर दीर्घकाळ ते आपल्या मनात घुमत राहतात ना, तशी जी आपल्या मनात घोळत, दरवळत आणि त्याला उजळवीत राहते, ती

वरच्या दर्जाची कलाकृती. निजणे, उठणे, खाणे, पिणे आणि दैनंदिन जीवनातल्या विविध शारीरिक अनुभवांनी सुखी किंवा दुःखी होणे या भोवऱ्यात आपण नेहमीच गरगर फिरत असतो; पण सरस कलाकृती जीवनाच्या या पातळीवरून आपल्या मनाला भिन्न वातावरणात नेते. मानवी जीवनाच्या केवळ उंचीची नव्हे, तर खोलीचीही कल्पना तिथे आपल्याला स्पष्टपणे येते. मानवी सुखदुःखांची, वासना-भावनांची व विकार-विचारांची सूक्ष्मता, संमिश्रता, उत्कटता आणि उदात्तता यांची जाणीव या पातळीवरूनच आपल्याला होते.

'दि अमेरिकन' ही फास्टची कादंबरी या कसोटीला, अंशतः का होईना, उतरणारी आहे. मात्र पक्वान्नाचे नाव ऐकून त्याच्या रुचीविषयी एक कल्पना व्हावी आणि ते प्रत्यक्ष खाताना निराळ्याच गोडीचा अनुभव यावा, तसे माझे झाले! अमेरिकेतील लोकशाहीच्या सद्यःस्थितीवर ही कादंबरी आधारली असावी, अशी माझ्या रसिक स्नेह्यांच्या बोलण्यावरून माझी कल्पना झाली होती; पण "मि. स्मिथ गोज टु वॉशिंग्टन" या चित्रपटात त्या लोकशाहीच्या स्वरूपावर जसा विदारक प्रकाश टाकला आहे, तसे काही फास्टने या कादंबरीत केलेले नाही. तो त्याचा प्रधान हेतूच नाही. कथानकाच्या ओघात निवडणुकी येतात. त्यात लोकशाहीचा मुखवटा घालून धनिकशाही व वणिकशाही कशा वावरतात, हे फास्ट स्पष्टपणे सूचित करतो! नाही असे नाही. एके ठिकाणी नायकाच्या तोंडी त्याने घातलेले उद्‌गार प्रत्येक नागरिकाने मनात कोरून ठेवावेत, असेच आहेत.

तो म्हणतो,

"लोकशाहीत लोकांना बनविता येत नाही असे नाही. आजपर्यंत अनेक वेळा जनतेची वंचना झाली आहे. त्या वंचनेच्या नुसत्या विचाराने मी बेचैन होतो. तिच्यातल्या दोन पक्षांत काडीइतकाही फरक नसताना, त्यांचे मार्ग अगदी भिन्न आहेत, असे तिला भासविण्यात आले आहे. आपला हितकर्ता नसलेल्या मनुष्याला बहुजन समाजाने मुकाट्याने निवडून द्यावे, इतकी त्याची बुद्धी बधिर करण्यात आली आहे. आपल्या स्वतःच्या हातांनी मतदान करून लोकांनी आपल्या पायात शृंखला लादून घेतल्या आहेत. दुःख, विवंचना आणि अन्नान्नदशा यांच्या बाजूने त्यांनी आपल्या मताचा कौल दिला आहे."

असे ज्वलंत उद्‌गार व जिवंत विचार या कादंबरीत अनेक ठिकाणी असले, तरी तिचे खरे सामर्थ्य देवमाणूस नसलेल्या, पण माणूस असलेल्या – अगदी नखशिखान्त माणुसकीने भरलेल्या – एका व्यक्तीच्या जीवनाचा विकास चित्रित करण्यात सामावले आहे. जॉन पीटर आल्टजेड हे या व्यक्तीचे नाव. पीटर आल्टजेड जन्माने अमेरिकन नाही; पण तो त्या भूमीच्या मातीत रांगतो,

खेळतो; दरिद्री वडिलांचा मार खात-खात लहानाचा मोठा होतो; घरून पळून जाऊन गुलामगिरीविरुद्ध चाललेल्या लढ्यात भाग घेतो; लढाई संपल्यावर घरी परत येतो; शिकू इच्छितो.

बाप त्याला बजावतो,

"शाळा श्रीमंतांसाठी असते. व्यापाऱ्यांच्या आणि सरदारांच्या मुलांनी शाळेत जावं. आपल्यासाठी – शेतकऱ्यांसाठी आणि कामकऱ्यांसाठी – शाळा नाही."

पण पीटरची शिकण्याची इच्छा दुर्दम्य असते. तो अनेक हालअपेष्टा भोगतो. शिक्षण घेतो; वकिली करून न्यायाधीश होतो आणि प्रेमळ पत्नीच्या सहवासात शिकागोत सुखवस्तूपणाने संसार करू लागतो.

अशा वेळी एक विचित्र खटला शिकागोत सुरू होतो. पार्सन्स नावाचा एक कामगार पुढारी व त्याचे सहकारी यांना खुनाच्या आरोपावरून फाशीची शिक्षा होते. हा आरोप खरा नाही, अशी अनेकांची खातरी असते. समाजाच्या निरनिराळ्या थरांतले पीटरचे मित्र या अन्यायाकडे त्याचे लक्ष वेधून घेतात. ती फाशीची शिक्षा अंमलात येऊ नये, म्हणून त्याने प्रयत्न करावा, असे त्यांना वाटते. पीटरच्या हृदयातील न्यायबुद्धी जागृत असते. साहजिकच या प्रकरणामुळे तो बेचैन होतो; पण सुखवस्तू मनुष्याची न्यायबुद्धी ही राखेच्या ढिगाऱ्याखाली दडपून गेलेल्या स्फुल्लिंगासारखी असते. ती लुकलुकते, धगधगते; पण तिचे ज्वालेत रूपांतर होऊ शकत नाही. अन्यायाच्या विषाने भरलेला प्याला ज्याला स्वतःच्या ओठाला लावावा लागत नाही, अशा मनुष्याला – मग तो कितीही बुद्धिवान व सत्प्रवृत्त असो – त्याची दाहकता तो प्रत्यक्ष पिणाऱ्याइतकी कशी जाणवणार? सभोवती चाललेले न्यायाचे नाटक पीटरला अस्वस्थ करते. हा अस्वस्थपणा दुर्बल सज्जनांत आणि सत्प्रवृत्त सामान्य माणसांत – अशांचीच संख्या जगात अधिक असते – नेहमी तो आढळतो. अन्यायाच्या जाणिवेने ते चुटपुटतात आणि गप्प बसतात. ते अश्रू ढाळतात; पण हाती शस्त्र घेऊन अन्यायाला आव्हान द्यायला मात्र उभे ठाकत नाहीत!

या प्रसंगानंतर साध्या, सरळ, सर्वसंमत मार्गाने सुखवस्तू

पणाच्या पायऱ्या भराभर चढणाऱ्या पीटर "इलिनॉइस" या संस्थानाचा गव्हर्नर होतो. वैयक्तिकदृष्ट्या तो वैभवशिखरावर विराजमान झालेला दिसतो; पण याच वेळी पार्सन्स आणि त्याचे सहकारी यांच्या खटल्यातले सर्व कागद त्याला पाहायला मिळतात. त्यांच्या निर्दोषीपणाबद्दल त्याची खातरी होते. त्याच्या सदसद्विवेकबुद्धीवर साचलेली राख उडून जाते. काळाच्या ओघाने पुसून टाकलेले निरपराधी रक्ताचे डाग त्याच्या जागृत झालेल्या भावनेला बेचैन करतात. प्रकृती चांगली नसताना हे प्रकरण उकरून काढून सत्ताधाऱ्यांचा आणि लक्ष्मीपुत्रांचा

राग आपण ओढवून घेत आहोत, ही पूर्ण जाणीव असताना, आपण स्वस्थ बसलो, कागदपत्रांत लपवून ठेवलेले सत्य चव्हाट्यावर आणण्याचा प्रयत्न केला नाही, तर गव्हर्नरपदाच्या पुढचे मानाचे पद – अमेरिकेचे अध्यक्षपद – आपल्याला मिळेल, हे कळत असतानासुद्धा, पीटर या सामाजिक सत्याचा शोध सुरू करतो.

सत्याचा शोध हा सुखाच्या शोधाइतकाच कठीण असतो, या प्रवासात वाटेवर पदोपदी काटे पसरलेले असतात, हिंस्र श्वापदांचा आजूबाजूला अखंड संचार सुरू असतो, हा नित्याचा अनुभव पीटरच्या वाट्यालाही येतो. त्याच्या जागी कुणी कच्चा मनुष्य असता, तर तो कच खाऊन गप्प बसला असता! पण वैयक्तिक प्रगतीचा मार्ग चोखाळताना जी निष्ठा पीटरच्या उपयोगी पडली होती, तीच आताही त्याला साथ देते. वैयक्तिक जीवनाचे त्याच्या भोवतालचे कवच फुटते. त्याचे मन पूर्णपणे सामाजिक बनते. न्याय आणि अन्याय यांच्याकडे तो निराळ्या दृष्टीने पाहू लागतो. तो साधा पैसे मिळविणारा वकील राहत नाही! तो दलितांचा वकील होतो. लोभ, अन्याय, विषमता आणि त्यांतून निर्माण होणारी अगणित सामाजिक दु:खे यांच्याशी सामना करण्याकरिता तो कंबर कसून उभा राहतो. पन्नाशीत आलेला आणि प्रकृती ढासळलेला पीटर आल्टजेड वीरपुरुष होतो. विषमतेविरुद्ध युद्ध हे त्याचे ब्रीद बनते. तो निवडणूक हरतो. त्याचे सुखवस्तू जीवन भग्न होते. पैशावरच अवलंबून असलेल्या प्रतिष्ठेला तो पारखा होतो; पण तो न्यायाकरिता लढतो, लोकजागृतीकरिता धडपडतो; रक्ताचा कण नि कण या कामी खर्च करतो.

फास्टने त्याच्या मृत्यूचे मोठे धीरोदात्त आणि अविस्मरणीय चित्र रंगविले आहे. गळून गेलेला पीटर बोअर युद्धाच्या रूपाने व्यक्त झालेल्या साम्राज्यवादावर बोलण्याकरिता एका सभेत उभा राहतो. बोअर लोकांचे समर्थन करताना तो म्हणतो,

"आपल्या कुटुंबाकरिता, घराकरिता आणि जन्मभूमीकरिता परक्या आक्रमकांविरुद्ध लढणे हा प्रत्येकाचा जन्मसिद्ध हक्क आहे."

ब्रिटिशांनी दक्षिण आफ्रिकेत कैद्यांकरिता जे तुरुंग तयार केले होते, त्यांच्याविषयी तो उद्‌गारतो,

"अशा तुरुंगांत हजारो माणसे कोंडून ठेवा, त्यांचे हालहाल करा; पण मूळ प्रश्न या तुरुंगांनी सुटणार नाही. माणसाचे शरीर वाकविता येईल, छिन्नभिन्न करता येईल; पण त्याचा आत्मा – त्याची वीरवृत्ती – ती सदैव अविच्छिन्नच राहते!"

जगातल्या अन्यायाचे राक्षसी स्वरूप लक्षात घेता अशा प्रकारच्या सभांचा काय उपयोग आहे, अशी शंका अनेकांच्या मनात येत असते. ती ओळखून पीटर म्हणतो,

"कधीकधी आपलं मन निराशेनं झाकोळून जातं. असं होणं स्वाभाविक आहे; पण असल्या सभांचासुद्धा उपयोग आहे, हे विसरू नका. जिथं जिथं स्वातंत्र्यासाठी माणसं संघटित होतात, एक मनुष्य दुसऱ्याच्या खांद्याला खांदा भिडवून प्रगतीची स्वप्नं पाहतो; तिथं तिथं मानवतेचं पाऊल पुढंच पडत असतं."

पीटर आल्टजेडची जीवनकथा अशा प्रकारची आहे. ती सांगताना फास्टने ज्या तंत्राचा अवलंब केला आहे, त्याचा आवर्जून उल्लेख केला पाहिजे. आपल्याकडे गेल्या पंचवीस वर्षांत तंत्राचा उदोउदो पुष्कळ झाला; पण कथाविषय प्रभावी आणि परिणामकारक करण्याकरिता लेखकाने केलेली विशिष्ट प्रकारची मांडणी या अर्थाने तंत्राकडे फारच थोड्या लेखक-वाचकांनी पाहिले असेल. कथनपद्धतीचे काही ठरावीक साचे असतात; त्यांतील कुठला साचा आपल्याला अधिक उपयुक्त होईल हे लेखकाने पाहिले की त्याचे काम संपले, अशी या बाबतीत आपल्याकडील सर्वसामान्य समजूत आहे. मराठी कादंबरीचा कालानुरूप विकास व्हायचा असेल, तर ही समजूत शक्य तितक्या लवकर बदलली पाहिजे. तंत्राची स्वैरता व त्याचबरोबर त्याची परिणामकारकता फास्टच्या या कादंबरीत फार चांगल्या रीतीने प्रत्ययाला येते. एका साध्या, सत्प्रवृत्त, महत्त्वाकांक्षी मनुष्याच्या मनाचा एकोणिसाव्या शतकाच्या उत्तरार्धातल्या अमेरिकन समाजाच्या पार्श्वभूमीवर झालेला विकास हा कादंबरीचा वर्ण्यविषय आहे. त्यामुळे पीटरच्या मानसिक स्थित्यंतराचा आलेख स्पष्टपणे चित्रित करणे, हे फास्टने आपले मुख्य काम मानले आहे. निवेदन, आत्मनिवेदन, पत्रलेखन अशा कुठल्याही परंपरागत तंत्रप्रकाराचा आंधळेपणाने अवलंब करून अपेक्षित परिणाम साधणे, या कादंबरीत त्याला कठीण गेले असते. म्हणून त्याने निराळ्याच पद्धतीने या कादंबरीचे सात भाग केले आहेत. पहिल्या भागात पीटरचे बालपण आणि वैयक्तिक उत्कर्षाच्या शिडीची पहिली पायरी चढण्याकरिता त्याची चाललेली धडपड एवढ्याच गोष्टी त्याने चित्रित केल्या आहेत. दुसऱ्या भागात तो आपल्याला दिसतो, तो त्या शिडीची वरची पायरी गाठलेला सुखवस्तू, संसारी गृहस्थ या नात्याने. या प्रकरणातला मुख्य कथाभाग पार्सन्स व त्याचे सहकारी यांच्या फाशीच्या दिवसाचे चित्रण हा आहे. हा भाग रहस्यमय आहे; पण वाचकांचे कुतूहल चाळविणे आणि त्याला खेळविणे हे काही फास्ट आपले इतिकर्तव्य मानीत नाही. या भागात जज्ज पीटर आल्टजेड याच्या मनाच्या विविध प्रतिक्रिया चित्रित करण्यावर त्याने आपले लक्ष केंद्रित केले आहे. कादंबरीच्या तिसऱ्या, चौथ्या व पाचव्या विभागांत पीटरचा पुढचा विकास दिग्दर्शित करून सहाव्यात पार्सन्सची पत्नी – ल्यूसी हिच्याकडे कादंबरीकार वळतो. तिच्याद्वारे त्याने पीटरमध्ये झालेले परिवर्तन

जसे सुंदर रीतीने सूचित केले आहे, तशी पार्सन्सची दुसऱ्या विभागात अपुरी राहिलेली कथाही कुशलतेने पूर्ण करून घेतली आहे. शेवटच्या भागात ध्येयवादी पीटर व्याख्यान देता-देता बेशुद्ध पडतो व नंतर मृत्यू पावतो, हा प्रसंग आला आहे. पीटरचे शेवटचे शब्द असे आहेत :

"मी निराश झालेलो नाही. आज अन्यायाची सरशी झालेली दिसत असेल! पण ती तशी राहणार नाही. इमारतीप्रमाणे राष्ट्रेही कच्च्या पायावर उभी राहू शकत नाहीत!"

या विशिष्ट तंत्रामुळे कादंबरीतल्या प्रसंगांना कुठेही प्राधान्य येत नाही. सर्व लक्ष नायकावर आणि त्याच्या जीवनविकासावर खिळून राहते. नायकाच्या चरित्रातले सर्व बारीकसारीक प्रसंग वर्णन करण्याऐवजी महत्त्वाच्या घटनाच सविस्तर सांगितल्यामुळे त्यांचा मनावर अधिक परिणाम होतो. शिवाय निरनिराळे तुकडे जुळवून एखादे सुंदर चित्र तयार करावे, तशा प्रकारचा आनंद कादंबरी वाचून संपविताना वाचकाला होतो.

पण तंत्रापेक्षाही या कादंबरीचे अंतरंग आज-उद्याच्या आमच्या कादंबरीकारांनी अभ्यासावे, अशा प्रकारचे आहे. आपल्याकडे सामाजिक व राजकीय या नावांनी संबोधल्या जाणाऱ्या कादंबऱ्या नेहमीच लिहिल्या जातात; पण अशा कादंबऱ्यांत पिढीपिढीला घडणाऱ्या सामाजिक घडामोडींची आणि त्यांच्यामुळे बदलत जाणाऱ्या पार्श्वभूमीची दखल क्वचितच घेतली जाते. राजकीय कादंबऱ्यांतल्या अनेक कथानकांना राजकारणाचा नुसता वास तरी लावलेला असतो, किंवा क्षणिक महत्त्वाच्या घटना त्यात जशाच्या तशा वापरलेल्या असतात. राजकारण व समाजजीवन यांचे प्रवाह नेहमी एकमेकांवर प्रतिक्रिया करीत वाहत असतात. व्यक्तिजीवन हे या दोन्ही प्रवाहांपासून कधीच अलिप्त राहू शकत नाही. हरिभाऊ आपटेंनी हे पूर्णपणे ओळखले होते. त्यांच्या 'मा' व 'यशवंतराव खरे' या कादंबऱ्या या विशिष्ट दृष्टीने महत्त्वाच्या आहेत; पण हरिभाऊंचा काळ आजच्यासारखा गुंतागुंतीच्या समस्यांनी भरलेला नव्हता. डॉ. केतकरांची 'आशावादी', वामनराव जोशींची 'इंदू काळे व सरला भोळे' फडकेंची 'प्रवासी' आणि माडखोलकरांची 'कांता' या अशा प्रकारच्या प्रमुख मराठी कादंबऱ्यांशी तुलना केली, म्हणजे 'दि अमेरिकन'चे वैशिष्ट्य स्पष्टपणे प्रतित होते. फास्टचे लक्ष स्वतःच्या देशातल्या एका विशिष्ट कालखंडातल्या सत्प्रवृत्त, धीरगंभीर व्यक्तीच्या सामाजिक विकासावर आहे. तो विकास केवळ भावनेच्या द्वारा त्याने चित्रित केलेला नाही. उलट, भावना संयमित करून सामाजिक घडामोडींतले सर्व उलटसुलट प्रवाह अभ्यासून, नायकाच्या जीवनावर होणाऱ्या त्यांच्या प्रतिक्रिया सूक्ष्मपणे रेखाटून आणि नायकाखेरीज इतर सर्वांच्या स्वभावरेखांना आवश्यक

तेवढेच महत्त्व देऊन हे कार्य त्याने साधले आहे. हे साधताना व्यक्तिजीवनातल्या नाजूक हृदयंगम छटांचा फास्टला केव्हाही विसर पडलेला नाही, हे लक्षात घेण्याजोगे आहे. पीटर व त्याची पत्नी यांच्यामध्ये आरंभी जे एक प्रकारचे सूक्ष्म दूरत्व असते, ते पीटर अन्यायाविरुद्ध बंड पुकारून उभा राहतो, तेव्हा कसे लोप पावते, आपली सारी स्वप्ने आणि कल्पना बायकोपुढे शब्दस्वरूपात मांडल्या, म्हणजे त्यांच्या व्यवहारतेची त्याला कशी प्रचीती येई आणि मग त्या पतिपत्नींना पूर्वी कधीही न अनुभविलेल्या आनंदाचा आस्वाद कसा मिळे, याचे फास्टने केलेले वर्णन अनुपम आहे. ते वाचताना मला उत्तररामचरिताच्या पहिल्या अंकाची आणि परिणतप्रेमाने एकजीव झालेल्या सीता-रामाची आठवण झाली.

ज्यांत कल्पनारम्य प्रेमकथा नाहीत, कृत्रिम रहस्ये नाहीत, अवास्तव घटना नाहीत, वायफळ वर्णने नाहीत, उलट, आजच्या विशाल, धावत्या आणि बदलत्या समाजजीवनाचे प्रभावी व्यक्तिरेखेच्या द्वारे केलेले सूक्ष्म चित्रण आहे, अशा कादंबऱ्या अजूनही आम्ही लिहिणार नसलो, तर...

तर हरिभाऊंचा वारसा व्यर्थ आमच्याकडे आला, असे होईल!

१९५२

# । खरी दया ।

'बिवेअर ऑफ पिटी' ही स्टीफन झ्वाइगची कादंबरी बारा वर्षांपूर्वी मी वाचली होती. त्यानंतर पुन्हा एकदा तिचा अधूनमधून आस्वाद घेतला होता; पण आज वाचनालयात तिची कोरी-करकरीत, सुंदर आवृत्ती आलेली दिसताच, ती चाळून पाहण्याचा मोह मला आवरला नाही. पहिली पाच मिनिटे कागद, छपाई, बांधणी यांचे सौंदर्य पाहण्यात आपण गुंग होऊन गेलो आहोत, अशी माझी समजूत होती; पण आपण कादंबरीतली आपली आवडती स्थळे शोधून काढीत आहोत, हे लवकरच माझ्या लक्षात आले. पाहता-पाहता माझी दृष्टी खालील परिच्छेदावर खिळून राहिली :

"दया! तू हे सारं दयेमुळं केलंस, हे मला कळतं; पण एक गोष्ट तू विसरलास. दयेच्या दोन जाती असतात. पहिल्या प्रकारची दया दुबळी असते. भावनावश मनात तिचा उगम होतो. दु:खाच्या दर्शनानं अंत:करणात जे अस्वास्थ्य निर्माण होतं, त्यातून शक्य तितक्या लवकर मुक्त होण्याची इच्छा, एवढंच त्या दयेचं स्वरूप असतं. ही खरी करुणा नव्हे; नुसती कीव आहे ती! दुसऱ्या प्रकारची दया ही खरीखुरी, मनुष्याला शोभणारी करुणा होय. ती भावनेचं प्रदर्शन करीत नाही! पण तिच्या अंतरंगात ओलावा असतो. आपल्याला कुठल्या संकटांशी टक्कर द्यायची आहे, हे ती पुरेपूर जाणते. शांतपणानं, सहनशील वृत्तीनं, आपल्या सर्व सात्त्विक शक्ती पणाला लावून ती हा झगडा आरंभिते. कुठल्याही दु:खाच्या तळाशी जेव्हा मनुष्य जातो, तो काळाकुट्ट तळ पाहूनसुद्धा जेव्हा त्याची सहानुभूती आणि सहनशीलता कमी होत नाही, तेव्हाच त्याला इतरांचा भार हलका करता येतो. स्वत:चं बलिदान करण्याची ज्याची सिद्धता असेल, तोच – फक्त तोच मनुष्य – या जगात खरी दया दाखवू शकतो."

या ओळी मी पुन:पुन्हा वाचल्या आणि पुस्तक घरी घेऊन आलो. झ्वाइगचे अगदी ताजे पुस्तक (झ्वाइग दिवंगत होऊन तप झाले असले, तरी) आपल्या

हाती पडत आहे, अशा भावनेने – थोड्याशा अधाशीपणानेच म्हणानात – रात्री खूप वेळ जागून मी ते संपविले. जातिवंत कलाकृती ही अप्सरेसारखी चिरतरुण आणि चिररुचिर असते, याचा अनुभव मी घेतला.

एका पांगळ्या मुलीची प्रेमकथा हा या कादंबरीचा मध्यबिंदू आहे. साहजिकच तिची बैठक कारुण्याची आहे. ते कारुण्य झ्वाइगने आपल्या नेहमीच्या कोमल कौशल्याने चित्रित केले आहे; पण ही कादंबरी वाचून संपविल्यावर मन काही केवळ करुण रसाने विरघळून जात नाही. उलट, ते दृढ होते. विचार करू लागते. नुसत्या प्रणयाचाच नव्हे, तर साऱ्या जीवनाचा, त्याला आधारभूत असलेल्या मूल्यांचा अंतर्मुख होऊन विचार करू लागते. पाण्याने ओथंबलेल्या काळ्या ढगांतून विजेची वक्ररेषा सतत चमकावी, तशी कारुण्याच्या पार्श्वभूमीवर या कादंबरीतली उदात्तता उठून दिसते. ना. म. पटवर्धन, बोरकर, यशवंत वगैरे साहित्यिकांनी झ्वाइगच्या काही दीर्घ कथांचा (A letter from an unknown woman. Amok, Burning Secret, A failing heart, इत्यादी) मराठी वाचकांना अनेक वर्षांपूर्वी परिचय करून दिला आहे. त्याच्या लघुकथाही क्वचित आपल्याकडे अनुवादित होत असतात. त्याची काव्यात्म वृत्ती, कलाप्रभुत्व, प्रणयी मनाच्या आणि जीवनाच्या विश्लेषणातील नाजूकपणा, इत्यादी गुण या सर्व लहानमोठ्या कृतींत आढळतात; पण 'बिवेअर ऑफ पिटी' ही त्याची एकच कादंबरी अशी आहे, की तिच्यात या गुणांच्या जोडीने जीवनाचे सर्वस्पर्शी दर्शन आढळते. इतकेच नव्हे, तर त्या दर्शनाच्या पलीकडे असलेल्या चिरंतन मूल्यांची वाचकाला तीव्र जाणीव होते.

सौंदर्याशी क्रीडा करण्याची कलावंताची हौस भागली, जीवनाच्या कडू-गोड अनुभवांनी त्याची वृत्ती विशुद्ध व विकसित झाली, काव्य आणि तत्त्वज्ञान यांचा ज्या क्षितिजावर संगम होतो, तिथे विहार करण्याचे सामर्थ्य त्याच्या प्रतिभेला लाभले, म्हणजेच अशी कृती तो निर्माण करू शकतो, असे मला वाटते. शेक्सपिअरच्या 'हॅम्लेट' किंवा 'प्रॉस्पेरो' या स्वभावरेखा प्रतिभेच्या अशा तरल, पण परिपक्व अवस्थेतून निर्माण झाल्या असाव्यात. भवभूतीचा रामचंद्रही तसाच वाटतो. 'बिवेअर ऑफ पिटी'ला जो उदात्त गोडवा आला आहे, तो यामुळेच. या कादंबरीत झ्वाइग केवळ कवी किंवा कथाकार नाही. तो तत्त्वज्ञही झाला आहे.

मात्र नवलाची गोष्ट ही, की या कादंबरीला जे विचारप्रधान, उदात्त स्वरूप प्राप्त झाले आहे, ते नायक किंवा नायिका यांच्यामुळे नाही. ती दोघेही तरुण आहेत. नायिका तर सतरा-अठरा वर्षांची अल्लड मुलगी आहे. दुर्दैवाने ती पांगळी असते. नायकाचा व तिचा परिचय झाल्यावर तिचे मन त्याच्या सहवासात

उमलू लागते, त्याला ते जाणवते; पण तिच्या पांगळेपणामुळे तो तिला कुठल्याही प्रकारे दुखवू इच्छित नाही. तिचे मन प्रसन्न राहावे, त्या प्रसन्नतेमुळे तिची प्रकृती सुधारावी, म्हणून तो मुग्धतेचा अवलंब करतो; परंतु त्याच्यादृष्टीने जी केवळ कोमल करुणा असते, ती त्या अपंग, अश्राप मुलीच्या दृष्टीने उत्कट प्रीती ठरते. याचा शेवट व्हायचा तोच होतो. तिच्याविषयी अंत:करणात आपुलकी आणि ओलावा असूनही तिला विवाहाचे वचन द्यायची वेळ येताच तो कचरतो. एका पांगळ्या मुलीशी सुखासुखी अशी जन्माची गाठ कोण बांधून घेणार? लष्करात नोकरी असलेल्या त्या उमद्या तरुण नायकाचे मन चलबिचल पावू लागते. ते लक्षात येताच नायिकेवर उपचार करणारा डॉ. कॉनडॉर त्याच्याशी हितगुज करतो. वर दयेच्या दोन प्रकाराचे जे विवेचन आले आहे, तो या डॉक्टराच्या संभाषणातलाच एक भाग आहे.

प्रेमकथा नाजूकपणे हाताळण्यात झ्वाइग मोठा कुशल आहे. प्रीतीचे आंधळेपण, प्रीतीची उत्कटता, प्रीतीची उद्दामता या सर्वांचे त्याने आपल्या इतर कथांत व दीर्घकथांत मोठ्या लीलयेने चित्रण केले आहे. ती चतुराई या पंगू नायिकेच्या मनोविकासातही येते. भरतीच्या लाटांप्रमाणे या विकासाचा जो रम्य आलेख लेखक काढतो, तो अतिशय आकर्षक आहे. आपले प्रेम सफल होणार, या भावनेने ती दुर्दैवी नायिका पांगळेपण विसरून चालू लागते, तो प्रसंग झ्वाइगने इतक्या सूक्ष्म व सुंदर कुंचल्याने रंगविला आहे, की चतुर चित्रपट-दिग्दर्शकालाही त्याचा हेवा वाटावा! पण असे विविध गुण या कादंबरीत असूनही ती वाचून झाल्यावर आपले मन नायक किंवा नायिका यांच्याभोवती घुटमळत राहत नाही. कथेच्या शोकान्ताने ते सुन्न किंवा विषण्ण होत नाही. ते डॉक्टर कॉनडॉरच्या आसपास प्रदक्षिणा घालीत राहते. त्याचे व्यक्तित्व, त्याचे जीवन, त्याचे उद्‌गार यांचा ते पुन:पुन्हा विचार करू लागते. जो-जो विचार करावा, तो-तो त्याच्याविषयी आपल्याला अधिक आदर वाटतो. अरण्यातल्या गगनचुंबी वृक्षांपेक्षा त्यांच्या पार्श्वभूमीला असलेली टेकडी उठून दिसावी, तसे डॉ. कॉनडॉरचे या कादंबरीतले व्यक्तित्व आहे. त्यानेच या कथेला भव्यपणा आणि खोलपणा प्राप्त करून दिला आहे.

हा डॉक्टर वारंवार नायकाला बजावतो,

“हे पाहा, माणसानं आपली दयाबुद्धी नेहमी ताब्यात ठेवायला हवी. सहानुभूतीच्या अभावापेक्षा आंधळ्या दयेनंच जगात अधिक नुकसान होतं. आम्हा डॉक्टरांना हा अनुभव नेहमी येतो. न्यायाधीशांनाही याची सतत जाणीव असते. या सर्व मंडळींनी आपल्या दयेला स्वैर सोडलं, तर जगाचं रहाटगाडगं क्षणात बंद पडेल. दया! खरोखरच फार भयंकर गोष्ट आहे ती!”

हे उद्गार ऐकताच हा डॉक्टर अतिशय अश्रद्ध मनुष्य असावा, उभ्या आयुष्यात त्याच्या अंत:करणाला भावनेचा ओझरता स्पर्शसुद्धा झाला नसावा, असेच कुणीही म्हणेल!

पण वस्तुस्थिती तशी आहे का?

पांगळ्या नायिकेचे मन दुखविता येत नाही आणि तिच्या प्रेमाचाही स्वीकार करता येत नाही, अशा मन:स्थितीत नायक सापडतो. त्याच्या मनाची असह्य ओढाताण होते. शेवटी, "मी देवमाणूस नाही, साधा माणूस आहे, पांगळ्या मुलीबरोबर संसार करीत बसण्याची माझी तयारी नाही," हे डॉक्टर कॉनडॉरला स्पष्टपणे सांगावे आणि भावनावशतेने निर्माण झालेल्या या भयंकर भानगडीतून मोकळे व्हावे, म्हणून नायक त्याच्या घरी जातो, त्या वेळी डॉक्टर घरी नसतो. मोलकरीण त्याला बसायला सांगते. थोड्या वेळाने डॉक्टरची पत्नी त्या खोलीत येते. ती त्याला म्हणते,

"आता डॉक्टर भेटणार नाहीत तुम्हाला. रोगी पाहायला गेले, की त्यांना स्वत:ची शुद्धच राहत नाही. फार उशीर झालाय! ते परत आले, की जेवून स्वस्थ झोपायला सांगणार आहे मी त्यांना. उद्या या तुम्ही. तुमचं काम अगदी निकडीचं असेल, तर गावात दुसरे पुष्कळ डॉक्टर आहेत. त्यांच्याकडे चला. रात्र नाही, अपरात्र नाही; जेव्हा पाहावं तेव्हा माणसं आपली यांना ओढून नेतात! स्वत:च्या आजाराशिवाय तुम्हा लोकांना सुचतंय काय दुसरं? पण मी हे चालू देणार नाही. आता तुमची नि त्यांची भेट होणार नाही."

ती हे बोलत असताना एक भयंकर कजाग बाईशी डॉक्टरची जन्मगाठ बांधून परमेश्वर पसार झाला आहे, असा नायकाचा समज होतो. मात्र तावातावाने हे बोलणारी बाई चाचपडत पुढे का येत आहे, हे प्रथम त्याला कळत नाही. मग त्याच्या एकदम लक्षात येते. नवऱ्यावरल्या प्रेमामुळे रागारागाने हे सारे बोलणारी आणि आपल्यापुढे उभी असलेली डॉक्टरांची पत्नी आंधळी आहे!

इतक्यात डॉक्टर घरी येतो. त्याच्याशी बोलता-बोलता नायकाला त्याचे जीवन किती शांत आणि त्यागपूर्ण आहे, याची कल्पना येते. डॉक्टर आपल्या लग्नाची सारी हकिकत त्याला सांगतो. तो म्हणतो,

"माझी बायको आंधळी आहे. तिच्याशी मी लग्न केले, हे कुणालाच कधी कळलं नाही. चाकोरीबाहेर जाऊन माणसानं काही केलं, तर लोक प्रथम डोळे फाडून आणि मग डोळे वटारून त्याच्याकडे बघतात. त्याच्या अंत:करणात हजारांतला एकसुद्धा शिरत नाही. आमचं लग्न झालं मात्र. माझ्या साऱ्या डॉक्टरमित्रांत कुजबूज सुरू झाली. सर्वांचं मत एकच होतं. उपचार करताना माझ्या हातून काही गडबडगुंडा झाला. त्यामुळे तिचे डोळे गेले आणि म्हणून

घाबरून जाऊन या प्रकरणावर पांघरूण घालण्याकरिता मी तिच्याशी लग्न केलं. माझ्या दुसऱ्या दोस्तांनी अशी बातमी पसरविली, की तिच्यापाशी भलं मोठं डबोलं आहे! खुद्द माझ्या आईलासुद्धा हे लग्न पसंत नव्हतं. तिनं एका बड्या प्रोफेसराची मुलगी माझ्यासाठी योजून ठेवली होती. त्या गृहस्थांचा मी जावई झालो असतो, तर मला भारी पगाराची नोकरी मिळाली असती. पण... पण माझ्या बायकोला मात्र मरणाशिवाय दुसरा मार्ग मोकळा राहिला नसता! तिचा फक्त माझ्यावर विश्वास होता. तो कायम ठेवणं हे माझं कर्तव्य होतं. या लग्नाचा मला कधी क्षणभरसुद्धा पश्चात्ताप झाला नाही. डॉक्टराची काय किंवा कुठल्याही माणसाची काय, शक्ती अतिशय मर्यादित असते. जगात दु:खाचा अफाट समुद्र पसरला आहे. आपल्या ओंजळीनं ते खारट पाणी मनुष्य कितीसं कमी करू शकेल? आमची डॉक्टरांचीच गोष्ट पाहा. कुणाचा तरी एक विकार आम्ही बरा करतो; पण तोच मनुष्य उद्या दुसऱ्या रोगानं आजारी पडतो. अशा स्थितीत मनुष्यास समाधान देणारी गोष्ट एकच आहे – ती म्हणजे, आपण कमीतकमी एका मनुष्याचं रक्षण करण्याचा प्रयत्न केला आहे, निदान एका मनुष्याची तरी आपल्याविषयीची श्रद्धा अभंग राखण्याचा प्रयत्न केला आहे. आयुष्यात एक काम का होईना, आपण चांगल्या रीतीनं पार पाडलं आहे, अशी ज्याचे मन ग्वाही देते, त्याच्या आयुष्याचे सार्थक झाले, असे मी समजतो. नीरस आणि निरुपयोगी रितीनं मनुष्य आपलं आयुष्य घालवितो, की तो त्याचा काही ना काही सदुपयोग करतो, हाच खरा महत्त्वाचा प्रश्न आहे.''

इ्वाइगच्या कथांना खोली नेहमीच असते; पण डॉ. कॉनडॉरच्या स्वभावरेखेमुळे त्याच्या या एकुलत्या एक दीर्घ कादंबरीला चांगली उंचीही लाभली आहे. कथेतल्या हृदयस्पर्शी प्रसंगांपेक्षा आत्मतत्त्वाला आणि तरुणांच्या मनोविश्लेषणापेक्षा प्रौढांच्या जीवनविषयक तत्त्वज्ञानाला इथे अधिक महत्त्व आहे, असे जे वाचकाला शेवटी वाटते, ते यामुळेच. या कादंबरीच्या रचनेत बौद्धिक कसरतच अधिक आहे, परस्परविरोधी अशा दोन जीवनचित्रांवर तिचा सारा भर आहे, पांगळ्या मुलीशी लग्न करायला कचरणारा तरुण आणि आंधळ्या मुलीशी लग्न करून प्रसन्न मनाने संसार करीत आलेला प्रौढ यांचा हा विरोध कृत्रिम वाटल्यावाचून राहत नाही, हे किंवा असल्या प्रकारचे आक्षेप या कादंबरीवर पढीक टीकाकारांनी घेतले तर मला मोठे नवल वाटणार नाही. 'हॅम्लेट' आणि 'शाकुंतल' यांची कथानकेसुद्धा पुस्तकी नियमांच्या दृष्टीने सदोष ठरतील; पण कुठल्याही ललितकृतीचे मोठेपण पंडितांना मान्य असलेल्या निर्जीव निर्दोषपणावर अवलंबून असत नाही. आस्वादकाची बुद्धी आणि भावना यांना ती कलाकृती किती तीव्रतेने आवाहन करते, त्याच्या व्यक्तित्वाला दैनंदिन जीवनाच्या पातळीवरून अधिक उत्कट किंवा उन्नत पातळीवर नेण्यात ती कितपत यशस्वी होते, यावरच तिची

श्रेष्ठता अवलंबून असते. त्या दृष्टीने झ्वाइगची ही कादंबरी नि:संशय उच्च दर्जाची आहे. तिच्यात जीवनातल्या एका मूलभूत समस्येचे उत्तर देण्याचा जितका कलात्मक, तितकाच प्रामाणिक प्रयत्न लेखकाने केला आहे.

ही कादंबरी वाचून पुन्हा बाजूला ठेवताना मी स्वत:शीच विचार करू लागलो. या कथेत झ्वाइगने मानवजातीच्या एका नाजूक मर्मावर अचूक बोट

ठेवले आहे, यात संशय नाही. दया हा महान सद्‌गुण आहे, यात शंका नाही; पण कुठल्याही सद्‌गुणाचे संरक्षण आणि संवर्धन करायला या जगात माणसाला फार मोठे मोल द्यावे लागते. ते देण्याची सामान्य मनुष्याची बहुधा इच्छा नसते. क्वचित इच्छा असली, तरी शक्ती नसते. म्हणून सर्वसामान्य मनुष्य सदैव भावनांच्या दिखाऊ स्वरूपाशी खेळत बसलेला दिसतो. कातडी बचावून तो लढाईत भाग घेऊ इच्छितो. सद्‌गुणांचे परिपालन हे सतीचे वाण आहे, हे तो फार सोयीस्करपणे विसरतो. ''स्वत:चे बलिदान करण्याची ज्याची तयारी असेल, तोच – फक्त तोच मनुष्य – या जगात खरी दया दाखवू शकतो.'' हे डॉक्टर कॉनडॉरचे उद्‌गार किती अर्थपूर्ण आहेत!

दयेच्या दोन जाती असतात असे झ्वाइग म्हणतो, ते खरे आहे. दयेच्याच काय प्रेमाच्या, त्यागाच्या, देशभक्तीच्या किंबहुना मानवी जीवनाला उजाळा आणणाऱ्या कुठल्याही भावनेच्या दोन जाती असतात. बाह्यत: त्या सारख्या दिसतात. जुळ्या भावंडांसारखे त्यांच्या चेहऱ्यामोहऱ्यांत साम्य असते. त्यामुळे जग फसते. उथळ आणि उत्कट, स्वार्थी आणि त्यागी यांतले अंतर त्याला कळत नाही.

ज्याच्या प्रेमविवाहाचे काल कौतुक झाले, ते जोडपे आज भांडू लागलेले दिसते. काल देशासाठी तुरुंगात गेलेला मनुष्य आज त्या प्रतिष्ठेचा उपयोग आपल्या तुंबड्या भरण्याकरिता करीत असलेला आढळतो. जीवनाचे हे विसंगत व विद्रूप स्वरूप पाहून आपण गोंधळतो. झ्वाइगने या विसंगतीची अत्यंत मार्मिक मीमांसा केली आहे. स्वत:चे बलिदान करण्याची ज्याची तयारी आहे, तोच – फक्त तोच मनुष्य – या जगात कुठलीही भावना प्रामाणिकपणाने प्रकट करू शकतो.

१९५४

## । ललित लेखकाचे अंतरंग ।

अ : कामाला आरंभ करताना एका गोष्टीची फार काळजी घ्यावी लागते मला.

ब : ती कोणती?

अ : पुढचे अकरा दिवस अगदी निर्वेध मिळतील, ही! आपली प्रकृती मधेच बिघडणार नाही किंवा इतर काही भानगडी अचानक उपस्थित होणार नाहीत, हे सारंसारं आधी पाहावं लागतं. म्हणून कामाला लागण्यापूर्वी मी डॉक्टरांना बोलावतो. ते माझा रक्तदाब पाहतात. शरीराच्या यंत्रातले सर्व भाग ठाकठीक आहेत की नाही, बघतात. त्यांनी 'ओ. के.' म्हटलं...

ब : की तुमची गाडी चालू होते! असंच ना? गार्डानं निशाण दाखविल्याशिवाय गाडी जशी स्टेशनातून सुटत नाही –

अ : पुढचा रस्ता कुठंही नादुरुस्त नाही, हे कळल्याशिवाय गाडीनं स्टेशन सोडणं चुकीचं नाही का? शिवाय माझा हा प्रवास काही चार-आठ तासांचा नसतो! तब्बल अकरा दिवस...

ब : अकरा दिवसांनी डॉक्टर पुन्हा तुमची प्रकृती तपासायला येतात, की काय?

अ : बहुधा येतात.

ब : त्या तपासणीत काय निष्पन्न होतं?

अ : रक्तदाब नॉर्मलपेक्षा खाली गेला आहे.

हा संवाद वाचून 'अ' हा अकरा दिवसांत पृथ्वीला स्पर्श न करता अंतराळातून देश नि देश, पर्वत नि पर्वत, नदी नि नदी न्याहाळायला आणि त्यांची छायाचित्रे घ्यायला निघालेला एखादा धाडसी वैमानिक असावा व 'ब' हा त्याचा कुणी तरी मित्र कुतूहलाने या अद्भुत उड्डाणाविषयी त्याला प्रश्न करीत असावा, असा भास होतो; पण वस्तुस्थिती अगदी निराळी आहे. या संवादातला 'अ' आहे

एक फ्रेंच कादंबरीकार. त्याचे नाव जॉर्जिस सायमेनन. या साहित्यसिंहाने स्वत:च्या नावाने दीडशे कादंबऱ्या प्रसिद्ध केल्या आहेत! त्याशिवाय निरनिराळ्या टोपणनावांनी त्याने साडेतीनशे कादंबऱ्या लिहिल्या आहेत, त्या निराळ्याच! बरोबर अकरा दिवसांत तो आपली एक कादंबरी पूर्ण करतो!

त्याची ही माहिती वाचून मी चांगलाच हबकलो. माझ्या मनात आले, आपल्यासारख्या दुर्बळाची गोष्ट दूर राहू द्या! मराठीतले खंदेखंदे कादंबरीकार तरी सायमेननसाहेबांच्या पासंगाला पुरतील का? एका पारड्यात या फ्रेंच साहित्य-कारखानदारांच्या सर्व कादंबऱ्या ठेवल्या आणि ह. ना. आपटे, ना. ह. आपटे, नाथमाधव, फडके, यांच्यापासून ना. वि. कुलकर्णी, मामा वरेरकर, हडप, गो. नी. दांडेकर यांच्यापर्यंत आम्हां वीस-पंचवीस कादंबरीकारांच्या कादंबऱ्या दुसऱ्या पारड्यात घातल्या, तरी शेवटी साहेबांचेच पारडे जड ठरणार, हा लेखक आहे की राक्षस आहे? मनुष्य आहे की यंत्र आहे?

विपुलता व गुणवत्ता यांचे सूत पुष्कळदा जमत नाही, हे खरे आहे; पण ज्या पुस्तकात मी ही माहिती वाचली, त्यात फॉर्स्टर, मॉरिॲक, फॉकनर, फ्रँक ओ कॉनर, थॉर्टन वाइल्डर, जॉइस कॅरी वगैरे ललितवाङ्मयाच्या क्षेत्रात नावाजलेल्या सोळा, वृद्ध, प्रौढ व तरुण पाश्चात्त्य लेखक-लेखिकांच्या मुलाखती आहेत. त्यावरून या बहुप्रसव लेखकांच्या दर्जाची कल्पना येईल. या मुलाखतींच्या पुस्तकाचे नाव आहे : 'Writers at Work.' आपल्याकडे 'मी का लिहितो' या किंवा अशा प्रकारच्या प्रश्नांची उत्तरे अनेक लेखकांनी दिली आहेत; पण मार्मिकता व आत्माविष्कार या दोन्ही दृष्टींनी त्यांतली बहुतेक सामान्य आहेत. कित्येकांनी आपल्या वाङ्मयसंसाराच्या सुरस कथाही सांगितल्या आहेत; पण 'रायटर्स ॲट वर्क' हे पुस्तक वाचताना अव्वल दर्जाच्या साहित्यिकांच्या वाङ्मयीन आवडीनिवडींशी, जीवननिष्ठांशी आणि त्यांच्या साहित्याला प्रेरक झालेल्या आत्मशक्तींशी परिचित होण्याचा जो आनंद मला लाभला, तो आपल्याकडले असल्या प्रकारचे लेखन वाचून कधीच मिळाला नव्हता. या पुस्तकात कलावंताचा मोकळेपणा (जो प्रसंगी फटकळपणाच्या सरहद्दीवर जाऊन भिडतो), त्याच्या अनुभवजन्य निष्ठा आणि त्याचबरोबर त्याच्या व्यासंगाचा विस्तार आणि चिंतनाची खोली यांचे मनोहर व मजेदार दर्शन घडते.

आपल्याकडे साहित्य, त्याची निर्मिती, त्या निर्मितीची प्रक्रिया, साहित्यकलेचा आशय आणि तिची अभिव्यक्ती, इत्यादी गोष्टींविषयी बोलताना किंवा लिहिताना शाब्दिक अवडंबर माजविण्याचा प्रघात गेल्या दहा-बारा वर्षांत अधिकच बळावला आहे. एखादी कविता दुर्बोध आहे असे कुणी म्हटले, की कलानिर्मितीच्या क्रियेचे (चांगल्या अर्थानेच मी हा शब्द वापरीत आहे!) आमच्याकडील मक्तेदार

सामान्य वाचकांवर गुरगुरू लागतात आणि म्हणतात,

"कविता समजत नाही, म्हणून कसली तक्रार करता? कविता अंडरस्टँड करायची नसते. ती फील व्हावी लागते."

(हे पांडित्य ऐकताना आपल्या विद्यापीठात मराठी माध्यम रूढ व्हायला किती शतके लागतील, याचा श्रोता विचार करीत असतो! असला अर्धवट पुस्तकी पांडित्याचा व अर्धवट कलात्मक बुवाबाजीचा आढळ 'रायटर्स ॲट वर्क' या पुस्तकातल्या एकाही मुलाखतीत नाही.)

या सोळा साहित्यिकांच्या मतांत, अनुभवांत, लेखनपद्धतीत, जीवननिष्ठांत आणि निर्मितीच्या कल्पनांत अनेक मतभेद आहेत. प्रसंगी दोन ध्रुवांचे अंतर आहे; पण आपल्याकडल्या मतभेदांच्या प्रदर्शनात बराचसा गडगडाट आणि पुष्कळसा धुरळा असतो, तसे इथे नाही. निरनिराळ्या रंगांमुळे इंद्रधनुष्याला जशी अपूर्व शोभा येते, तशा या विविध वृत्तींच्या व प्रवृत्तींच्या साहित्यिकांमुळे या मुलाखती जितक्या रोचक, तितक्याच उद्‌बोधक झाल्या आहेत.

उदाहरणार्थ, ललितवाङ्मयाच्या निर्मितीचा प्रश्नच घेऊ या. ललितकृतीचे बीज लेखकाच्या मनात कसे पडते, तिथे ते अंकुरित कसे होते, पुढे त्या अंकुरातून एखादी नाजूक वेल किंवा प्रचंड वृक्ष कसा निर्माण होतो, याचे कुतूहल आपणाला नेहमीच वाटते. अरनॉल्ड बेनेटला हॉटेलमध्ये दिसलेली एक वृद्ध स्त्री पाहून 'Old wif's tale' या कादंबरीची कल्पना सुचली आणि सांगलीच्या परिसरात घडणाऱ्या एका बालावृद्धविवाहामुळे देवलांची 'शारदा' जन्माला आली, या गोष्टी सुपरिचित आहेत; पण याचा अर्थ कलेचे मूळ नेहमीच इतके साधे आणि सोपे असते, असे नाही.

उदाहरणार्थ, फॉकनरची "Sound and Fury" ही सुप्रसिद्ध कादंबरीच घ्या. त्याच्या मनश्चक्षूंपुढे जे दृश्य प्रथम उभे राहिले, त्याचे चित्रण कथारूपाने चांगले होईल, अशी त्याची कल्पना होती; पण ते चित्रण सुरू केल्यावर लवकरच त्याच्या लक्षात आले, की ती कथावस्तू हा लहान जाळ्यात सापडणारा मासा नाही. त्याच्यासाठी खूप मोठे जाळे विणले पाहिजे.

कलाकृतीच्या बाह्य स्वरूपाचा व तिच्या अंतरंगाचा अभेद्य संबंध आहे, हे जितके खरे, तितकेच या दोन घटकांपैकी कुणाचा प्रभाव कुणावर पडतो, हे अनिश्चित असते, हेही खरे आहे. फॉकनरच्या या आत्मकथनासारखे अनेक अनुभव या ग्रंथात सर्वत्र विखुरले आहेत; पण त्या अनुभवांपेक्षाही या ग्रंथातली अधिक महत्त्वाची गोष्ट, म्हणजे निर्मितीविषयीची लेखकांची भिन्नभिन्न मते ही होय.

या प्रश्नांची चर्चा करताना फॉकनरने एक सुंदर सूत्रमय वाक्य उच्चारले आहे.

तो म्हणतो,

"लेखकाला तीन गोष्टींची जरुरी असते – अनुभूती, निरीक्षण आणि कल्पकता. या तिन्हींपैकी दोन गोष्टी तिसरीची उणीव भरून काढू शकतात. या तिन्हींपैकी एक गोष्ट प्रभावी असली, तर तीसुद्धा उरलेल्या दोन्हींची गैरहजेरी विशेष भासू देत नाही!"

मात्र या तीन गोष्टींच्या जोडीला 'स्फूर्ती' आवश्यक आहे की नाही, या प्रश्नाला उत्तर देतो,

"स्फूर्ती ही काय चीज आहे, ते मला ठाऊक नाही. मी तिच्याविषयी पुष्कळ ऐकले आहे; पण तिला कधीच पाहिले नाही मी!"

याच्या उलट फॉर्स्टर या प्रख्यात कादंबरीकाराचे पाहा.

"तुम्ही दररोज लिहिता, का स्फूर्ती येईल तेव्हा लिहिता?"

या प्रश्नाचे उत्तर देताना तो उत्तरला,

"स्फूर्ती येईल तेव्हा!"

लेखकाने टिप्पणं-वह्या ठेवणं किंवा सर्कस पाहायला गेल्यावर "हे सारं कादंबरीत रंगविले तर किती छान दिसेल," असा विचार करणे कलेच्या दृष्टीने अनुचित आहे, असे तो म्हणतो. सहज स्फुरलेल्या आपल्या दोन गोष्टींची उदाहरणे त्याने दिली आहेत (The Story of a panic आणि The road from Colouns.). एखादे स्थळसुद्धा विशिष्ट सुगंधाप्रमाणे आपले मन धुंद करू शकते व त्या धुंदीत ललितकृतींचे बीज रुजते, असेही तो म्हणतो. या संदर्भात आपल्या "खडक" या गोष्टीचा फॉर्स्टरने उल्लेख केला आहे.

कुठला वाङ्मयप्रकार कुणाला जमतो, तोच त्याला का साधतो, याविषयीही अशीच भिन्नभिन्न मते या पुस्तकात आढळतात. फॉकनर म्हणतो,

"मी अयशस्वी कवी आहे. मला वाटते, प्रत्येक कादंबरीकार प्रथम काव्यलेखन करण्याचा प्रयत्न करतो. ते जमत नाही, असे वाटले, की काव्याच्या खालोखाल कलावंताची कसोटी पाहणारा लघुकथा हा जो वाङ्मयप्रकार आहे, त्याच्याकडे तो वळतो नि तिथेही बस्तान बसत नाही, असे पाहिले, म्हणजे तो कादंबरीकडे वळतो."

त्याच्या उलट फ्रँक ओ कॉनर म्हणतो,

"मला कादंबरीलेखनच अधिक अवघड वाटते. कारण अखंड जीवनाची उणीव निर्माण करणे ही कादंबरीत फार महत्त्वाची गोष्ट आहे. लघुकथेत तिची आवश्यकता नसते."

अशा उलटसुलट पण मार्मिक विधानांनी भरलेले, अनेक प्रतिभावंतांच्या अंतरंगाचा थोडक्यात पण रसिकतेने परिचय करून देणारे हे पुस्तक आहे. यातील काही काही मुलाखतींत जाता-जाता केलेली त्रोटक चर्चा मोठी विचारप्रवर्तक आहे.

उदाहरणार्थ, आधुनिक कादंबरी अधिक तंत्रनिष्ठ व नीटनेटकी झाली असली, तरी तिची आंतरिक शक्ती लोपत चालल्याची लक्षणे सर्वत्र दिसत आहेत. असे होण्याच्या कारणांची मीमांसा फ्रँक ओ कॉनरने केली आहे.

तो म्हणतो,

'हल्ली आपण एखादी कादंबरी चांगली म्हणतो, याचे कारण बहुधा एकच असते. तंत्राच्या सर्व युक्त्या तिच्यात आढळतात, इतकेच नव्हे, तर चित्रपटातल्या विविध क्लृप्त्यांचाही वापर तिच्यात मुक्तहस्ताने केलेला असतो. कादंबरी म्हणजे विविध प्रकारच्या माणसांची जीवनकथा. ती उत्तम रीतीने सांगायची तर ती ज्या कालक्रमाने घडली, तशीच सांगणे अधिक इष्ट; पण आधुनिक कादंबरीची मोठी अडचण ही आहे, की तिची कथा चोवीस तासांत, आठवड्यात, फार फार तर महिन्यात घडवावी लागते आणि मग मागे जे काही विशाल आणि संमिश्र असे घडलेले असते, ते सारे क्रूरपणाने काटले जाते.'

कादंबरीला उतरती कळा लागली, हे मॉरिॲकही मान्य करतो; पण त्याचे विश्लेषण अगदी निराळ्या प्रकारचे आहे. तो म्हणतो,

'कादंबरीच्या या स्थितीचे कारण आध्यात्मिक स्वरूपाचे आहे. आमच्या पूर्वीची पिढी जुन्या रूढ अर्थाने धार्मिक नव्हती; पण तिची व्यक्तीवर आणि तिच्या आत्मिक शक्तींवर श्रद्धा होती. ईश्वरावरली श्रद्धा नाहीशी झाली, तरी त्या श्रद्धेमुळे निर्माण झालेल्या मूल्यांविषयी ही मंडळी निःशंक होती. त्यांच्या लेखी पाप आणि पुण्य, मंगल आणि अमंगल यांच्यातल्या सीमारेषा स्पष्ट होत्या. या सीमारेषांची जाणीव नाहीशी झाल्यामुळे कादंबरीचा कणाच मोडल्यासारखा झाला आहे.'

ओ कॉनर किंवा मॉरिॲक यांची ही मते सर्वस्वी निर्दोष नसली, तरी त्यात सत्यांश खचित आहे. आज-उद्याच्या मराठी कादंबरीकारांनी अंतर्मुख होऊन आपल्या परंपरेच्या संदर्भात त्यांचा विचार करणे आवश्यक आहे, असे मला वाटते.

१९५९

# । टॉलस्टॉय पतिपत्नी ।

अवघ्या दोन ओळींचे वाक्य! पण ते वाचून मी सुन्न झालो. मानवी बुद्धीने आणि भावनेने जीवनावर चढविलेली सारी सुंदर वस्त्राभरणे कुणी तरी त्याच्या अंगावरून क्षणार्धात हिरावून घेतली आहेत आणि त्या जीवनाचे खरेखुरे स्वरूप, नग्नभग्न रूप, सत्य पण अप्रिय असे रूप आपण पाहत आहे, असा भास मला झाला. माझे मन शहारले!

'टॉलस्टॉय आणि त्याची पत्नी' या नावाचे एका रशियन लेखकाने (तिखॉन पोलरने) लिहिलेले पुस्तक मी वाचीत होतो. त्या पुस्तकातले शेवटचे वाक्य होते ते. लेखक लिओ टॉलस्टॉयच्या गावाला — यासनाया पोल्यानाला — गेला होता. तिथे टॉलस्टॉयची विधवा पत्नी त्याला भेटली, त्याच्या मनात आले - पिकले पान होऊ लागलेली, चौऱ्याहत्तर वर्षांची एका श्रेष्ठ प्रतिभावंताची ही पत्नी. त्या महान साहित्यिकाच्या किती किती गोड आठवणी तिने अंत:करणात जपून ठेवल्या असतील.

टॉलस्टॉय-कुटुंबाच्या निवासस्थानापासून एका मैलावर टॉलस्टॉयची समाधी आहे. त्याची पत्नी दररोज त्या समाधीवर ताजी फुले वाहण्यासाठी पायी जात असे. हा लेखक तिच्याबरोबर त्या समाधीचे दर्शन घेण्याकरिता गेला. टॉलस्टॉयच्या पत्नीने नित्यनियमाप्रमाणे आपल्या पतीच्या समाधीवर फुले वाहिली. काही क्षण ती स्तब्ध राहिली. मग ती उद्‌गारली,

"लेव्हबरोबर मी अठ्ठेचाळीस वर्षे काढली त्याची सहधर्मिणी म्हणून! पण खरोखर त्याचा स्वभाव काय होता, हे मला कधीच कळलं नाही! त्याच्या मनाचा ठाव मला लागला नाही!"

टॉलस्टॉयच्या पत्नीचे उद्‌गार वाचून अनेकांना गडकऱ्यांच्या एका छोट्या कवितेची आठवण होईल. फक्त चार ओळींची आहे ती! पण गडकऱ्यांच्या ठिकाणी आर्त काव्यात्मता आणि स्वैर मिश्कीलपणा यांचे जे मोठे मजेदार

मिश्रण झाले होते, त्यातून हा श्लोक निर्माण झाला आहे. त्या चार ओळी अशा आहेत –

*'यावज्जीवहि काय मी, न कळलें आप्तांप्रती नीटसें*
*मित्रांतेंहि कळे न गूढ! नकळे माझें मलाही तसे*
*अज्ञाता! मरणोत्तर प्रकट तें होईल तूंतें कसें?*
*कोठें आणि कधींतरी जगतिं मी होऊन गेलों असें!'*

मानवी मन हे एक मोठे विचित्र गूढ आहे. ते इतक्या विविध रूपांनी प्रकट होते, की त्यांतले कोणते रूप खरे मानावे, हे त्याचे त्यालाच समजत नाही! मग ते इतरांना कसे उमजणार? गडकऱ्यांचे हे म्हणणे प्रथमदर्शनी अगदी पूर्ण सत्य आहे, असे वाटते; पण थोडे खोल जाऊन पाहिले तर गडकऱ्यांनासुद्धा ते अर्धसत्यच वाटत असावे! कारण त्या कवितेच्या खाली त्यांनी १ एप्रिल, १९१८ अशी तारीख दिली असून इंग्रजीत 'एका एप्रिल फूलची कामगिरी' (An April Fool's Work) अशी मल्लिनाथीही त्या तारखेला जोडली आहे.

ते काही असो! हे मात्र खरे, की मनुष्याचे मन हा काही भूमितीतला सिद्धान्त नाही! एखाद्या विलक्षण क्षणी अंतर्मुख होऊन आपण आपल्या मनात खोल डोकावून पाहिले, तर अनेक परस्परविरोधी गोष्टी त्या अद्‌भुत डोहाच्या तळाशी पडलेल्या दिसतात. त्यांची संगती काही केल्या आपल्याला लावता येत नाही; पण याचा अर्थ कोणत्याही वेळी, कोणता माणूस कसा वागेल, याचा काही नेम नाही, असे मुळीच नाही. मानवी मन हा एका बाजूने विसंगतीचा सागर भासत असेल - नव्हे असेलच! पण दुसऱ्या बाजूने पाहिले, तर त्या विसंगतींवर मात करणारी एक सुसंगती प्रत्येक व्यक्तीच्या ठिकाणी आढळते. हॅम्लेटच्या वेडातही एक पद्धत होती ना, तसेच हे आहे. मानवी मनातल्या अनंत विसंगतींचे आपण नेहमी स्तोम माजवितो. गेल्या अर्धशतकातले मानसशास्त्रही या विसंगतींवरच अधिक भर देत राहिले आहे! पण मानवी मनातल्या किती तरी विसंगती क्षणिक आणि क्षुद्र असतात. एवढेच नव्हे, तर त्या विसंगतींचे विष पचविणारी जी सुसंगती व्यक्तीच्या ठिकाणी सुप्त अगर प्रकट स्वरूपात आढळते, तीच त्याची प्रेरक शक्ती असते, तीच त्याच्या जीवनाला रंगरूप देते, त्यांचे व्यक्तित्व घडविते, 'माणूस' म्हणून त्याचे जे मूल्य आहे ते निर्माण करते. म्हणून तर आपण हरिश्चंद्र स्वप्नात दिलेले राज्यदानाचे वचन पाळील, अशी मनोमन खातरी बाळगतो; आणि त्याचे सत्त्व पाहणाऱ्या विश्वामित्राला मेनकेच्या मोहपाशात गुंतवून पुराणकथा जेव्हा सत्त्वच्युत करते, तेव्हा त्यात काही अस्वाभाविक

घडले नाही असे मानतो. त्या दोघांपैकी प्रत्येकाच्या आत्म्याची प्रकृतीच भिन्न आहे. डोंबाच्या घरी पाणी भरण्याची वेळ आली, तरी हरिश्चंद्र तो हरिश्चंद्र आणि महर्षी झाला, तरी विश्वामित्र तो विश्वामित्र!

टॉलस्टॉयच्या पत्नीचे मागे दिलेले उद्‌गार वाचून माझ्या मनात आले, प्रभू रामचंद्राने आपला त्याग केलेला पाहून सीता व्याकूळ झाली असेल, रागावली असेल! मात्र "इतकी वर्षं मी या गृहस्थाची सहचारिणी होते; पण त्याचा स्वभाव काही मला अजून कळला नाही!" असे उद्‌गार तिच्या तोंडून कधीच निघाले नसतील. "तू माझ्या डोळ्यांचं चांदणं आहेस, तू माझं दुसरं हृदय आहेस." ही आपल्याविषयीची पतीची भावना तिला पुरेपूर ठाऊक आहे; पण त्याचबरोबर त्या पतीची विलक्षण तत्त्वनिष्ठाही तिने उघड्या डोळ्यांनी पाहिली आहे – राजवस्त्राचा त्याग करून वल्कले धारण करताना त्याच्या मुखावर विलसणारे हास्य तिने पाहिलेले आहे – त्या हास्यासाठी ती त्याची मानसपूजा करीत आली आहे.

टॉलस्टॉयच्या पत्नीला मानवी जीवनाच्या या द्वंद्वात्मक स्वरूपाची नीटशी कल्पना नव्हती! म्हणून तिला आपल्या प्रतिभावान पतीच्या जीवनातल्या आत्मिक वादळांचे कधीच पूर्णपणे आकलन झाले नाही.

वादळ – मग ते भौतिक असो वा मानसिक असो – नेहमीच मोठे प्रेक्षणीय असते. भव्यता आणि भीतिप्रदता, जीवन आणि मरण, यांचे विचित्र चित्रण त्यांच्यात निसर्गाने केलेले असते. टॉलस्टॉयच्या मनातले वादळही फार मोठे होते. ज्याला आपण जीवन म्हणतो, त्याच्या शेवटच्या कड्याच्या टोकावर उभे राहून खालील खोल खोल दरीत एकटक पाहणाऱ्या प्रतिभावंताच्या मनाची प्रतिक्रिया होती ती! स्टीफन झ्वाइग या थोर साहित्यिकाने टॉलस्टॉयच्या काही निवडक उताऱ्यांचे संपादन केले आहे (लिव्हिंग थॉटस् लायब्ररीतले हे पुस्तक आहे.). या पुस्तकाची प्रस्तावना अतिशय मार्मिक आहे. जो टॉलस्टॉय काय आहे, हे त्याच्या बायकोला अठ्ठेचाळीस वर्षांच्या निकट सहवासात समजले नाही, त्याच्या अंतरंगाचे स्वरूप – जन्मात त्याची गाठभेट किंवा दृष्टिभेट झाली नसूनही – झ्वाइगने उत्कृष्ट रीतीने रंगविले आहे. या प्रस्तावनेत झ्वाइग म्हणतो,

'ॲना कॅरेनिनातील' लेव्हिन या पात्राच्या द्वारे टॉलस्टॉयने आपली सर्व अंतरीची व्यथा व्यक्त केली आहे. या जगात बहुतेक माणसे जगतात, ती जीवनाचा अन्वयार्थ त्यांना लागलेला असतो, म्हणून नव्हे! त्या भानगडीतच ती पडत नाहीत! अज्ञानात जे सुख असते, ते त्यांना मिळते. तेवढ्यावर ती संतुष्ट असतात; पण टॉलस्टॉयसारख्या भावनाशील बुद्धिमंताचे समाधान सामान्य माणसाप्रमाणे कसे व्हावे? तो जीवनाचा अर्थ लावू लागला. 'तो अर्थ कळला

नाही, तर स्वत:ला गोळी घालून घेऊन या निरर्थक भ्रमण करणाऱ्या भवचक्रातून आपण आपली सुटका करून घेऊ,' असे तो स्वत:शी म्हणू लागला.

टॉलस्टॉयच्या मनाची ही तडफड – जीवनाचा अंतिम अर्थ जाणण्याची तळमळ – त्याच्या पत्नीला कशी समजावी? ती सुरूप होती, बुद्धिमान होती, कुशल गृहिणी होती, हे सर्व खरे! पण मूलत: ती एक संसारी बाई होती, पत्नी म्हणून, गृहिणी म्हणून, माता म्हणून आणि एक जगप्रसिद्ध लेखकाची सहचारिणी म्हणून जा-जी सुखे मिळतील, ती-ती तिला हवी होती. या विविध नात्यांनी आपल्या वाट्याला आलेली कर्तव्ये पार पाडण्यात ती तत्पर होती; पण यापलीकडे तिची दृष्टी कशी जावी? पिंजऱ्यातल्या मैनेला गिरिशिखरावर निश्चल बसून सूर्याकडे टक लावणाऱ्या गरुडाच्या अंतरंगाची कल्पना कशी यावी? सपाट जमिनीला शिखराची आकांक्षा कशी कळावी?

टॉलस्टॉय जसजसा अंतर्मुख होऊ लागला, तसतसे त्याचे जीवन एकाच वेळी दोन पातळ्यांवरून प्रवास करू लागले. पहिली पातळी होती शरीराची, दुसरी होती आत्म्याची! त्याच्या या दुसऱ्या पातळीची - त्या पातळीवरल्या सूक्ष्म आनंदाची आणि विराट विषादाची त्याच्या पत्नीला कधीच कल्पना आली नाही. साहजिकच, प्रिय व्यक्तीच्या मधुर स्मृतीच जेव्हा मनाला बिलगून राहतात, अशा त्याच्या मृत्यूनंतरच्या काळातसुद्धा ती किंचित कडवटपणाने उद्‌गारली,

"मी चाळीस वर्षे या थोर लेखकाची सहधर्मचारिणी म्हणून वावरले; पण तो काय आहे हे मला या चार तपांतसुद्धा समजलं नाही."

पण टॉलस्टॉयचे मन हे खरोखरच एक मोठे गूढ होते काय?

मला तसे वाटत नाही. त्याच्या पत्नीला वाटत होते, तितके त्याचे मन समजायला अवघड नाही. त्याचे वर्तन केवळ विसंगतींनी भरलेले नव्हते. झ्वाइगने लिहिले आहे,

'टॉलस्टॉय अंतर्मुख होऊ लागला, तेव्हाचे एक छोटे टिपण सापडले आहे. कागदाचा एक चतकोर तुकडा आहे तो. त्याच्यावर टॉलस्टॉयने सहा प्रश्न टिपले आहेत. त्या प्रश्नांची उत्तरे मिळाल्याशिवाय आपल्या मनाला शांती लाभणार नाही, अशी त्याला खातरी होऊन चुकली होती. ते सहा प्रश्न असे आहेत :

(१) मी का जगत आहे?
(२) माझ्या आणि प्रत्येक मानवाच्या अस्तित्वाचे कारण काय आहे?
(३) माझ्या अस्तित्वाचे कार्य काय आहे?
(४) चांगले आणि वाईट, मंगल आणि अमंगल असा जो भेद माझ्या मनाला जाणवतो, त्याचा अर्थ काय? या जगाच्या रचनेत त्याचा काय उपयोग आहे?

(५) मी माझे जीवन कसे घालवायला हवे?

(६) मृत्यूचा अर्थ काय?

मी माझ्या आत्म्याचे रक्षण कसे करू शकेन?

इ्वाइग म्हणतो,

''पुढच्या तीस वर्षांत या प्रश्नांची उत्तरे शोधणे हेच टॉलस्टॉयचे जीवितकार्य झाले. तो मोठा प्रतिभाशाली कलावंत होता - अखंड लेखन करीत होता; पण या काळात त्याचे लक्ष आपल्या लेखनाच्या वाङ्मयीन गुणांवर किंवा मूल्यांवर केंद्रित झालेले नव्हते. पृथ्वीवरच्या सर्व अन्यायांशी आपल्या प्रतिभाशक्तीने झुंज घेऊ पाहणाऱ्या आणि साऱ्या जगाच्या अंतिम कल्याणाचा विचार करता यावा, म्हणून आपली जीवननौका आत्मिक प्रक्षोभाच्या वादळात सतत सोडणाऱ्या या साहित्यकाराच्या उदाहरणाने प्रत्येक कलावंताचे मन जागे झाले पाहिजे - त्याला स्फूर्ती मिळाली पाहिजे.''

इ्वाइगचा प्रकृतिधर्म कलावंत लेखकाचा आहे; जीवनवादी लेखकाचा नाही. प्रचारक लेखकाचा तर नाहीच नाही! असे असूनही टॉलस्टॉयच्या या आत्मिक संघर्षाचे त्याने सहर्ष स्वागत केले आहे; पण तब्बल चार तपे टॉलस्टॉयच्या सहवासात रात्रंदिवस असणारी, त्याच्यावर मन:पूर्वक प्रेम करणारी आणि त्याच्यापासून झालेल्या चौदा मुलांच्या सुख:दुखांत त्याच्या जोडीने भाग घेणारी त्याची पत्नी मात्र आपल्या पतीचे विशाल मन जाणू शकली नाही! त्याच्या अंतरात्म्यात घोंगावणाऱ्या उदात्त वादाळाचा आवाजच ती ऐकू शकली नाही!

असे का व्हावे? तुकारामाची परमार्थाची अनिवार ओढ जिजाईला जाणता आली नसली तर ते क्षम्य आहे. ती बोलूनचालून अडाणी होती; पण टॉलस्टॉयची पत्नी तशी नव्हती. त्याच्या लेखनात ती मन घालीत असे. त्याच्या हस्तलिखिताच्या प्रती करणे, त्याचे लेखन सुरू झाले की त्याला सर्व प्रकारचे साहाय्य करणे, इत्यादी कामे ती पहिल्यापासून मोठ्या आनंदाने करीत आली होती.

टॉलस्टॉयच्या विचारांनी जी नवी दिशा घेतली, त्यामुळे आपल्या कुटुंबाचे उत्पन्न बुडेल, आपणाला आणि आपल्या मुलाबाळांना गरिबीत दिवस काढावे लागतील, या भीतीने तिने टॉलस्टॉयला विरोध केला असेल - असेल कशाला? या भीतीनेच तिने त्याला विरोध केला. तो आपल्याला कळू शकतो; पण त्याच्या मृत्यूनंतर 'चाळीस वर्षे मी या थोर लेखकाबरोबर रात्रंदिवस राहिले; पण तो काय होता, हे मला कधीच नीट कळले नाही,' असे उद्‌गार तिने का काढावेत? 'तो नुसता प्रतिभावान साहित्यिक नव्हता; तर समाज सुधारू इच्छिणारा संत होता. मी बोलूनचालून एक संसारी स्त्री होते. त्याचे संतपण मला आणि माझ्या मुलांना पचणे शक्य नव्हते!' असे तिने म्हटले असते तर प्रेमाबरोबर तिचा

प्रांजळपणाही दिसला असता.

पण तसे ती म्हणाली नाही. टॉलस्टॉयबरोबर चाळीस वर्षे काढूनही अंतरंगाच्या दृष्टीने तो तिला शेवटपर्यंत परकाच वाटत राहिला.

किती विचित्र गोष्ट आहे ही!

का प्रत्येक माणसाचे जीवन हे आकाशातल्या ग्रहाप्रमाणे अगदी अलगअलग आहे? एका ग्रहावरून दुसऱ्या ग्रहावर जाता येऊ नये, तसे एका व्यक्तीला अत्यंत निकट परिचयानंतरसुद्धा दुसऱ्या व्यक्तीच्या अंतरंगात प्रवेश करता येऊ नये, असाच या सृष्टीचा संकेत आहे काय? अगदी एकजीव झालेल्या दोन व्यक्तींमध्येसुद्धा एक अदृश्य दगडी भिंत सदैव उभी असावी, असा मानवाला नियतीचा शापच आहे काय?

छे! मला नाही तसे वाटत. हे खरे असते तर झ्वाइग टॉलस्टॉयच्या आत्मिक संघर्षाचे इतक्या समरसतेने आणि आदराने कसे वर्णन करू शकला असता?

मला वाटते, जगात माणसांच्या दोन जाती आहेत. ज्यांच्या आत्म्याची वाढ सतत होत असते, अशी एक जात आणि ज्यांच्या आत्म्यांचा विकास स्वभावत:च मर्यादित असतो, अशी दुसरी जात! टॉलस्टॉय ही पहिल्या वर्गातली व्यक्ती होती, त्याची पत्नी ही दुसऱ्या वर्गात जन्माला आली होती. त्यामुळे पतिपत्नींचे नाते असूनही त्या दोघांच्या आत्म्यांना जोडणारा पूल त्यांच्या आयुष्यात कधीच निर्माण झाला नाही!

१९५९

# । कथाकार चेकॉव्ह ।

१७ जानेवारी, १९६० हा दिवस जगातल्या सर्व कथाकारांकडून आणि एखाद्या बहरलेल्या पारिजातकाची फुले वेचावीत, त्याप्रमाणे आजकालच्या विविध लघुकथांच्या सौंदर्यांचा आस्वाद घेणाऱ्या रसिकांकडून आदराने साजरा होईल. कारण त्या दिवशी अँटन चेकॉव्ह या जगप्रसिद्ध रशियन कथाकाराच्या जन्माला शंभर वर्षे पूर्ण होतात.

चेकॉव्हची जन्मशताब्दी एक राष्ट्रीय उत्सव म्हणून रशियात गाजेल. १९२० पूर्वीच्या रशियन ललित वाङ्मयातले जे पाच प्रतिभावंत पुढे साऱ्या जगाचे आवडते लेखक झाले, त्यांत टर्जिनिव्ह, टॉलस्टॉय व डॉस्टोव्हस्की हे चेकॉव्हहून वयाने मोठे; गॉर्की त्यांच्याहून लहान; पण या पाच साहित्यिकांच्या भिन्न भिन्न प्रकारच्या प्रतिभागुणांमुळे रशियन कथा व कादंबरी वेगाने विकसित होत गेली. भाषेच्या अथवा देशाच्या भिंती कितीही उंच असल्या, तरी त्या असामान्य प्रतिभेच्या विहाराला अडवू शकत नाहीत, हे सत्य या पाचही लेखकांच्या बाबतीत प्रत्ययाला आले. या सर्वांनी जागतिक वाङ्मयावर आपला विशिष्ट ठसा उमटविला आहे.

टर्जिनिव्हसारखा कलावंत कादंबरीकार झाला नाही, असे काही पाश्चात्त्य साहित्यिकांचे मत आहे. जगातल्या निवडक दहा कादंबरीकारांची यादी केली तर टॉलस्टॉय व डॉस्टोव्हस्की यांच्यावाचून ती कधीच पुरी होत नाही. सॉमरसेट मॉमने आपल्या दहा आवडत्या कादंबऱ्यांचा परिचय करून देणारे एक पुस्तक लिहिले आहे. त्यात टॉलस्टॉयची 'वॉर अँड पीस' आणि डॉस्टोव्हस्कीची 'ब्रदर्स कारमॉझोव' यांच्याविषयीचे त्यांचे विवेचन वाचण्याजोगे आहे. गॉर्की हा 'मदर' या जगप्रसिद्ध कादंबरीचा लेखक. रशियातल्या राजकीय व सामाजिक क्रांतीला साहित्याच्या द्वारे साहाय्य करणारा प्रतिभावंत म्हणून सर्वसामान्य वाचकाला त्याचा थोडा ना थोडा परिचय असतोच. गॉर्कीच्या मानाने चेकॉव्हचे नाव

आपल्याकडे कमी परिचित आहे; पण याचा अर्थ त्याचे कर्तृत्व कमी महत्त्वाचे आहे, असा मुळीच नाही.

कथाकार व नाटककार या दोन्ही नात्यांनी चेकॉव्ह रशियन साहित्यात लोकप्रिय व रसिकमान्य आहे. नव-नाट्याचा निर्माता म्हणून अनेकदा इब्सेनच्या जोडीने त्याचा उल्लेख केला जातो; पण जगातल्या रसिकांना चेकॉव्हचे जे सदैव आकर्षण राहील, ते कथाकार म्हणूनच. १९२० पूर्वी मराठी कथेचे स्वरूप पाल्हाळिक, रंजक आणि बोधक असे होते. ते मागे पडून, तिला नवे, सुटसुटीत, सूचक आणि अधिक कलात्मक स्वरूप प्राप्त होऊ लागले, ते १९२५ ते १९३५ या दशकात. या दशकातल्या कथाकारांनी तीन पाश्चात्त्य कथालेखकांचा उपयोग करून घेतला. ओ हेन्री, मोपाँसा व चेकॉव्ह हे ते तीन कथाकार होत. मात्र ओ हेन्री व मोपाँसा यांच्यापेक्षा चेकॉव्ह किती भिन्न व काही दृष्टींनी कसा श्रेष्ठ आहे, याची जाणीव त्या दशकात स्पष्टपणे झाली नव्हती.

उदाहरणार्थ, १९३२ साली प्रसिद्ध झालेल्या 'प्रतिभासाधना'तले लघुकथा हे प्रकरण पाहावे. फडके हे स्वत: त्या दशकातले एक अग्रगण्य कथाकार होते. असे असूनही नमुनेदार म्हणून 'प्रतिभासाधना'त त्यांनी जी कथा उद्धृत केली, ती ओ हेन्रीची 'गिफ्ट ऑफ मॅजी' (नाताळची भेट) ही. नाताळची भेट रंजकतेच्या दृष्टीने चांगली गोष्ट आहे, हे खरे. ओ हेन्री त्या काळी सर्वत्र लोकप्रिय होता, मोठा कथाकार मानला जात होता, हेही खरे; पण त्याची ही पहिल्या प्रतीची कथासुद्धा चमत्कृतीवर – शेवटी कथेला मिळणाऱ्या विस्मयजनक कलाटणीवर आणि भावनेच्या सूक्ष्म किंवा प्रगाढ अनुभूतीपेक्षा तिच्या क्षणिक गुदगुल्या करण्याच्या शक्तीवर उभारलेली आहे.

१९२५ ते १९३५ या दशकात मराठी लघुकथेचा विस्तार झाला. थोडासा विकासही झाला; पण तो विकास चेकॉव्हच्या पद्धतीने होऊ शकला नाही, याचे एक प्रमुख कारण त्या काळातल्या लोकप्रिय कथाकारांवर असलेला ओ हेन्रीचा पगडा हे होय. त्यांचा चेकॉव्हच्या कलेशी परिचय झाला होता; पण ती त्यांच्या पचनी पडली नव्हती.

१९४० नंतरच्या आपल्याकडल्या नव्या कथेचे संवर्धक बेट्सपासून हेमिंग्वेपर्यंतच्या अनेक जागतिक कथाकारांच्या कलेने प्रभावित झाले आहेत, मात्र त्यांच्यापैकी कुणीही चेकॉव्हचा सहसा उल्लेख करीत नाहीत. पण जीवनाप्रमाणे साहित्यातही परंपरेला महत्त्व असते. त्या दृष्टीने पाहिले तर बेट्स व त्याच्या पूर्वीचे कोपार्ड, कॅथेरीन मॅन्सफील्ड वगैरे इंग्रज कथाकार यांच्या कलेचे संवर्धन चेकॉव्हने दिलेल्या प्रेरणेनेच झालेले आहे, असे दिसून येईल.

या थोर कथाकारांची जीवनकथा जितकी करुण, तितकीच जातिवंत कलावंताला

प्रेरक होईल, अशी आहे. त्याला अवघे चव्वेचाळीस वर्षांचे आयुष्य लाभले. तापट आणि छळवादी पित्याच्या कृष्णछायेत तो लहानाचा मोठा झाला. पुढे भावाला लिहिलेल्या एका पत्रात तो म्हणतो :

"जेवायच्या वेळी एखाद्या पदार्थात चुकून मीठ अधिक पडले, तरी आपले वडील जो तमाशा करीत किंवा आईला मूर्ख, गाढव असा जो अहेर देत, त्याची आठवण झाली, म्हणजे भीती आणि तिरस्कार यांच्याशिवाय दुसरी कुठलीही भावना माझ्या मनाला स्पर्श करीत नाही!"

दारिद्र्याशी टक्कर देत-देत चेकॉव्हला आपला शिक्षणक्रम पुरा करावा लागला. तो डॉक्टर झाला; पण आपले हे ध्येय गाठण्यासाठी त्याला फार मोठी किंमत द्यावी लागली. तरुण वयातच त्याला क्षयाने गाठले. मृत्यूने त्याचा पाठलाग सुरू केला. दैवाने केलेली एक प्रकारची ससेहोलपटच होती ती! पथ्य, विश्रांती, हवापालट यांच्याशिवाय जीवनाचे गाडे पुढे रेटणे अनेकदा त्याला अशक्य होऊन बसले. आयुष्यभर तो प्रकृतीच्या या प्रतिकूलतेशी झगडत राहिला. पुढे ओल्गा निपर या प्रसिद्ध नटीशी त्याचे लग्न झाले; पण कुठल्याही सुखाच्या प्याल्यातल्या चार-दोन घुटक्यांखेरीज अधिक काही चेकॉव्हला लाभू नये, असाच नियतीचा संकेत होता! १९०४ साली अगदी अकाली तो हे जग सोडून गेला!

मात्र चेकॉव्हच्या कथा वाचताना त्याच्या वाट्याला आलेल्या या दुःखपूर्ण जीवनाची विषण्ण छाया वाचकाच्या मनावर सहसा पडत नाही. याचे कारण या सुखदुःखपूर्ण जीवनावर चेकॉव्हचे मुळातच प्रेम आहे. रशियातली त्या काळातली दीनदरिद्री जनता, खेड्यापाड्यांतली अडाणी माणसे, गुलामगिरीच्या बेड्यांनी जखडला गेलेला शेतकरी वर्ग, शहरातली प्रेमळ, दांभिक, ध्येयवादी आणि आत्मपूजक अशी नाना प्रकारची मध्यमवर्गीय माणसे ह्या सर्वांचे चेकॉव्हने मोठ्या कलात्मकतेने आणि सहृदयतेने चित्रण केले आहे. माणसाच्या वैगुण्यांवर अचूक बोट ठेवतानासुद्धा त्याची त्या व्यक्तीविषयीची सहानुभूती कमी होत नाही. जग ही रंगभूमी आहे. या रंगभूमीवर नाना प्रकारची बरी-वाईट माणसे यायची, त्यांच्यापैकी अनेकांचे चित्रविचित्र मुखवटे असायचे, हे सारे चेकॉव्ह स्वतःच जाणून आहे. त्याच्या अनेक कथांतून सौम्य, निर्मळ हास्य व सूक्ष्म जिवंत कारुण्य हातात हात घालून फिरत असतात, याचे कारण चेकॉव्हचे सखोल आणि संपन्न व्यक्तित्व हेच होय.

'डार्लिंग' या चेकॉव्हच्या कथेने टॉलस्टॉयसारख्या श्रेष्ठ कथाकारालासुद्धा मुग्ध केले होते, ते काही उगीच नाही. या कथेची नायिका ओलेन्का हिचे स्वभावचित्र जितके रमणीय, तितकेच अविस्मरणीय आहे. अशी एखादी

आवतीभोवतीची स्त्री पाहून किंचित मिश्कीलपणाने चेकॉव्ह तिच्या चित्रणाला प्रवृत्त झाला असेल; पण त्याच्या हातून ओलेन्काचे जे चित्र निर्माण झाले, ते केवळ रंजक आणि कलात्मक नाही. या चित्रणात जीवनाची अपूर्णता आणि आर्तता यांचे मोठे करुणरम्य मिश्रण झाले आहे. ओलेन्का ही अगदी साधी, सर्वसामान्य स्त्रियांसारखी एक स्त्री आहे. तिच्यापाशी अलौकिक सौंदर्य नाही, असामान्य चातुर्य नाही. फिकट रंगाचे, बिनवासाचे एखादे फूल असावे ना, तशी ती प्रथमदर्शनी भासते; पण अवघ्या पंधरा पृष्ठांच्या या कथेत चेकॉव्हने स्त्रीहृदयाच्या आणि मानवी जीवनाच्या अंतरंगावर किती सौम्य व किती सुंदर प्रकाश टाकला आहे!

ओलेन्का ही आईबाप नसलेली एक सुखवस्तू तरुण मुलगी आहे. एकलेपणाची जाणीव नकळत तिला अस्वस्थ करू लागते. याच वेळी तिच्या घराशेजारी असणाऱ्या नाट्यगृहाच्या व्यवस्थापकाशी तिचा परिचय होतो. या परिचयाचे प्रेमात रूपांतर होऊन ती त्याच्याशी लग्न करते; आणि हां हां म्हणता त्याच्या चिमुकल्या जगातल्या साऱ्या सुखदुःखांशी समरस होऊन जाते. त्याच्याबरोबर संसार करताना तिला जणू बाकीच्या जगाचा विसर पडतो! आज पाऊस कोसळणार आणि आपला खेळ बंद पडणार, या भीतीने नवरा अस्वस्थ झाला की ओलेन्काही बेचैन होते. धंद्यातल्या यशाने तो आनंदित झाला की तिचे मन प्रफुल्लित होते; पण हे सुख दुर्दैवाने तिला फार दिवस लाभत नाही. तिचा पती अकस्मात मृत्यू पावतो.

काही दिवस ओलेन्का दुःखमग्न होते; पण प्रेम हेच तिचे जीवन आहे. तोच तिचा स्वभावधर्म आहे. हा स्वभावधर्म तिला स्वस्थ बसू देत नाही. इमारतीचे लाकूड विकणाऱ्या एका वखारीच्या व्यवस्थापकाशी तिची ओळख होते. ती त्याच्याशी विवाहबद्ध होते. आता तिला इमारतीच्या लाकडांच्या दरदामांत विलक्षण रस आढळू लागतो. कुणी तरी मैत्रीण तिला म्हणते,

"अग, तू नेहमी घरी असतेस, नाही तर आपल्या यजमानांच्या वखारीत जाऊन बसतेस. त्यापेक्षा अधूनमधून एखादं नाटक का बघत नाहीस तू? माणसाला काही ना काही करमणूक हवीच की!"

यावर ओलेन्का उद्गारते,

"आम्हा दोघांना नाटक बघायला फुरसत आहे कुठं? अग, नाटकबिटक या साऱ्या रिकामटेकड्या माणसांच्या गोष्टी! तसंच पाहिलं, तर ही नाटकगृहं तरी कशाला हवीत ग? त्यांचा काय उपयोग आहे?"

ओलेन्का वेडी नाही! असे असूनही एके काळी नाटकात अष्टौप्रहर रमून गेलेली ही स्त्री आता नाट्यगृहाचा काय उपयोग आहे म्हणून विचारते, याचे कारण एकच आहे. जीवनाच्या आधारशक्तीचे आकलन नकळत तिला झाले आहे.

माणसाचे जीवन अपूर्ण आहे; अनेक वैगुण्यांनी भरलेले आहे, अतृप्तीच्या समुद्रांनी ते चारही बाजूंनी वेढलेले आहे. अशा स्थितीत सुखाचा एकच मार्ग माणसाला मोकळा राहतो. तो म्हणजे स्वत:ला पूर्णपणे विसरून दुसऱ्यावर प्रेम करणे आणि त्या प्रेमाच्या आधाराने जगणे, हा. ओलेन्का त्याचाच अवलंब करते. दुधात पडलेली साखर विरघळून जाते खरी; पण ती दुधाची गोडी वाढविते. निरपेक्ष प्रेम असेच असते.

केवळ व्यावहारिक दृष्टीने पाहिले, तर ओलेन्का ही कुणाला चंचल मनोवृत्तीची वाटेल. कुणाला बावळट व अजागळ वाटेल. कुणाला व्यक्तित्वशून्य वाटेल! पण बाह्यत: सर्व दृष्टींनी सामान्य असणाऱ्या या बाईने अंत:प्रेरणेने जीवनाचे अंतिम रहस्य जाणले आहे, याची जाणीव आपल्याला या कथेत हळूहळू होऊ लागते.

ओलेन्काचा दुसरा नवराही काही निमित्त होऊन आजारी पडतो आणि इहलोक सोडतो. त्यानंतर एका पशुवैद्याशी तिचा परिचय होतो. त्याला बायको असते; पण तिच्याशी आपले पटत नाही, असे तो म्हणतो. त्याला एक मुलगाही असतो. ओलेन्काला त्याच्याशी लग्न करणे शक्य नसते. तरीही ती त्याच्यावर मन:पूर्वक प्रेम करते. ते इतके की, पुढे तो आपले बिऱ्हाड घेऊन येतो, त्या वेळी ती त्याला आपल्याच घरात जागा देते आणि त्याचा मुलगा साशा हा आपलाच मुलगा, असे मानून त्याच्यावर मायेचा वर्षाव करते. तिच्या या विलक्षण ममतेची त्या पोराला कल्पना येत नाही. तो हट्टी, अवखळ व लहरी असतो; पण तिला त्याच्या हट्टाचा किंवा बेपर्वाईचा कधीच राग येत नाही. ती आपली त्याच्यावर माया करत सुटते! ती इतकी की बाजारात गेल्यावरसुद्धा ती जिथे-तिथे या मुलाच्याच गोष्टी बोलत असते. तिथे ती म्हणते,

"ह्या शाळांचं काम हल्ली किती किचकट झालंय हो... ही पोरं केवढी आणि त्यांना अभ्यास करावा लागतो, तो किती! आमचा साशा आहे ना? पहिल्या यत्तेत आहे तो. त्याला किती अभ्यास द्यावा त्याच्या मास्तरांनी? तुम्हीच सांगा. त्याला एक गोष्ट पाठ करायला दिली आहे. त्याशिवाय एक लॅटिन भाषांतर करून आणायला सांगितलंय - आणखी असंच पुष्कळ पुष्कळ काही दिलंय! मिऱ्याएवढं हे पोर! हा डोंगराएवढा अभ्यास कसा झेपणार हो त्याला?"

आता साशा हाच तिच्या आयुष्याचा केंद्रबिंदू बनतो. नोकरीच्या निमित्ताने त्याचे आईबाप दूर जातात; पण ही त्याला हौसेने सांभाळते. रात्री कुणी दार ठोठावले, की तिला वाटते, हा नक्की तारवाला असेल "साशाला ताबडतोब पाठवून दे!" अशी त्याच्या आईने तार केली असावी. दार उघडताना तिची छाती धडधडू लागते, जीव खाली-वर होतो; आणि तो उघडल्यावर तारावाला दारात नाही, हे पाहून तिचा जीव भांड्यात पडतो.

मनुष्याच्या ठिकाणी सुप्त स्वरूपात वास करणारी, पण सर्व मानवतेला आपल्या सूक्ष्म धाग्याने जोडणारी निरपेक्ष प्रेम ही या जगातली मोठी शक्ती आहे. माणसाच्या ऐहिक जीवनाचा खराखुरा आधार ही शक्तीच आहे, या जीवनसत्याची ''डार्लिंग'' ही कथा किती सहजतेने आपणास जाणीव करून देते. किंबहुना, नाजूक परिहास आणि काव्यात्म उत्कटता यांच्यातली सीमारेषासुद्धा प्रसंगी ओळखता येऊ नये, असे जे मानवी जीवनाचे संमिश्र व संकुल स्वरूप आहे, ते चेकाव्हने इथे मोठ्या चतुराईने प्रकट केले आहे. कुशल चित्रकाराने एखाद्या फुलपाखराच्या चिमुकल्या पंखाचे रंग हुबेहूब चित्रात वठवावेत, त्याप्रमाणे मानवी मनाच्या सर्व सूक्ष्म आणि संमिश्र छटा यथार्थतेने चित्रित करण्याची चेकॉव्हची शक्ती फार मोठी आहे. या शक्तीमुळेच त्याची कला मोपाँसापेक्षा वरची आणि निराळ्या प्रकारची पातळी गाठू शकते!

''कोरस गर्ल''सारख्या किती तरी गोष्टींत या कलेचे अत्यंत स्वाभाविक दर्शन आपल्याला घडते. गुदगुल्या करता-करता चेकॉव्ह आपल्या डोळ्यांत पाणी उभे करतो; आणि ते अश्रू आतल्या आत गिळत असतानाच आपण स्वत:शी स्मित करू लागतो. मात्र या एकाच पद्धतीच्या गोष्टी चेकॉव्हने लिहिल्या आहेत, असे नाही. मिश्कील आणि मजेदार गोष्टींपासून गंभीर व जीवनाचे वास्तव स्वरूप प्रकट करणाऱ्या कथांपर्यंत सर्व प्रकारची चित्रणे त्याने केली आहेत; विविध दर्शने घडविली आहेत. पाच-दहा पृष्ठांच्या कथेप्रमाणे शंभर पृष्ठांची कथाही तो लीलयेने लिहितो. कथा अशी असली पाहिजे आणि तशी नसावी, तिचे तंत्र असे आहे आणि तसे नाही, अशा यांत्रिक पद्धतीने लघुकथेचा रसास्वाद घेणाऱ्यांची चेकॉव्ह पदोपदी निराशा करील. त्याची कथा स्फुरलेली असते; रचलेली नसते! ठरावीक नियमांच्या चौकटीत बसविता येईल, असे त्याचे तंत्र नाही.

चेकॉव्ह घटनाप्रधान कथा लिहीत नाही असे नाही; पण घटनेला प्राधान्य देण्यावर किंवा तिच्या रंजकतेवर आणि चातुर्ययुक्त मांडणीवर भर देण्यावर तो अवलंबून राहत नाही. त्याला जे मानवी स्वभावाचे दर्शन घडलेले असते, ते जसेच्या तसे वाचकांना घडावे, या दृष्टीने तो कथा लिहितो. साहजिकच ती कधी विनोदी होते, कधी काव्यात्म स्वरूप धारण करते, कधी चिंतनशील बनते, कधी एखाद्या समस्येवर प्रकाश पाडते, कधी या सर्वांचे मिश्रण करते, तर कधी समाजातल्या खालच्या थरातल्या किंवा जीवनातल्या अज्ञात कप्प्यातल्या एखाद्या लहानशा भागाचे दर्शन घडवून ती आपल्याला विस्मित करते.

'माय लाइफ' ही चेकॉव्हची कथा एकशेचाळीस पृष्ठांची आहे. 'ब्युटीज' ही त्याची कथा तेरा पृष्ठांची आहे. ही दुसरी कथा म्हणजे एक केवळ काव्यात्म

शब्दचित्र आहे, असे अनेकांना वाटण्याचा संभव आहे. या कथेत लेखकाने प्रवासात पाहिलेल्या दोन मुलींच्या भिन्नभिन्न प्रकारच्या सौंदर्याची स्वत:च्या मनावर झालेली प्रतिक्रिया मोठ्या नाजूकपणाने वर्णन केलेली आहे. उलट, 'माय लाइफ' ही एका सामान्य मनुष्याची अगदी साधीसुधी अशी जीवनकहाणी आहे. ललित वाङ्मयात वारंवार आढळणारे मोठमोठे संघर्ष तिच्यात नाहीत. तिच्यात ध्येयवादाची उत्तुंग शिखरे नाहीत, किंवा प्रेमभंगाच्या खोल दऱ्या नाहीत. असे असूनही एका सामान्य मनुष्याच्या जीवनप्रवाहाबरोबर वाचक वाहत जातो, स्वत:ला विसरतो.

'किस'सारखी मजेदार गोष्ट असो किंवा 'स्लीपी'सारखी गंभीर गोष्ट असो, घटनेच्या चमत्कृतीला, प्रसंगाच्या गुंतागुंतीला किंवा शेवटच्या विस्मयजनक कलाटणीला चेकॉव्ह महत्त्व देत नाही. तो सरळ माणसाच्या मनात शिरतो. मग ते मन एखाद्या स्वयंपाकिणीचे असो किंवा किरकिरणाऱ्या मुलाला सतत झोके देण्याच्या कामामुळे जिला घटकाभर झोप मिळू शकत नाही, अशा एखाद्या मुलीचे असो! भारी किमतीच्या रेशमी वस्त्रांच्या घड्या जशा नाजूक हाताने उलगडाव्यात, तसं चेकॉव्ह अशी मने सहजतेने आपल्यापुढे उघडी करीत जातो. या सहजतेत कोरडी वास्तवता नसते. गाढ सहानुभूती असते. मात्र या सहानुभूतीचे कधीही रूपांतर भावविवशतेत होत नाही. चेकॉव्हच्या अनेक कथा वाचताना उन्हात पडणाऱ्या पावसाप्रमाणे हास्याच्या छटा आणि कारुण्याचे तरंग मिसळलेले दिसतात, याचे कारण हेच.

नव्या लघुकथेचा चेकॉव्ह हाच जनक आहे. त्याच्या कथेने पोपासून मोपाँसापर्यंत वाढत आलेल्या कथेमध्ये एक प्रकारची क्रांती केली. एखाद्या घड्याळाच्या आत जशी लहानमोठी चक्रे असतात, तशा पूर्वीच्या किती तरी गोष्टींच्या रचनेत अनेक क्लृप्त्या असत. असली चांगली कथा वाचून जो आनंद होत असे, तो एखादे नाजूक, सुंदर यंत्र पाहिल्याचा - एखादे उमलणारे चिमुकले फूल पाहण्याचा नव्हे!

हा दुसऱ्या प्रकारचा आनंद देणारी लघुकथा निर्माण करण्याचे श्रेय मुख्यत: चेकॉव्हलाच दिले पाहिजे. रंजक प्रसंग आणि कृत्रिम घटना यांच्या पकडीतून कथा अशा रीतीने सुटल्यामुळेच साहजिकच ही काव्याच्या अधिक जवळ आली. ते काव्यही आलंकारिक पद्धतीचे नव्हते. साध्या विषयात, दैनंदिन अनुभवांत आणि सामान्य मनुष्याच्या सुखदु:खांत आढळणारे व केवळ भावपूर्णतेने प्रकट होणारे असे ते काव्य होते. चेकॉव्हच्या संपन्न वाङ्मयीन व्यक्तित्वाचा आणखी एक मोठा विशेष आहे. तो म्हणजे, त्याचे हे काव्य नकळत तत्त्वज्ञानाच्या सीमेला स्पर्श करते. बेट्, हॅपिनेस, गूजबेरीज वगैरे त्याच्या अशा प्रकारच्या गोष्टी वाचणाऱ्या रसिकाला त्यांचा कधीही विसर पडणार नाही.

चेकॉव्हच्या काही गोष्टी गेल्या चाळीस वर्षांत आपल्याकडे अनुवादित झाल्या

आहेत; पण एक आदर्श कथाकार म्हणून मराठी वाचकांना त्याचा पद्धतशीर परिचय झालेला नाही. त्याच्या निवडक दहा-वीस कथांचा एखादा संग्रहसुद्धा मराठीत नाही. वाङ्मयाच्या प्रत्येक क्षेत्रात दशकादशकांला नवीन लेखक पुढे येतात, जुने मागे पडतात. सामान्य लेखकांच्या बाबतीत हे चक्र सतत चालू असते; पण काही प्रतिभावंत असे असतात, की त्यांचे साहित्य हे भाषेच्या, देशाच्या आणि कालाच्या मर्यादा ओलांडून पलीकडे जाते. जिथे जाईल तिथे ते सदैव टवटवीत राहते. कालिदासाची किंवा शेक्सपिअरची नाटके रंगभूमीवर पूर्वीइतकी होत असतील अगर नसतील! पण ती जगातल्या सर्व रसिकांची आवडती आहेत. ती शिळी झाली आहेत, असे म्हणण्याचे धाडस कुणीही करणार नाही.

चेकॉव्हच्या कथाही शेक्सपिअरच्या नाटकांसारखीच मराठी वाङ्मयाला उपकारक होणारी, त्याच्या प्रगतीला साहाय्य करण्याच्या कामी समर्थ अशी आहे. मराठी कथेला अनेक नव्या, सुंदर पाऊलवाटा ती दाखवू शकेल. चेकॉव्हच्या जन्मशताब्दीच्या निमित्ताने त्याच्या कथांकडे आमच्या उदयोन्मुख लेखकांचे लक्ष वळले. 'चेरी ऑर्चर्ड'सारखे आपल्या सध्याच्या मध्यमवर्गाच्या स्थितीला सर्वस्वी लागू पडणारे त्याचे एखादे नाटक उत्कृष्ट रीतीने अनुवादित होऊन मराठी रंगभूमीवर आले, तर त्याचा नि:संशय उपयोग होईल.

चेकॉव्ह जसा कलावंत लेखक होता, तसा तो विचारवंतही होता. आपल्या काळच्या रशियन साहित्यातली रूक्षता, थिल्लरपणा, इत्यादी दोषांची मीमांसा करताना तो म्हणतो,

"जे लेखक, आपल्याला भान विसरायला लावतात, त्यांच्यात एक मोठा विशेष असतो. ते एका निश्चित दिशेने जात असतात आणि आपल्याबरोबर ते तुम्हा-आम्हांलाही नेत असतात. असले लेखक केवळ वाचकांच्या बुद्धीला किंवा संवेदनेला आवाहन करीत नाहीत. त्यांचे आवाहन असते त्यांच्या आत्म्याला.

"या लेखकांच्या पुढे एक निश्चितच ध्येय असते. त्यांच्यापैकी कित्येकांच्या पुढे सौंदर्याची निर्मिती, देशाचे स्वातंत्र्य, गुलामगिरीचा नाश, असे हेतू असतात. कित्येकांच्या पुढे फार दूरची ध्येये असतात. ईश्वर, मृत्यूनंतरचे जीवन, मानवजातीचे सुख यांचा ते विचार करतात. या लेखकांतले श्रेष्ठ साहित्यिक वास्तववादीच असतात. जीवनाचे त्यांना जसे दर्शन होते, तसे ते रंगवतात, पण त्यांची ओळ न् ओळ जीवनाच्या खोल अर्थाने इतकी भरलेली असते, अद्‌भुत माधुर्याने इतकी रसाळ झालेली असते, की त्या चित्रणातून जीवन कसे आहे, एवढेच आपल्याला कळत नाही; ते कसे असावे, याचीही आपल्याला जाणीव होते. त्यामुळे वाचक मुग्ध होऊन जातो.

"आपला सध्याचा मुख्य दोष हाच आहे की, आपल्यापुढे तात्कालिक

किंवा दूरची - कुठलीही ध्येये नाहीत. आम्हाला राजकारणात राम वाटत नाही. ईश्वरावर आमची श्रद्धा नाही. क्रांतीवर आमचा विश्वास नाही. ईश्वराची काय किंवा भूतांची काय, कशाचीच आपल्याला भीती वाटत नाही! पण जो उत्कटतेने कुठलीही इच्छा करीत नाही, कुठलीही आशा बाळगीत नाही आणि ज्याला कशाचीही भीती वाटत नाही, त्याला कलावंत होता येत नाही.''

लेखकांना उद्देशून दुसऱ्या एका ठिकाणी चेकॉव्हने काढलेले उद्‌गार असेच मननीय आहेत. तो म्हणतो,

''खरी प्रतिभा कधीही पुढेपुढे लुडबुड करीत नाही. आपले ढोल आपणच बडवीत नाही. ती खूप मागे, कुठे तरी सावलीत दूर कुठे तरी गर्दीत उभी असते. प्रदर्शनाच्या हव्यासाचा लवलेशही तिच्या ठिकाणी नसतो. भरलेल्या पिंपापेक्षा रिकामे पिंप मोठा आवाज करते, हे साहित्यिकांच्याही बाबतीत सत्य आहे. ज्यांच्या ठिकाणी प्रतिभा आहे, त्यांना आपल्या या शक्तीची जाणीव असते. ती शक्ती ते मोलाची मानतात. स्वास्थ्य, प्रेम, मद्य, अहंकार या सर्वांकडे पाठ फिरवून ते आपल्या शक्तीची पूजा करतात. तिचा त्यांना अभिमान असतो, नाही असे नाही. कारण ही शक्ती सहस्त्रावधी माणसांच्या मनांवर परिणाम करते. प्रसंगी ती मने घडविते, याची त्यांना पूर्ण जाणीव असते. अशा प्रतिभावंतांच्या सौंदर्यकल्पना नित्य विकसित होत जातात, सूक्ष्म बनत असतात. हे प्रतिभावंत आपली कामभावना संयमित किंवा उदात्त करण्याचा प्रयत्न करतात. स्त्रीपासून त्यांना नुसते शय्यासुख नको असते. तिच्यामुळे जीवनात जो गोडवा येतो, जो टवटवीतपणा येतो, जी मानवता येते; ती त्यांना हवी असते. 'पिकविक पेपर्स' ही कादंबरी वाचली किंवा 'फाऊस्ट'मधले एखादे स्वगत पाठ केले, म्हणजे आपला साहित्याचा अभ्यास पुरा झाला, असे कुणाही लेखकाने समजू नये. कलावंताच्या जीवनाची प्रत्येक घटका अभ्यासाच्या दृष्टीने मोलाची आहे. सतत प्रयत्न, अखंड वाचन, अहोरात्र चिंतन यांची त्याला जरुरी आहे. उदात्त भावना आणि अनियंत्रित वासना यांच्या मिश्रणाने जीवन बनत असते. त्या मिश्रणाचे खरेखुरे, परिणामकारक आणि अविस्मरणीय दर्शन करून देणे, हे ललित साहित्यिकाचे कार्य आहे.''

१९५९

# । पार्श्वभूमी ।

१.

चौदाच्या-पंधराव्या वर्षी सांगलीच्या नगर वाचनमंदिरात मिळणारी सर्व नाटके मी वाचून काढली होती. या वाचनाने माझी नाट्यवाचनाची भूक कमी न होता वाढली. ती कशी भागवावी, हे मला कळेना. याच सुमाराला शेक्सपिअरचे नाव माझ्या कानांवर पडले. 'हॅम्लेट', 'ऑथेल्लो', 'किंग लिअर', 'रोमिओ ॲण्ड ज्यूलिएट' इत्यादी शेक्सपिअरच्या नाटकांची मराठी रूपांतरे त्या वेळी रंगभूमीवर वावरत होती. गणपतराव जोशींच्या हॅम्लेटने तर आबालवृद्धांना वेड लावून सोडले होते. तेव्हा आपली नाट्यवाचनाची भूक भागविण्याकरिता शेक्सपिअरकडेच मोर्चा वळवावा, असे मी मनात ठरविले. अगदी बारीक अक्षरात छापलेले त्याच्या समग्र नाटकांचे एक पुस्तक मला मिळाले! मॅट्रिकच्या वर्गात असताना मी शेक्सपिअर वाचला, असे आज शपथेवर सांगायला मी मोकळा आहे तो यामुळेच! मात्र त्या वेळी तो मला कितपत कळला ते देव जाणे!

असा एखाद-दुसरा अपवाद सोडला, तर कॉलेजात इंग्रजी वाचनाची मला फारशी गोडी नव्हती. ती योग्य रीतीने लावण्याचा कुणी प्रयत्नही केला नव्हता. 'इंग्रजी सुधारण्यासाठी 'टाइम्स'चे अग्रलेख वाचीत जा. नामदार गोखल्यांनी इंग्रजीवर प्रभुत्व मिळविलं, ते असंच!' असा उपदेश त्या काळी कानांवर पडे; पण माझे मन काही केल्या इंग्रजी वृत्तपत्रांत रमत नसे. तो उपदेश मी एका कानाने ऐकून घेई आणि दुसऱ्या कानाने सोडून देई.

२.

कॉलेजात गेल्यावर मात्र मराठीइतकीच मला इंग्रजी वाङ्मयाची गोडी लागली. प्रथम काव्य, मग नाटक, नंतर कादंबरी अशा क्रमाने मी कथा आणि

निबंध यांच्यापर्यंतच नव्हे, तर वैचारिक लिखाणापर्यंतही विद्यार्थिदशेतच प्रवास केला. जवळजवळ गेली चार तपे मी वाचीत आहे; पण अजूनही मी अतृप्त आहे. गेल्या पाच-सहा वर्षांत मोतीबिंदूमुळे वाचन करणे मला अधिक अधिक कठीण होऊ लागले. तरी कुठेही चांगले नवे इंग्रजी पुस्तक दिसले की ते वाचण्याचा मोह मला अनावर होतो. ते मी मुद्दाम मागून आणतो (मात्र वाचून झाल्यावर ते आठवणीने परत करतो!). पुस्तकांच्या दुकानातून अजूनही रिक्त हस्ताने माझे पाऊल बाहेर पडत नाही! मी तसा हात हालवीत आलो, तर काही तरी चुकल्याचुकल्यासारखे वाटत राहते.

थकलेल्या घोड्याला चाबूक मारमारून टांगेवाल्याने पिटाळावे, त्याप्रमाणे दुर्बळ दृष्टीवर नवी नवी इंग्रजी पुस्तके वाचण्याचा अत्याचार मी करीत आलो आहे. अशा वाचनाने डोळे सारखे दुखत राहतात. डोकेही दुखू लागते; पण मन सुखावते! पुस्तक खरोखरच चांगले असेल – मग ती कादंबरी असो वा तात्त्विक प्रबंध असो – तर ते वाचून बुद्धी आणि भावना फुलतात. विचारांना भरपूर खाद्य मिळते. अशा पुस्तकातली एखादी कल्पना, भावना अथवा विचार अंतःकरणाच्या गाभाऱ्यात जाऊन पोचतो. तिथला अंधार उजळवून टाकतो.

साहित्यापासून लाभणाऱ्या या विलक्षण आनंदाची लहानपणीच चटक लागल्यामुळे मी सतत वाचीत आलो आहे. गेली चाळीस वर्षे लेखकाच्या भूमिकेत वावरत असल्यामुळे माझी ही आसक्ती अमर्याद झाली आहे. तो नुसता छंद राहिलेला नाही. ते वेड झाले आहे; व्यसन झाले आहे! हे खरे असले, तरी मी गतायुष्याकडे वळून पाहतो, तेव्हा जीवनात ज्यांनी मला सतत साथ दिली, असे काही मित्र आणि आप्त यांच्याप्रमाणे कालिदास-भवभूती, शेक्सपिअर-हार्डी, चेकॉव्ह-टॉलस्टॉय, हरिभाऊ-केशवसुत हे सारे मला माझे जन्माचे सोबती वाटू लागतात. अर्थात ही मैत्री कृष्ण आणि अर्जुन यांची नव्हे! ती कृष्ण आणि सुदामा यांची आहे! या मैत्रीमुळे पंच्याच्या गाठीला बांधलेल्या कोरड्या पोह्यांच्या मोबदल्यात मला सुवर्णनगरी मिळाली आहे!

३.

या वाचनात मराठी वाचकांना ज्यांचा आवर्जून परिचय करून दिला पाहिजे, असे मला वाचता-वाचता वाटले, अशी अनेक पुस्तके आहेत. इब्सेनचे वाइल्ड डक (Wild duck) हे, शॉचे सेंट जोन (Saint Joan) हे, गॅल्सवर्दीचे लॉयल्टीज (Loyalties) हे, टर्जिनेव्हचे फादर्स अ‍ॅण्ड सन्स (Fathers And Sons) हे, चेकॉव्हचे चेरी ऑर्चर्ड (Cherry Orchard) हे, हेमिंग्वेचे ओल्ड मॅन अ‍ॅण्ड द

सी (Old Man and the Sea) हे, ऑर्थर मिलरचे ऑल माय सन्स (All my Sons) हे, आल्डस हक्स्लेचे म्युझिक ॲट नाइट (Music at Night) हे, एरिच फ्रोमचे मॅन फॉर हिमसेल्फ (Man for Himself) हे, लेविस मंफर्डचे फेथ फॉर लिव्हिंग (Faith for living), अशी किती पुस्तके सांगावीत? त्यांची यादी मी देऊ लागलो, तर मी लेखक आहे की ग्रंथपाल आहे, याविषयी वाचकांच्या मनात शंका निर्माण होईल! या सर्व आवडत्या पुस्तकांवर लिहिण्याची माझी फार इच्छा होती; पण शारीरिक आणि मानसिक स्वास्थ्याच्या अभावी ते सारे संकल्प हे दरिद्री माणसाचे मनोरथ ठरले! अशा स्थितीत जे काही थोडे लिहून झाले, ते या पुस्तकात समाविष्ट केले आहे.

**४.**

साहित्याचा - विशेषतः ललित वाङ्मयाचा - मुख्य आनंद राजकीय पद्धतीच्या चर्चेत, वैद्यकीय पद्धतीच्या चिकित्सेत किंवा साहित्यशास्त्र आणि सौंदर्यशास्त्र पिंजून त्याचे शंभर नंबरी सूत काढण्याच्या कौशल्यात आहे, असे मला वाटत नाही. सर्वसामान्य मनुष्याची जीवनानंदाची कल्पना जशी हजारांत एक या प्रमाणात आढळणाऱ्या वीराच्या, संताच्या, शास्त्रज्ञाच्या, कलावतीच्या किंवा वेड्याच्या, गुन्हेगाराच्या आणि व्यभिचारिणीच्या जीवनावरून निश्चित करता येणार नाही, तशीच वाङ्मयानंदाची कल्पनाही साहित्यक्षेत्रातील शास्त्री-पंडितांच्या काथ्याकुटावरून किंवा उरस्फोडीवरून आजमविणे योग्य होणार नाही. मनुष्य हेच रसिकतेचे मोजमाप आहे! पण तो मनुष्य कोणत्याही अर्थाने अपवादात्मक असून चालणार नाही.

याचा अर्थ साहित्यक्षेत्रातली घटपटादि खटपट ही 'घटं भिंद्यात् पटं छिंद्यात' या स्वरूपाची असते, असा समज मात्र कृपा करून कोणी करू नये. साहित्यात चर्चा, चिकित्सा, संशोधन, मूल्यमापन या सर्वांना स्थान आहे; पण सर्वसामान्य रसिकांचा आनंद आणि पंडितांची किंवा पंडितमन्यांची चिकित्सा यांची गफलत कुणीही करू नये. सामान्य वाचकाचा आनंद संश्लेषणात असतो. उलट, वाङ्मयाची चिकित्सा करणाऱ्या तज्ज्ञांची दृष्टी विश्लेषणपर असते. 'चांदोमामा, चांदोमामा, भागलास का, लिंबोणीच्या झाडाखाली लपलास का?' या ओळींतला आनंद बड्या व्यापाऱ्याच्या लहान मुलाला सहज कळू शकतो! त्या व्यापाऱ्याला मात्र तो जाणवत नाही! तसेच थोडेसे हे आहे.

या पुस्तकातले माझे लेख अशा रसिक मराठी वाचकाला त्या-त्या कृतीचा परिचय करून देण्याकरिता लिहिले आहेत. जे वाचले, त्यातले आपल्याला काय आवडले, ते का आवडले, याचा थोडा ऊहापोह मी केला आहे; नाही असे

नाही. मात्र माझी भूमिका मुख्यत: आस्वादकाची आहे. ती रसलोलुप भ्रमराची नसेल; पण मधमाशीची निश्चित आहे!

ज्या कृतींविषयी व ज्या लेखकांविषयी मी लिहिले आहे, ते सारेच साहित्य क्षेत्रातले कुणी अतिरथी-महारथी आहेत, असे नाही. चेकॉव्ह, झ्वाइग, टॉलस्टॉय ही नावे सोडली, तर बाकीचे लेखक दुसऱ्या श्रेणीतलेच ठरतील; पण नक्षत्रांचे तेज आणि सौंदर्य कितीही आगळे असले, तरी पृथ्वीवरून त्यांच्याकडे पाहून काही माणसांचे व्यवहार चालत नाहीत. त्यासाठी लहानमोठ्या दिव्यांचा आश्रय आपणाला करावाच लागतो. या दिव्यातही विविध प्रकारची तेजे आणि नाना प्रकारची सौंदर्ये असतात. पणती, नीरांजन, नंदादीप, लामणदिवा ही ज्याने एकदा पाहिली आहेत, त्याला त्यांचा कधी विसर पडत नाही. असामान्य नसलेल्या साहित्यकृती अशाच असतात! अशा काही कृतींचा परामर्श मी या संग्रहात घेतला आहे.

५.

इंग्रजीतल्या किंवा इंग्रजीच्या द्वारे परिचित झालेल्या आणि असामान्य नसलेल्या साहित्याची चर्चा करण्याचा फायदा काय, असा प्रश्न अनेकांच्या मनात उपस्थित होईल. स्वातंत्र्यानंतर इंग्रजीची आपल्याला जरुरी उरलेली नाही, असे मानणारे विद्वान आपल्याकडे अस्तित्वात आले आहेत. त्यांचे पीक वाढत आहे. ही मंडळी नाना प्रकारची मन:पूत मते प्रतिपादन करतात. मराठी कथा-कादंबरी इंग्रजी किंवा अन्य पाश्चात्त्य कथा-कादंबरीचे कोणत्याही प्रकारचे ऋण लागत नाही, असे एक लेखक हल्ली अट्टाहासाने व्याख्यानात सांगत असतात! वामनराव जोशींच्या कादंबऱ्यांचे मूळ शोधायला परदेशात कशाला जायला हवे? ते उपनिषदांतच सापडेल, असा त्यांचा दावा आहे! खुद्द वामनरावांनी, मी 'फ्रेंड्स इन् कौन्सिल' हे पुस्तक वाचले आणि मग 'रागिणी'तली अमुक-अमुक कल्पना मला सुचली, असे लिहून ठेवले असले, तरी या गृहस्थांना त्याची पर्वा नाही! वेदांत आगगाड्या होत्या, असे देवळात बसून बाया-बापड्यांना सांगणाऱ्या पुराणिकाच्या मासल्याचा हा अभिमान आहे. वेदकाळी आगगाड्या होत्या किंवा नव्हत्या, हे माझ्यासारखा अविद्वान मनुष्य कसे सांगणार? पण त्या असल्या, तरी आम्ही ज्या आगगाड्यांत सध्या बसतो, त्या इंग्रजांच्या कृपेनेच इथे आल्या आणि आम्ही चित्तरंजनला जी इंजिने तयार करीत आहोत, ती इंग्रजांच्या इंजिनाच्या पद्धतीची आहेत, हे उघड आहे!

परंपरागत संस्कृतीचा अभिमान मला कळतो. तो जीवनाचा एक पोषक

घटक आहे; पण तो अभिमान पोकळ असता कामा नये. त्याची पाळे-मुळे प्राचीन काळात असली, तरी त्याच्या सावलीने आजच्या भाजून टाकणाऱ्या उन्हात आपले संरक्षण व्हायला हवे! स्वदेशीची भावनाही मला कळते, इष्ट वाटते; पण ती व्यवहारात, दैनंदिन जीवनात, जीवनमूल्यांसंबंधीच्या चिंतनात; पण जिथे ज्ञानाचा, कलेचा आणि शास्त्राचा संबंध आहे, तिथे केवळ जुन्याचा पोकळ अभिमान हास्यास्पद ठरतो. स्थूलदृष्टीने पाहिले तरी १९६१ मधल्या मराठी लघुकथेचे पंचतंत्र-हितोपदेशातल्या कथेशी कोणते साम्य आहे? तिचा तोंडवळा - अनेकदा अंतरंगही – उघडउघड पाश्चात्त्य कथेसारखा दिसतो. यात नवल वाटण्यासारखे किंवा दुःख करण्यासारखे काही नाही! उद्या एखादी गार्गी किंवा मैत्रेयी भरतभूमीतल्या स्त्रियांची स्थिती पाहण्यासाठी स्वर्गातून खाली आली, तर तिला काय इथे वल्कले नेसलेल्या विदुषी आढळतील? की 'आत्मनस्तु कामाय सर्वं प्रियं भवति' या तत्त्वाची त्या चर्चा करीत बसलेल्या दिसतील?

६.

'इंग्रजी हटाओ' ही घोषणा स्थानी-अस्थानी करणारा दुसराही एक वर्ग आहे. पारतंत्र्याच्या काळात राजभाषा म्हणून इंग्रजीला आलेले अवास्तव महत्त्व लवकर दूर झाले पाहिजे, हे उघड आहे. कोट्यवधी लोकांच्या दैनंदिन जीवनात मूठभर माणसांना उपलब्ध होऊ शकणाऱ्या इंग्रजीच्या शिक्षणाचे पूर्वी स्तोम माजले होते, ते अनेक दृष्टींनी घातक होते! भारतातल्या बंगाली, तामीळ, गुजराती, मल्याळी, मराठी वगैरे सर्व देशी भाषांचा माध्यमिक शिक्षणात सररास उपयोग करून, उच्च शिक्षणात जास्तीतजास्ती प्रमाणात त्यांचा वापर कसा करता येईल, हे आपण यापुढे दक्षतेने पाहिले पाहिजे. तसा तो करण्याची कोशीसही सर्वांनी करायला हवी. इंग्रजी न येणाऱ्या माणसाचे जिल्ह्याच्या पातळीवर चालणाऱ्या सार्वजनिक कामात कुठेही अडू नये, ही मागणी अगदी रास्त आहे.

मात्र हे खरे असले, तरी ज्ञान-विज्ञान आणि कला-साहित्य या क्षेत्रांत शतकानुशतकं प्रगती करीत आलेल्या पाश्चात्त्य समाजांच्या बरोबरीने जर आपल्याला पुढे जायचे असेल, तर इंग्रजीचे आत्तापर्यंतचे ऋण अमान्य करून किंवा यापुढे त्या भाषेला वाळीत टाकून हे काम होणार नाही. त्यामुळे आपल्या देशाचे निश्चित मोठे नुकसान होईल. यापुढे कुठल्याही देशाची संस्कृती किंवा प्रगती त्या देशातल्या परंपरागत मोजमापाने मोजली जाणार नाही. जगातली नवी मोजमापे त्या कामासाठी वापरली जातील.

७.

वाङ्मयीन दृष्टीनेही इंग्रजी आपल्याला गेल्या शतकाइतकीच येत्या अर्धशतकातही उपयोगी पडणार आहे. जगातल्या निरनिराळ्या भाषांतल्या सरस कलाकृतींचा आणि विचारगर्भ ग्रंथांचा आपल्याला जो नित्य परिचय होत आहे, तो इंग्रजीच्या द्वारानेच! म्हणून साहित्याच्या आस्वादाचा आणि प्रगतीच्या दृष्टीनेही इंग्रजीचा अभ्यास आवश्यक आहे, असे मला वाटते. तो नसता, तर या पुस्तकातला एकही लेख मी लिहू शकलो नसतो!

पाश्चात्त्य नाटके-कादंबऱ्यांचा आणि अन्य प्रकारच्या पुस्तकांचा या लेखसंग्रहात मी जो परिचय करून दिला आहे, त्याचा मुख्य हेतू मराठी वाचकांच्या रसिकतेचे क्षेत्र विस्तृत आणि विकसित व्हावे, हाच आहे. मराठी ही आपण भारतीय भाषांतली पहिल्या पंक्तीतली भाषा मानतो; पण आत्तापर्यंत नोबेल प्राईझ मिळालेल्या नाटके-कादंबऱ्यांचा तरी त्या-त्या वेळी मराठी वाचकांना परिचय करून देण्याची दक्षता आम्ही घेतली आहे काय? पॅस्टरनॅक आणि झिवॅगो यांच्याविषयी अलीकडच्या काळात मराठीत पुष्कळ लिहिले गेले; पण पॅस्टरनॅकविषयी आमच्या लेखकांना हा जो पान्हा फुटला, त्याच्यामागे विशुद्ध वाङ्मयवृत्ती नव्हती. गुंतागुंतीचे जागतिक राजकारण, त्यातून निर्माण झालेले विचित्र संघर्ष आणि त्या संघर्षात सापडलेली झिवॅगो अशी या आकर्षणाची परंपरा होती.

'लोलिता' किंवा 'लेडी चॅटर्लीज लव्हर' या कादंबरीविषयीही असेच पुष्कळ लिहिले गेले; पण त्याचे मूळही कलानंदात नव्हते. 'लेडी चॅटर्लीज लव्हर'विषयी मिटक्या मारीत लिहिणाऱ्यांनी लॉरेन्सच्या दुसऱ्या एखाद्या कादंबरीचा, 'द मॅन हू डाइड'सारख्या, त्याच्या गोष्टीचा किंवा त्याच्या वाङ्मयीन कर्तृत्वाचा मराठी वाचकांना कधी परिचय करून देण्याची काळजी कितीशी घेतली? कुठे काही चावट किंवा अश्लील आहे, असा वास आला, की आम्ही आपले कान टवकारतो आणि जिभल्या चाटीत ते वाचू लागतो! तसे नसते, तर कलेच्या दृष्टीने अत्यंत सामान्य असलेल्या 'लोलिता' या कादंबरीवर मराठीत इतके लिखाण झालेच नसते! 'लोलिता'ची आपण इतकी चर्चा केली; पण हेमिंग्वे हा आमच्या नवकथाकारांचा एक गुरू असूनही 'द ओल्ड मॅन ॲण्ड द सी' या त्याच्या कादंबरीचा अद्यापि मराठीत अनुवाद झालेला नाही. तिचे सामर्थ्य कशात आहे, हेही सामान्य वाचकाला कुणी समजावून सांगितलेले नाही! हे सर्व व्हायला हवे, असे मला वाटते.

८.

या लेखसंग्रहात सात पाश्चात्त्य नाट्यकृतींचा परामर्श मी घेतला आहे. दोन लघुकथांविषयी लिहिले आहे. उरलेल्या तीन लेखांपैकी 'ललित लेखकाचे अंतरंग' हा लेख परिचयपर आहे. 'टॉलस्टॉय पति-पत्नी' या लेखात टॉलस्टॉयच्या वाङ्मयीन महात्मतेचा विचार नसून त्याच्या वैयक्तिक जीवनातले दुःख – ज्या दुःखाने जीवनकलेच्या या श्रेष्ठ उपासकाला वयाची ऐंशी वर्षे होऊन गेल्यावर एका रात्री गृहत्याग करायला लावला आणि ज्या गृहत्यागामुळे एकोणिसाव्या शतकातल्या या अत्यंत प्रतिभाशाली पुरुषाला एका आडबाजूच्या स्टेशनवर बेशुद्ध स्थितीत या जगाचा निरोप घ्यावा लागला, ते दुःख सांगितले आहे.

त्या दुःखाचे हे अगदी ओझरते दर्शन आहे. 'टॉलस्टॉय पति-पत्नी' हा जितका भव्य, तितकाच अवघड असा विषय आहे. केवळ मनोविश्लेषणाच्या दृष्टीने किंवा संसार सुखाने कसा करावा, हे डेल कार्नेजीच्या पद्धतीने सांगण्याच्या दृष्टीने मी हे म्हणत नाही. सामान्य लेखक या विषयाकडे कदाचित त्या दृष्टीने पाहील; पण जीवनाचे कोडे उलगडण्याच्या कामी त्याचा काडीइतकाही उपयोग होणार नाही. या पतिपत्नींच्या पहिल्या उत्कट प्रीतीची, नंतरच्या एकजीव जीवनाची आणि पुढच्या परस्परांपासून दूरदूर जाणाऱ्या मनोवृत्तींची कल्पना त्यांच्याच मुलीने लिहिलेल्या टॉलस्टॉयच्या विस्तृत चरित्रावरून मला प्रथम आली. ते वाचून माझे मन विस्मय आणि भय यांनी भरून गेले. नाट्य हाच नियतीच्या लीलेचा प्रधान धर्म आहे की काय, या शंकेने मन व्याकूळ झाले. हार्डी, झ्वाइग, शरच्चंद्र यांच्यासारख्यांनीही जपून हाताळावा, इतका हा विषय नाजूक आहे. अनेकदा मनात येते, या प्रतिभावान कादंबरीकारांनाही त्याचे चित्रण साधले नसते! या विषयावरली कादंबरी 'वॉर अँण्ड पीस' लिहिणाऱ्या टॉलस्टॉयच्याच लेखणीतून उतरायला हवी होती!

या पुस्तकातला शेवटचा लेख कथाकार चेकॉव्हविषयी आहे. त्याच्या जन्मशताब्दीच्या निमित्ताने तो लिहिला असला, तरी त्यात त्याची वाङ्मयविषयक मतेही स्पष्टपणे आली आहेत. आपल्याकडले नवकथाकारसुद्धा चेकॉव्हला मानतात! हा आदर अपरिहार्य आहे. कारण या मंडळींच्या गुरुस्थानी असणाऱ्या कोपार्ड, कॅथरिन मॅन्सफील्ड, बेट्स, हेमिंग्वे वगैरे कथाकारांचा या नाही त्या दृष्टीने चेकॉव्ह हाच गुरू आहे! पण या परात्पर गुरूबद्दल नुसता आदर बाळगण्यापेक्षा त्याच्या उद्गारांचीही आपल्या मंडळींनी कदर करावी, असे मला वाटते. चेकॉव्ह म्हणतो, 'जो उत्कटतेने कुठलीही इच्छा करीत नाही, कोणतीही आशा बाळगीत नाही आणि ज्याला कशाचीही भीती वाटत नाही, त्याला कलाकार होता येत नाही.'

आमचे ललित लेखक हजार प्रकारच्या स्वप्नरंजनांत गुंग होत असतील किंवा अतिवास्तवतेच्या वैराण वाळवंटात विहीर शोधीत फिरत असतील! पण वर्तमानकाळाशी आणि वास्तव जीवनाशी संबंध असलेल्या कोणत्या उत्कट इच्छा किंवा आशा त्यांच्या वाङ्मयात प्रतिबिंबित होत आहेत? त्यांना कशाची भीती वाटत आहे? कोणत्या अन्यायाविरुद्ध ते दंड थोपटून उभे आहेत, असे त्यांच्या वाङ्मयावरून दिसत आहे? केशवसुत, हरिभाऊ आपटे, शिवरामपंत परांजपे, खाडिलकर, वामनराव जोशी या सर्वांच्या आशा, इच्छा आणि भीती यांचे प्रतिबिंब त्यांच्या वाङ्मयात पडले आहे, तसे ते चालू घडीच्या प्रमुख ललित लेखकांच्या लिखाणात दिसते काय? ललित लेखकांच्या या सर्व भावना एका बाजूने व्यक्तिगत असतात, दुसऱ्या बाजूने प्रातिनिधिक असतात. ही दुसरी बाजू चेकॉव्हच्या कथा आणि नाटके यांच्याप्रमाणे आपल्या आजच्या कथा आणि नाटके यांत प्रतीत होते काय?

९.

नाट्यविषयक लेखांपैकी 'यंत्र विरुद्ध मनुष्य', 'अंधारातला प्रकाश', 'धर्म विरुद्ध व्यवहार', 'वारसा' आणि 'अध:पात' हे पाच लेख या ना त्या रूपाने, जिला आपण गेली चाळीस वर्षे 'गांधीवाद' म्हणून संबोधित आलो आहोत, त्या विचारप्रणालीशी आणि तिच्याद्वारे सूचित होणाऱ्या चिरंतन जीवनमूल्यांच्या प्रश्नांशी निगडित आहेत, असे दिसून येईल.

सॉमरसेट मॉम हा या पाच नाटककारांपैकी आपल्याकडे अधिक वाचला जाणारा आणि तितकाच प्रकृतिधर्माने गांधीवादापासून दूर असलेला नाटककार (रेझर्स एज, रमण महर्षींची मुलाखत, इत्यादी अलीकडले अपवाद वगळून!). 'धर्म विरुद्ध व्यवहार'मध्ये ज्यांचे विवेचन मी केले आहे, ते 'शेपे' नाटक रंगभूमीवरल्या आपल्या यशस्वी कारकिर्दीच्या शेवटीशेवटी त्याने लिहिले (श्री. पु. ल. देशपांडे यांनी याच नाटकाच्या आधारे 'भाग्यवान' लिहिले आहे.). मॉम हा मुख्यत: उपरोधपूर्ण सुखान्तिका लिहून लोकप्रिय झालेला नाटककार. गुदगुल्या आणि चिमटे हे त्याच्या भात्यातले मुख्य बाण! 'शेपे' हे नाटक त्याने लिहिले, ते आपल्या लोकप्रिय राजमार्ग सोडून, एका पाऊलवाटेकडे वळून. मॉम 'कलेकरिता कला' या तत्त्वाचा पुरस्कर्ता आहे; पण या नाटकात केवळ कलाविलासाचा हेतू त्याच्या डोळ्यांसमोर असावा, असे वाटत नाही. इथे त्याने आपल्या नेहमीच्या तंत्रमंत्राकडे दुर्लक्ष केले आहे. या नाटकाचा विषयही त्याच्या अंगवळणी पडलेल्या थाटाघाटाचा नाही.

या नाटकाचा नायक एक सामान्य न्हावी असला, तरी सहृदयतेच्या बाबतीत

तो एक असामान्य मनुष्य आहे. त्याला सोडतीत मोठे बक्षीस मिळते; पण त्या पैशाच्या बळावर प्रकृतीला आवश्यक असलेली पूर्ण विश्रांती घ्यावी, आजपर्यंत फक्त दुरून पाहिलेला ऐशआराम भोगावा, कुटुंबातल्या मंडळींना मनसोक्त हौसमौज करून द्यावी, या कल्पनांना तो क्षणभरही थारा देत नाही. बक्षीस मिळाले, हे कळताच त्याला गोरगरिबांची, अनाथ-अपंगांची, नाइलाजाने अनीतीच्या खातेऱ्यात कुजणाऱ्यांची आठवण होते. त्याचे सारे विचारचक्र त्या दृष्टीने चालू लागते.

थोडा विचार केला, तर शेपेच्या या मनाचे नाते बुद्ध आणि ख्रिस्त, गांधीजी आणि साने गुरुजी यांच्यासारख्यांच्या मनाशी आहे. या व्यक्तीपेक्षा इतर दृष्टींनी तो फार लहान माणूस असेल; पण त्याचे मन मोठे आहे. या मोठ्या माणसांच्या जातीचेच आहे. ते नुसत्या संसारी माणसाचे मन नाही. पृथ्वी जशी स्वत:भोवती फिरता-फिरता सूर्याभोवती भ्रमण करीत असते, तशी या वृत्तीची माणसे स्वत:ची सुखदु:खे भोगीत असतानाच जगाच्या सुखदु:खाचा तितक्याच विचार आपुलकीने करीत असतात. काही केल्या इतरांचे दु:ख त्यांना आपल्या मनातून पुसून टाकता येत नाही. इतकेच नव्हे, तर या बाबतीत केवळ अश्रू गाळून किंवा उसासे सोडून ती गप्प बसत नाहीत. इतरांचे दु:ख हलके करण्याचा आपल्या परीने ती प्रयत्न करतात. प्रसंगी दुसऱ्यांचे दु:ख कमी करताना आपल्या सुखावर निखारे ठेवायला ती कचरत नाहीत. मात्र असा मनुष्य शंभरांत एखादाच आढळतो! साहजिकच बहुमतवाल्या, अप्पलपोट्या जगाशी त्याचा सतत संघर्ष होत राहतो.

हा संघर्ष सनातन आहे. त्याचे आकलन करताना सुखान्तिकांमध्ये बहिर्मुख असणारा मॉम अंतर्मुख झाला आहे, हे चटकन लक्षात येते. जीवनाच्या पृष्ठभागावर खेळत राहणारा लेखक आणि गुदमरण्याची भीती न बाळगता त्यांच्या अंतरंगात शिरणारा लेखक यांतले हे अंतर आहे. मात्र यशस्वी नाटककार म्हणून रंगीभूमी गाजविणाऱ्या मॉमचे हे नाटक अयशस्वी झाले! ते कलादृष्ट्या सदोष आहे, हे या अपयशाचे एक कारण असू शकेल; पण मला वाटते, मॉमच्या नाटकातील ठरावीक प्रकारच्या रंजनाला चटावलेल्या प्रेक्षकांना या नाटकातली त्याची अंतर्मुखता पचली नाही, पेलता आली नाही. या नाटकाच्या अपयशानंतर आपण लवकरच रंगभूमीवरून निवृत्त झालो, असे खुद्द मॉमनेच लिहून ठेवले आहे.

'सर्कल', 'अवर बेटर्स' वगैरे मॉमची इंग्रजी रंगभूमीवर गाजलेली आणि टीकाकारांनी गौरविलेली नाटके वाचल्यानंतर मी 'शेपे' वाचले. ती नाटके सुटसुटीत, नीटनेटकी, तंत्रबद्ध, मंत्रशुद्ध आणि म्हणूनच प्रेक्षकांच्या बुद्धीला न डिवचता, त्याच्या काळजाला धक्का न लावता, चार घटका करमणूक

करण्याला समर्थ अशी होती; पण 'शेपे' वाचून मी जसा अस्वस्थ झालो, तसा ही नाटके वाचून झालो नव्हतो. मॉमच्या सृष्टीतली अधिक जिवंत माणसे मला इथे भेटली. ध्येयवादाच्या सोनेरी किनारीने उजळलेले मानवी जीवनाचे मळकट वस्त्र त्यातल्या जीर्ण, विटक्या, आडव्या-उभ्या धाग्यांसह या नाटकाने माझ्या डोळ्यांपुढे उभे केले! या नाटकातला शेपे काय, 'वारसा'मधला एडवर्ड काय, 'यंत्र विरुद्ध मनुष्य'मधला जॅक काय आणि 'अंधारातला प्रकाश' या नाटकातला टॉलस्टॉयचा नायक काय, हे सारेच स्वार्थाच्या बाजारात गर्दी करणाऱ्या मानवी जनसंमर्दात आपापल्या परीने एकटे आहेत. 'एकला चलो रे' हे तत्त्वज्ञान जणू आईच्या दुधातूनच त्यांच्या रक्तात उतरले आहे. हे चार नायक जसे एकटे आहेत, तसे थोडेसे वेडेही आहेत! असे काही वेड असल्याशिवाय या मृत्युलोकात मनुष्य ध्येयवादी होऊ शकत नाही. शेक्सपिअरने कवी, वेडे आणि प्रेमिक यांना एका मालिकेत गोवले आहे. मला वाटते, ध्येयवादी माणसेही याच जातीची असतात. वर उल्लेखिलेल्या नायकांपैकी कुणीही लौकिकदृष्ट्या यशस्वी होत नाही. एकाला अपघाताने, दुसऱ्याला बंदुकीच्या गोळीने आणि तिसऱ्याला मनस्तापाने रोग बळावून मृत्यू येतो. ''वारसा''मधला एडवर्डच त्यातल्यात्यात थोडा सुदैवी आहे. ''तू तुरुंगातून सुटशील, तेव्हा दारात तुझ्या स्वागताकरिता मी उभी आहे, हे विसरू नकोस'' असे सांगणारी प्रेयसी त्याला लाभते; पण बहुधा ध्येयवादी माणसाच्या वाट्याला या जगात एवढासुद्धा दिलासा येत नाही!

ही ध्येयवादी माणसे ज्या समस्यांशी झगडत असतात, त्या सुटतात असेही नाही. किंबहुना, कुठलीही मानवी समस्या कधीही कायमची सुटू नये, हा जीवनाचा अलिखित नियमच आहे! आजच्या समस्या आपल्याला सुटल्यासारख्याच वाटतात, पण त्या सुटतात त्या उद्याच्या समस्यांना जन्म देऊन! हे सर्व खरे आहे; पण भरतीला एका मर्यादेपलीकडे जाता येत नाही हे ठाऊक असूनही समुद्राच्या लाटा दिवसातून दोन वेळा किनाऱ्यावर आवेशाने आक्रमण करीत असतातच! प्रत्येक पिढीतली अंतर्मुख, तत्त्वनिष्ठ, ध्येयवादी माणसेही अशीच असतात, अशीच वागतात. त्यांना आपल्या भोवतालचे दुःख पाहवत नाही. ते दुःख, दैन्य, दारिद्र्य, सारे सारे दूर व्हावे, म्हणून – निदान हलके व्हावे म्हणून – ती धडपडत राहतात. माणसाचे खरे मोठेपण या धडपडीतच आहे. मानवाने आज जी संस्कृतीची उंची गाठली आहे, ती गेल्या पाच हजार वर्षांतल्या या पृथ्वीतलावरल्या सर्व ध्येयवादी माणसांच्या धडपडीमुळेच, मानवतेच्या कल्याणासाठी प्रज्वलित केलेल्या यज्ञकुंडात त्यांनी आनंदाने स्वतःच्या आहुती दिल्यामुळेच!

१०.

'अध:पात' या नाटकात पराभूत ध्येयवादाचे चित्रण आहे. यंत्रयुगाने निर्माण केलेल्या आजच्या बहिर्मुख संस्कृतीत निष्ठेला सहजासहजी कसा ढळ पोचतो, मूलत: कलेची पूजा करण्याकरिता जे देऊळ बांधलेले असते, त्यात पैसा, यश आणि भोग यांचा बाजार कसा भरविला जातो, याचे विदारक चित्रण या नाटकात आढळते. या नाटकावर काही भाष्य करण्याची जरुरीच नाही. कारण स्वातंत्र्यानंतरच्या काळात आपल्याकडे जर सर्वांत मोठे कुठले परिवर्तन घडून आले असेल, तर ते नाटकाच्या नायकाच्या जीवनात जे दिसते तेच – तत्त्वनिष्ठेचे मरण!

स्वातंत्र्यपूर्व काळात या देशात जो धर्म होता, तो आता धंदा होऊ पाहत आहे – नव्हे, झाला आहे! साहित्य, रंगभूमी, चित्रपट, शिक्षण, समाजकारण, राजकारण – कोणतेही क्षेत्र घ्या, त्यात ध्येयवादी माणसे विरळ दिसू लागली आहेत. प्रत्येक क्षेत्रातील पुढारी खुजे होत आहेत. पूर्वीच्या पंडितांच्या जागी आता पंड्ये मिरवत आहेत! आजकाल आठव्या दर्जाच्या पुढाऱ्याच्या भाषणातसुद्धा हरघडी देशभक्तीच्या विठोबाचा जयजयकार असतो; पण प्रत्यक्षात मात्र जो तो पोटोबाची पूजा बांधण्यात दंग झालेला दिसतो. या पोटोबाचे अनेक मुखवटे आहेत – सत्तेचा, पैशाचा, प्रतिष्ठेचा! त्यागाचे आणि सेवेचे मुखवटे आता जुनाट झाले आहेत. बहुधा ते लवकरच मोडीला घातले जातील!

सामान्य मनुष्याच्या सद्गुणशीलतेला अनेक अनुल्लंघनीय मर्यादा आहेत, हे मला कळते. टिळक-गांधी आणि फुले-आगरकर हे आदर्श पुरुष म्हणून कितीही पूज्य असले, तरी त्यांचे 'असिधाराव्रत' तुम्हा-आम्हाला पाळता येणार नाही, याची परिपूर्ण जाणीव मला आहे. शरीरसुख हेच सामान्य मनुष्याचे साध्य असते, हेही खोटे नाही. मानवी जीवन मूलत: द्वंद्वपूर्ण आहे. तिथे भावनेचे वासनेशी, विवेकाचे विचाराशी आणि क्षणभंगुराचे चिरंतनाशी सतत युद्ध चाललेले असते, हे कटू स्सत्य मी नाकारू शकत नाही. म्हणूनच उठल्यासुटल्या प्रार्थनेचा, ईश्वराचा आणि आत्मशक्तीचा जयघोष करणाऱ्या माणसांना भाजी-भाकरीच्या आणि औषध-पाण्याच्या चार गोष्टी सुनावणे आवश्यक आहे, हे मला मान्य आहे; पण मानवी जीवन हे जसे नुसत्या सद्गुणांनी फुलत नाही, तसे ते केवळ श्रीखंड-पुरी खाऊन आणि अन्य शरीरसुखे भोगून विकसित होत नाही. त्या मनात भौतिक आणि आत्मिक यांचे मूलत:च मिश्रण झालेले आहे. त्यातल्या एका भागाचा संकोच करून दुसऱ्या भागाची अमर्याद वाढ करण्याने मनुष्याचे दु:ख कधीच कमी होणार नाही, त्याला शांतीही प्राप्त होणार नाही.

शरीर आणि आत्मा, काव्य आणि तत्त्वज्ञान, स्वार्थ आणि परार्थ, भौतिक आणि आत्मिक यांची समतोल सांगड ही मानवी मनाची आणि जीवनाची आजची खरीखुरी गरज आहे.

म्हणूनच मानवी कर्तृत्वाच्या प्रत्येक लहानमोठ्या क्षेत्रांत धर्मबुद्धी - चांगले काय आणि वाईट काय, हे पारखण्याची शक्ती असलेली बुद्धी, हे एकाच्या हिताचे आहे की पुष्कळांच्या हिताचे आहे, हे ओळखण्याची शक्ती असलेली बुद्धी, उपभोगाच्या क्षणभंगुर आनंदापेक्षा त्यागाच्या चिरंतन आनंदाचे सामर्थ्य जाणण्याची शक्ती असलेली बुद्धी-अत्यंत आवश्यक आहे, असे मी मानतो.

'यंत्र विरुद्ध मनुष्य', 'वारसा', 'अंधारातला प्रकाश' आणि 'धर्म विरुद्ध व्यवहार' या चार नाटकांच्या नायकांच्या ठिकाणी ही धर्मबुद्धी आहे. 'अध:पात'मधल्या नायकापाशीही ती आहे! पण त्याची धर्मबुद्धी व्यवहाराशी तडजोड करता-करता त्याला शरण कशी जाते आणि शेवटी देवत्वाकडे निघालेल्या माणसाचे पशुत्वात कसे रूपांतर होते, याचे चित्रण या नाटकात आहे. अत्यंत प्रगत अशा या विज्ञानयुगात मानवाची ही धर्मबुद्धी कशी जागवायची आणि कशी जगवायची, हा आजच्या जगापुढला फार मोठा प्रश्न आहे. त्या प्रश्नाचे सोपे उत्तर माझ्यापाशी नाही. इतर कुणापाशी असेल, असे मला वाटत नाही. मात्र ज्याला-ज्याला या धर्मबुद्धीची आवश्यकता पटली आहे, त्याने-त्याने दैनंदिन जीवनापासून अत्यंत महत्त्वाच्या कार्यक्षेत्रापर्यंत सर्वत्र कसोशीने तिचे पालन केले पाहिजे, असे मला वाटते. प्राचीन काळी स्त्री आपल्या शीलाविषयी जेवढी दक्ष असे, तेवढी काळजी प्रत्येक मनुष्याने आजच्या काळात आपल्या धर्मबुद्धीविषयी घेतली पाहिजे. या धर्मबुद्धीचा आश्रय केल्याने अनेकदा व्यवहारात हार खावी लागेल! वारंवार अपयशाच्या जखमा होतील! त्यातल्या काही दीर्घकाळ वाहत राहतील! शरीरसुखाचा प्याला पुन:पुन्हा भरून मनसोक्त पिता येणार नाही! हे सारे मला दिसते. हे व्रत कठोर आहे, हेही कळते; पण आजपर्यंत आपापल्या काळात धर्मबुद्धी जागृत ठेवून जगलेल्या असंख्य व्यक्तींनी हे सर्व भोगले आहे. त्यांचे ऋण फेडण्याचा आणि मानवतेच्या सुखाचा दुसरा कुठलाही मार्ग निदान मला तरी दिसत नाही.

## ११.

'मृगजळ' आणि 'स्त्री विरुद्ध पुरुष' ही दोन नाटके तरुण-तरुणींमधल्या आकर्षणाचे, प्रेम या नावाने संबोधल्या जाणाऱ्या भावनेचे, तिच्यातून निर्माण

होणाऱ्या समस्यांचे आणि संघर्षांचे चित्रण करणारी आहेत. या दोन्ही नाटकांतले प्रश्न आपल्याकडे अजून वरिष्ठ पांढरपेशांपुरतेच मर्यादित असले आणि पाश्चात्त्य समाजाइतके तीव्रतेने कुणालाही जाणवत नसले, तरी यंत्रयुग ज्या वेगाने आपल्या दैनंदिन सामाजिक जीवनात शिरत आहे, त्याच्या धडकांनी परंपरागत कुटुंबव्यवस्थेला जी भगदाडे पडत आहेत आणि औद्योगिक संस्कृतीचे आक्रमण, शहरीकरणाला आलेली भरती, मनूपेक्षा फ्रॉइड हा आपला खरा मार्गदर्शक असल्याची कल्पना आणि जुन्या धर्मबुद्धीचे लगाम तुटल्यामुळे व नव्या धर्मबुद्धीचा चाबूक हातात नसल्यामुळे सामाजिक जीवनात दिसू लागलेली उच्छृंखलता, या सर्वांचा विचार केला, म्हणजे या दोन्ही नाटकांतल्या समस्या लवकरच आपल्यापुढेही 'दत्त' म्हणून उभ्या राहतील, याबद्दल मला शंका वाटत नाही.

तरुण स्त्री-पुरुषांना परस्परांविषयी वाटणारे आकर्षण, तारुण्यसुलभ कामभावना व कामवासना, जुन्या पोलादी चौकटीतून बाहेर न पडणारी आपली विवाह-पद्धती, प्रेमाच्या एकनिष्ठतेवरली उडून गेलेली श्रद्धा, भोवताली नाचणारी नानाविध सुखाची प्रलोभने, संसार हा संशोधनशाळेतला एक प्रयोग आहे, की दोन समंजस मनांच्या संगमाने निर्माण करायचे काव्य आहे, या सर्व गोष्टींविषयी पूर्वग्रहविरहित दृष्टीने पण त्याचबरोबर मनुष्याच्या शारीरिक भुकांइतकीच त्याच्या भावनिक भुकांची दखल घेऊन विचार करायला आपण शिकलो, तरच या जटिल प्रश्नांतली गुंतागुंत कमी होईल. नाही तर ती समाजाची कायमची डोकेदुखी होऊन बसेल!

आर्थर मिलरसारखा जगप्रसिद्ध बुद्धिवान नाटककार आणि मेरिलिन मन्रोसारखी पंचखंडात लोकप्रिय असलेली सुंदर नटी - स्वतंत्रपणे लग्नाचे चार-दोन प्रयोग करून ही दोघे विवाहबद्ध होतात! 'She is most womanly woman I have ever seen' (मूर्तिमंत स्त्रीत्व तिच्या ठिकाणी अवतरले आहे), असे मिलर तिच्याविषयी म्हणतो! त्याच्या बुद्धिमत्तेने उजळलेल्या जीवनात एकरूप होऊन जाण्याची भाषा मन्रो करते! आणि शेवटी दोन वर्षांतच जगभर गाजलेला प्रौढ स्त्री-पुरुषांचा हा प्रेमविवाह संपुष्टात येतो! असल्या घटनांचे मर्म भारतीय समाजाने जर लवकर जाणून घेतले नाही, त्यातून शिकावयाचा धडा जर आपण शिकलो नाही, तर भौतिक दारिद्र्य दूर करण्याकरिता धडपडणारे हे राष्ट्र तो हेतू साध्य होण्यापूर्वीच आत्मिक बाबतीत कफल्लक होऊन बसेल. नव्यानव्या सुवर्णकलशांच्या नादात जीवनातले अनेक अमृतघट आम्ही गमावून बसलो आहोत. आता मृगजळाच्या मागे धावून जे उरले आहेत, तेही आपण गमावणार काय?

## १२.

या संग्रहातल्या इतर लेखांपैकी हॉवर्ड फास्टच्या दोन कादंबऱ्यांचा परिचय आमच्या उदयोन्मुख कादंबरीकारांनी एकदा डोळ्यांखालून घालावा, अशी माझी त्यांना विनंती आहे. फास्ट हा पहिल्या श्रेणीतला कलाकार नाही; पण तो जिवंत कादंबरीकार आहे. स्वातंत्र्यप्राप्तीनंतरची आमची गेली चौदा वर्षे पाहिली, तर हे स्वतंत्र्य भारतातल्या एकाही मोठ्या लेखकाने पचविले आहे, असे दिसत नाही. तरुण लेखकांमध्ये तर प्रचलित जीवनाकडे पाठ फिरवून, कलेच्या हस्तिदंती मनोऱ्यात सुरक्षितपणे बसण्याची प्रवृत्ती बळावत आहे. १९४७ पूर्वी ती एवढ्या मोठ्या प्रमाणात कधीच दिसली नव्हती.

आपला बहुतेक लेखकवर्ग अजून पांढरपेशा मध्यमवर्गातूनच निर्माण होत आहे, हे खरे आहे. या मध्यमवर्गाची गेल्या वीस वर्षांत सर्व दृष्टींनी ससेहोलपट झाली, हेही खोटे नाही. मध्यमवर्गातल्या सर्वसामान्य मनुष्याची आजची निराशा, विफलता आणि निष्क्रियता या सर्व गोष्टी मला कळू शकतात; पण कुठलाही अस्सल कलावंत हा केवळ आपल्या वर्गाचा किंवा त्यांच्याच संकुचित सुखदुःखांचा प्रतिनिधी नसतो! त्याचे पाय पृथ्वीवरल्या चिखलात रुतले असले, तरी त्याची प्रतिभा डोंगरमाथा गाठू शकते. तिथून भोवतालची विशाल क्षितिजे आणि भविष्यातली सोनेरी स्वप्ने तिला न्याहाळता येतात. मध्यमवर्गातल्या आजच्या तरुण लेखकाने हे केले पाहिजे, असे मला वाटते. फास्टच्या या कादंबऱ्या आणि 'फ्रीडम रोड', 'स्पारकाक्ट्स' इत्यादी त्याच्या दुसऱ्या कादंबऱ्या या बाबतीत त्यांना निश्चित मार्गदर्शक होऊ शकतील.

समाजाभिमुख कलावंताची फास्टची भूमिका ज्यांना मान्य नसेल आणि कलेची उत्तुंग शिखरे ज्यांना गाठायची असतील, त्यांनी या संग्रहातला 'खरी दया' हा परिचय पाहावा. ज्या अर्थाने हरिभाऊ सामाजिक आहेत, त्या अर्थाने झ्वाइग मुळीच सामाजिक नाही; पण त्याच्या मुक्त कलाविलासाचा मी चाहता आहे. सहृदयतेला कवटाळून कलेचे शिखर गाठणाऱ्या प्रतिभेचे दर्शन त्याच्या कथा-कादंबऱ्यांत मला झाले आहे. जीवनभाष्याच्या अंतिम पातळीवर काव्यात्म वृत्तीने तो इतक्या सहजतेने विहार करतो आणि इतक्या नाजूक कुंचल्याने आपली चित्रे रंगवितो, की त्याच्या कलाकृतीला सामाजिकतेची सामान्य कसोटी लावणे शुद्ध अरसिकपणाचे होईल. 'बिवेअर ऑफ पिटी' (Beware of Pity) या कादंबरीच्या तोलामोलाची अस्सल मराठी कादंबरी केव्हा निर्माण होईल, असा विचार अनेकदा माझ्या मनात येऊन जातो!

'टॉलस्टॉय पति-पत्नी' हा लेख 'अंधारातला प्रकाश' या लेखाच्या जोडीने

वाचला, तर तो अधिक स्पष्ट होईल. अलीकडे लेखकाचे वाङ्मयीन व्यक्तित्व आणि त्याचे दैनंदिन व्यक्तित्व यांत काही संबंध नसतो, असे मानण्याची सोयिस्कर फॅशन आपल्याकडे रूढ होऊ पाहत आहे. टॉलस्टॉयचे नाटक आणि त्याचे जीवन हे दोन्ही समोरासमोर ठेवले, म्हणजे पाश्चात्त्य कलामीमांसेच्या आधाराने त्रिकालाबाधित सिद्धान्त म्हणून जी वाङ्मयीन सत्ये सांगितली जातात, ती मूलतःच अर्धसत्ये कशी असतात, हे सहज लक्षात येईल.

या लेखनसंग्रहात ज्या ललितकृतींवर मी लिहिले आहे, त्यांच्यापेक्षा अधिक सरस आणि अधिक कलापूर्ण अशी असंख्य पुस्तके जगाच्या वाङ्मयात कुणालाही मिळतील. त्यातली अनेक मी वाचली आहेत. त्यांच्यावर लिहिण्याची इच्छा मनात बाळगली आहे. पण, थोडे अपवाद वगळता, फारशी प्रसिद्ध नसलेली किंवा थोडी-फार अयशस्वी ठरलेली पुस्तके या लेखात मी निवडली, ती माझ्या लहरीने, आवडीने, विचारविनिमयाच्या दृष्टीने.

या लेखनसंग्रहातल्या ललितकृतींचे कलादृष्ट्या मूल्यमापन करणे हा माझा हेतू नाही. तसे करायचे असते, तर अगदी निराळी नाटके आणि निराळ्या कादंबऱ्या मी घेतल्या असत्या. ज्या ललितकृतीने माझ्या वाङ्मयीन व्यक्तित्वाशी सुसंवादी – क्वचित विसंवादी – तार छेडली, त्या कृतीविषयीच्या माझ्या प्रतिक्रिया व्यक्त करण्याकरिता मी हे लेखन केले. ते वाचून वाचकांच्या मनात अनुकूल-प्रतिकूल प्रतिक्रियांच्या लहरी निर्माण झाल्या तर या लेखनाचे काम झाले, असे मी समजेन.

'यंत्र विरुद्ध मनुष्य' हा लेख 'साहित्य' द्वैमासिकाच्या ज्या अंकात प्रसिद्ध झाला होता, त्याच अंकात महर्षी अण्णासाहेब कर्वे यांच्या नव्वदीच्या निमित्ताने मी त्यांच्या व्यक्तित्वाचे आणि कर्तृत्वाचे मूल्यमापन केले होते. या दुसऱ्या लेखामुळे अण्णासाहेबांनी तो अंक वाचायला घेतला. तो लेख वाचून झाल्यावर माझा 'यंत्र विरुद्ध मनुष्य' हा लेख त्यांच्या दृष्टीला पडला. ललितवाङ्मयाचे विशेष भोक्ते नसूनही त्यांनी तो आवडीने वाचला. इतकेच नव्हे, तर त्या लेखाविषयीची आपली प्रतिक्रिया मुद्दाम पत्र लिहून मला कळविली. लेखकाला यापेक्षा अधिक काय हवे असते?

कोल्हापूर **–वि.स. खांडेकर**

१४-१०-६१